வாழ்வு தரும் மரங்கள்

ஆசிரியர்:
அரிஸ்டாட்டில்
என்ற
இயற்கை விஞ்ஞானி R.S. நாராயணன்

தாமரை பப்ளிகேஷன்ஸ் (பி) லிட்.,
41-பி, சிட்கோ இண்டஸ்டிரியல் எஸ்டேட்,
அம்பத்தூர், சென்னை– 600 050.
☎: 044 - 26251968, 26258410, 48601884

Language : Tamil
Vazhvu Tharum Marangal

Author : Aristotle@ R.S. Narayanan
Bio- Scientist

First Edition : January, 2009
Fifth Edition : October, 2015
Sixth Edition : February, 2021
Copyright : Author
No. of pages : xvi + 272 = 288
Publisher :
Thamarai Publications Pvt. Ltd.,
41-B, SIDCO Industrial Estate,
Ambattur, Chennai - 600 050.
Tamilnadu State, India.
Email: tamaraipublication@gmail.com
Online:www.ncbhpublisher.in

ISBN: 978-93-80892-31-3

Code No. T 151

₹ 250/-

Distributors

Ambattur (H.O.) 044 - 26359906, Spenzer Plaza (Chennai) 044-28490027
Trichy 0431-2700885 Pudukkottai 04322- 227773 Tanjore 04362-231371
Tirunelveli 0462-4210990, 2323990, Madurai 0452-2344106, 4374106
Dindigul 0451-2432172 Coimbatore 0422-2380554 Erode 0424-2256667
Salem 0427-2450817 Hosur 04344-245726 Krishnagiri 04343-234387
Ooty 0423-2441743 Vellore 0416-2234495 Villupuram 04146-227800
Pondicherry 0413-2280101 Nagercoil 04652-234990

வாழ்வு தரும் மரங்கள்

ஆசிரியர் : அரிஸ்டாட்டில் என்ற இயற்கை விஞ்ஞானி
ஆர்.எஸ். நாராயணன்
முதல் பதிப்பு : ஜனவரி, 2009
ஐந்தாம் பதிப்பு : அக்டோபர், 2015
ஆறாம் பதிப்பு : பிப்ரவரி, 2021

அச்சிட்டோர்: பாவை பிரிண்டர்ஸ் (பி) லிட்.,
16 (142), ஜானி ஜான் கான் சாலை, இராயப்பேட்டை, சென்னை - 14
☎ : 044-28482441

All rights reserved. No part of this book may be reprinted or reproduced or utilised in any form or by any electronic, mechanical, or other means, now known or hereafter invented, including photocopying and recording, or in any information storage or retrieval system, without permission in writing from the publishers.

பதிப்புரை

மரங்கள் மக்களுக்கு வாழ்வு தருவதற்காகவே வளர்கின்றன. தாவரங்கள் எல்லாமே மருத்துவக் குணம்கொண்டவை. இலை, பூ, காய், கனி, விதை, தோல், வேர், பட்டை போன்ற எல்லா வடிவங்களிலும் மரங்கள் உயிரினங்களுக்குப் பயன்படுகின்றன. ஆனால் மரங்கள் வெட்டப்பட்டு, அழிக்கப்பட்டு வீட்டு மனைகள் போடப்படுகின்றன. காடுகள் அழிக்கப்படுவதால் மழைவளம் குறைந்து, காற்றுமண்டலம் வெப்பமாகி, ஓசோன் படலம் ஓட்டையாகி, பனிமலைகள் உருகிக்கொண்டிருக்கின்றன. இதனால் கடல் மட்டம் நீர் உயர்ந்து பூமி மூழ்கிவிடுமோ என்று அஞ்சும் நிலையில் வாழ்க்கை முறை அமைந்துள்ளது. பின் விளைவு கருதாமல் அந்தந்த நேரத்துத் தேவைகளை அடைவதற்கே மனிதன் அவசர கதியாகச் செயல்படுகிறான்.

பனிமலை உருகினால் பென்குயின் என்ற பறவையினம் முதலில் காணாமல் போய்விடும் என்று சொல்கிறார்கள். அதைப் போல் பலவகை மரங்கள் வளர்க்கப்படாமல் காணாமல் போய்க்கொண்டிருக்கின்றன. முன்னர் ஒரு வீட்டைச் சுற்றிப் பல வகையான மரம், செடி, கொடிகள் வளர்க்கப்பட்டன. இன்று யாரும் மரங்கள் வளர்க்க விரும்பாமல் சுவர்களை எழுப்பிக்கொண்டிருக்கிறார்கள். அறை அறையாக அநியாய வாடகைக்கு விட்டுப் பணம் சம்பாதிக்க நினைக்கிறார்கள். பல வீடுகளுக்குச் சொந்தக்காரர்கள் கூட வாடகை வருமானம் கருதி எல்லா வீடுகளையும் வாடகைக்கு விட்டுவிட்டு அவர்களும் ஒரு அறைக்குள் அடைந்துகிடக்கிறார்கள். உழைக்காமல் வருமானம் வந்துவிடுவதால் விவசாயத்தின் மூலம் விளையச் செய்து வருமானம் தேட வருத்தப்படுகிறார்கள். உழுதவன் கணக்குப் பார்த்தால்

உழக்குக்கூட மிச்சமில்லை, விவசாயியின் வேர்வைதான் உப்பே தவிர அவனுக்கு உப்பு வாங்கக்கூட காசு கிடைப்பதில்லை என்ற நிலை இருப்பதால் மக்கள் சுவர் வருமானங்களையே பெரிதும் விரும்புகிறார்கள். அடுக்ககங்கள் மூலம் பலர் கோடிகோடியாகச் சம்பாதிக்கிறார்கள். ஆனால் விளை நிலங்களை இழந்துகொண்டிருக்கிறோம். ஒரு தலைமுறை வரை வளர்க்கப்பட்டு வளம் தந்துகொண்டிருக்கும் மரங்களை ஒரே மணி நேரத்தில் வெட்டிச் சாய்த்துவிடுகிறார்கள். வளர்ப்பது அரிது, சாய்ப்பது எளிது. தாவரங்கள் தாராளமாக வளர்க்கப்பட்டால்தான் மனித வாழ்வு ஆரோக்கியமாக அமையும். இயற்கை வேளாண்மை மூலம் மரம், செடி, கொடிகள் வளர்க்கப்படவேண்டும். அறிவியல் முறைப்படி வேளாண்மை செய்யப்படவேண்டும் என்பதில் அதிக அக்கறை எடுத்து ஏராளமான நூல்கள் எழுதிப் புகழ்பெற்ற இயற்கை விஞ்ஞானி **அரிஸ்டாடில்** என்ற **ஆர்.எஸ்.நாராயணன்** அவர்கள் வளமான முறையில் மரங்கள் வளர்க்கப்படவேண்டும் என்று வழிகாட்டிக்கொண்டிருக்கிறார். பத்திரிகைகளில் பயனுள்ள கட்டுரைகளை வரைந்து விவசாயத் துறைக்குப் பெருந்தொண்டாற்றிக்கொண்டிருக்கிறார். செயற்கை உரங்கள், பூச்சி மருந்துகள் மூலம் அதிக விளைச்சல் பெறுவது பசுமைப்புரட்சியாகாது என்று வலியுறுத்துகிறார். செயற்கை உரங்கள், பூச்சி மருந்துகள் மூலம் பயிர்கள் மட்டும் சேதமடைவதில்லை, மனித ஆரோக்கியமும் சேதமடைகின்றது என்று எச்சரிக்கை செய்துகொண்டிருக்கிறார். அமோக விளைச்சல் பெற அதி நவீன உரங்களைப் பயன்படுத்துவது ஆபத்தானது என்று அபாயமணி ஒலித்துக்கொண்டிருக்கிறார். அனுபவ அறிவோடு பல விவசாய அறிவுரைகள் வழங்கி வளமான வேளாண்மைக்கு வழிகாட்டிக் கொண்டிருக்கிறார். வீட்டு மாடியில் தோட்டம் அமைத்து அங்கு வருகின்றவர்களுக்கு இலவசமாகச் செடி கொடிகளை வழங்கி, நாடு

பசுமை பெறவேண்டும் என்பதற்காக அயராது பாடுபட்டுக் கொண்டிருக்கிறார்.

வாழ்வு தரும் மரங்கள் என்னும் இந்நூலில் அரசமரம், ஆலமரம், நாவல் மரம், பலா மரம், வேம்பு, நெல்லி, பனை, கொய்யா, மூங்கில் உள்ளிட்ட 78 வகையான மரங்களின் பயன்பாடுகளை ஆய்வு செய்து, மருத்துவ ரீதியாக விளக்குகிறார். குடல்புண், மூலப்புண், மேகப்புண், வாய்ப்புண் போன்ற புண்களை ஆறச்செய்வதற்கு என்ன செய்யவேண்டும், விந்து விருத்தி செய்ய, பாலுணர்வு தூண்டப்பட, பாலியல் நோய்களைக் குணப்படுத்த, மலட்டுத்தனம் நீங்க, பிரசவம் எளிதாக அமைய, தாய்ப்பால் தாராளமாகச் சுரக்க எதை எதை என்னென்ன பக்குவத்தில் உட்கொள்ளவேண்டும் என்பவற்றை எடுத்துரைக்கிறார். மாதவிடாய் வயிற்று வலிக்கு நிவாரணம் பெற, கர்ப்பம் கலையாதிருக்க, சிறுநீரகத்தில் கல்லடைப்பைப் போக்க, கட்டிகள் உடைய மரங்கள் பயன்படுவதை விளக்குகிறார்.

சர்க்கரை நோய், மஞ்சள் காமாலை, ஈரல் இருதய நோய்களைக் குணப்படுத்த, தசைப்பிடிப்பு, இடுப்புவலி, தலைவலி, பல்வலி, வாதம், பித்தம், கபம், இருமல் போன்ற நோய்கள் தீர மரங்கள் பயன்படும் முறை விளக்கப்படுகிறது. குழந்தைகள், கால்நடைகளின் நோய்களைக் குணப்படுத்த, ஆயுள் விருத்தி பெற, உடல் அழகுபெற, கண்ணொளி, காதொலி இழக்காமல் இருக்க உட்கொள்ள வேண்டியவை எவை என்பது எடுத்துக்காட்டப்படுகிறது.

எலுமிச்சம் பழச்சாற்றை உடலில் தேய்த்துக்கொண்டால் கொசுக்கள் கடிக்காது என்றும், மருதாணிக்குப் புண் ஆற்றும் தன்மை உள்ளது என்றும், கடல் கொந்தளிப்பு, சுனாமி மூலம் நில அரிப்பைத் தடுக்க அலையாத்தி மரங்களை வளர்க்கலாம் என்றும் மரங்களின் மருத்துவத் தன்மைகள் விவரிக்கப்படுகின்றன. வேம்பின் சாறு பூச்சி மருந்து தயாரிக்கப் பயன்படுகிறது. வேம்பை மருந்தாக உட்கொண்டால்

பெண் மலடு நீங்கும். சர்க்கரை நோய்க்கு நாவல் பழம் மருந்தாகும். சேராங் கொட்டை ஆயுள் விருத்தி மருந்தாகும்.

மரங்கள் வளம் தருவதுடன் வாழ்வு தரும் வகையில் பயன்படும் முறைகளை விளக்கும் இந்நூல் ஒவ்வொரு வீட்டிலும் மருத்துவர்போல் இருந்து நல்ல ஆலோசனைகளை வழங்கி நோயற்ற வாழ்வுக்கு வழிகாட்டும். வாங்கிப் பயன்பெறுவீர்.

-பதிப்பகத்தார்

அணிந்துரை

மு. தினகரன்
முன்னாள் வனத்துறை தலைவர்

மத்திய அரசுப் பணியிலிருந்து ஓய்வு பெற்ற பின் திரு. ஆர்.எஸ். நாராயணன் அவர்கள் இயற்கையோடு இணைந்த வேளாண்மை, மாடியில் தோட்டம் வளர்த்தல் மற்றும் மண்புழு உரம் தயாரித்தல் ஆகிய துறைகளில் தீவிரமாக ஈடுபட்டதோடு இவற்றில் ஆராய்ச்சிகளையும் மேற்கொண்டுள்ளார். உழவர்களிடையே இவை பற்றிப் பிரசாரமும் செய்து வருகிறார். 'இயற்கை வேளாண்மைக் களஞ்சியம்', 'மாடியிலும் தோட்டமிடலாம்' என்ற நூல்களை எழுதியதோடு சுரபாலர் சம்ஸ்கிருத மொழியில் அருளிய 'விருக்ஷ ஆயுர்வேதம்' என்ற நூலைத் தமிழாக்கம் செய்துள்ளார்.

அண்மைக் காலத்தில் மரம் வளர்ப்பில் ஈடுபாடு கொண்டு 'தினமணி' நாளிதழில் வாரந்தோறும் 'வாரம் ஒரு மரம்' என்ற தலைப்பில் மரங்களைப் பற்றி எழுதி வாசகர்களிடையே மரம் வளர்ப்பு பற்றிய விழிப்புணர்வை ஏற்படுத்தி வருகிறார். அக்கட்டுரைகளின் முதல் தொகுப்பே 'வாழ்வு தரும் மரங்கள்' என்ற நூலாகும். எழுபத்தெட்டு மரவகைகளைப் பற்றிய பயனுள்ள அரிய செய்திகள், அவற்றின் மருத்துவக் குணங்கள் இந்நூலில் இடம் பெற்றுள்ளன. மரங்களின் விஞ்ஞானப் பெயர்களைக் குறிப்பிட்டிருப்பது பாராட்டுக்குரியது. இயற்கை ஆர்வலரான திரு. நாராயணனின் சீரிய பணிகள், குறிப்பாக மரம் வளர்ப்பு பற்றிய பணிகள் மேலும் சிறப்புடன் தொடர வாழ்த்துகிறேன்.

இங்ஙனம் அன்புடன்
மு. தினகரன்

சென்னை
04-05-2005

அணிந்துரை – II

வாழ்வுதரும் மரங்கள்

முதல் வெளியீட்டுக்கு வழங்கப்பட்ட சான்றிதழ்

110 பக்கங்களிலே, 36 மரச் செல்வங்கள். அவற்றை எல்லாம் 'வாழ்வு தரும் மரங்கள்' ஆக வடிவமைத்து உள்ளார் அரிஸ்டாட்டில் என்ற திரு. ஆர்.எஸ். நாராயணன். நூலைப் புரட்டினாலே, 'அறிவு தரும் அருள் தெய்வம்', 'இந்தியப் பொக்கிஷம்', 'பூர்வீக வயக்ராவோ', 'சுனாமிக்கு எமன்' என்ற கவர்ச்சித் தலைப்புகள் நம்மைக் கவர்ந்து ஈர்க்கின்றன. நூலினுள் புகுந்தால் புத்தர், அசோகர், ஜவஹர்லால் நேரு என்போர் ஒரு பக்கம்; வால்மீகி, காளிதாசர், ஔவையார் முதலியோர் மற்றோர் பக்கம்; இடை இடையே புறநானூறும், பாபர் நாமாவும், புராணங்கள் முதலியன. இப்படியே நாட்டின் பாரம்பர்யம் பளிச்சிடுகிறது.

சித்தர்களின் சித்த வைத்தியம், அகத்திய முனிவரின் குணபாடம், ஆயுர் வேத முடிவுகள், சுரபாலரின் விருக்ஷ ஆயுர்வேதம், நட்கர்ணியின் இந்திய மருத்துவம் எனப் பலவும் அறிவைப் புகட்டுகின்றன. புதுமைகளும் இடம்பெறுகின்றன. 'ராட்டாவிரின்' மிதை ப்ளூரோ குளுசின், அசாடிராக்டின், எக்டைசோன் என்பவை எல்லாம் மரங்களின் இரசாயனங்களைப் பறைசாற்றுகின்றன.

நூலுக்கு உயிரூட்டுவது, விவசாயிகளின் அனுபவங்கள்தாம். முடியுமா, முடியாதா என்ற தயக்கம் தலை தூக்கவிடாமல், ஆங்காங்கே இன்றைக்கு மரங்களை வளர்ப்போரின் சாதனைகள் நம்மைச் செயலாற்றத் தூண்டுகின்றன. எந்தெந்த மரக்கன்றுகள் எங்கெங்குக் கிடைக்கும் என்ற தகவல்களும், நேரில் சென்று பார்த்துத் தொகுக்கப்பட்டுள்ளன.

நூலைப் படித்துக்கொண்டே இருந்தால், மரம் இன்றேல் வளவாழ்வு இல்லை என்ற அளவிற்கு, சிந்திக்கச் செய்கிறது. மாசு ஈன்றா வாழ்விற்கு, பின் விளைவுகள் இல்லா மருத்துவத்திற்கு, மனித உயிர் நலமுடன் இயங்குவதற்கு மரங்கள் இன்றேல் இயலாது என்ற எண்ணம் வலுப்படுகிறது. மொத்தத்தில் அருமையான அறிவுச் செல்வம். விஞ்ஞானப் பெயர்களைச் சிறிது சீர்படுத்தினால் இன்னும் சிறப்பாக இருக்கும்.

பி.எஸ். மணி,

அம்மன் நகர், மடிப்பாக்கம், சென்னை.

முன்னுரை

"அறம், பெருள், இன்பம், வீடு என்ற மனித நெறிகளை மரங்கள் வழங்குகின்றன. இந்த உண்மையை உணர்ந்து மனிதர்கள் மரங்களை நடவேண்டும்"

–விருட்ச ஆயுர்வேதம் பாடல் 8

"இந்த பூமியில் மரங்கள் எல்லையில்லா மகிழ்ச்சியை வழங்கும். ஏனெனில் அவை நம்மைக் கொடிய வறுமையிலிருந்து காப்பாற்றுகின்றன. அதனால் 'த்ரவஹ' (ரட்சகன்) என்று மரங்கள் அழைக்கப்படுகின்றன.

–விருட்ச ஆயுர்வேதம் பாடல் 97

சுமார் கி.பி. 10ஆம் நூற்றாண்டில் எழுதப்பட்ட விருட்ச ஆயுர்வேதம் காடுகள் இருந்த காலகட்டத்தில் கூட மரங்களை நடவேண்டும் என்று அறிவுரை கூறுகிறது. இவ்வாறு நம் முன்னோர்கள் பேணிக் காத்துவந்த வனங்கள் மனிதர்களின் சுயலாபத்திற்காக அழிக்கப்பட்டு வருகின்றன. கடந்த நூற்றாண்டிலிருந்து இந்த அழிவு ஆரம்பமாகிவிட்டது.

பாரத தேசத்தின் புவியியல் நிலப்பரப்பில் 33% வனங்கள் இருந்த வரை மாதம் மும்மாரி பொழிந்தது. ஆனால், இன்று 12% வனங்களே எஞ்சியுள்ளன. வன அழிப்பில் முதல்நிலை வகித்த தமிழ்நாட்டில் 8% நிலத்தில்தான் காடுகள் உள்ளன. தமிழ்நாட்டில் வனப்பரப்பின் எல்லையை உயர்த்த வாய்ப்புகள் உண்டு. சங்ககாலத்தில் குறிப்பிடப்பட்டுள்ள குறிஞ்சி, முல்லை, மருதம், நெய்தல், பாலை என்ற ஐந்திணைக்குரிய ஆயிரக்கணக்கான மரங்கள், வனங்கள் எல்லாம் மீட்டுயிர்க்கப்பட வேண்டியுள்ளன. வனங்கள் அழிந்து வருவதால் உலகமே உஷ்ணமாகிவிட்டது. மாசுகள் பெருகிவிட்டன. காடுகள் இருந்தால்தான் பூமி குளிர்ச்சியாக இருக்கும். நாம் சுவாசிக்கும் காற்று நம்மைச் சுற்றியுள்ள மரங்களினால் சுத்தம் செய்யப்படுகின்றன. விலையில்லா ஆக்சிஜனை மரம் வழங்கும். காடுகள், மரங்கள் அழிவதால் பூமி உஷ்ணமடைகிறது. இந்த உஷ்ணத்துடன் தொழிற்சாலைகள், பஸ், லாரி போன்றவை வெளியிடும் மாசுகள் ஓசோன் மண்டலத்தைப் பொத்தலாக்குவதைப் பசுமையக விளைவு (Green House Effect) என்கிறார்கள். இதனால் புற்றுநோய், தோல்வியாதி, கண்பார்வை இழப்பு ஏற்படுகின்றன. மீண்டும் மரம்வளர்ப்பு, காடுகளில் புனர்வாழ்வு செய்யாவிட்டால் உலகமே அழியும் ஆபத்து உள்ளது. வறட்சி, மண்ணரிப்பு ஒருபக்கம். உயிர்ச்சூழல் சமன்பாடு (Ecological Balance) ஒருபக்கம். வன அழிவால் உயிர்ச்சூழல் சமன்பாடு அழிந்து நமது பல்லுயிர்ப்பெருக்கம் (Bio - Diversity) அழிகின்றன. இதனால் வகை

வகையான உயிரினங்கள், தாவரங்கள் அழிகின்றன. பாரம்பரிய ஜீன்கள் அழிகின்றன. இவற்றையெல்லாம் மீட்க முதல் முயற்சி மரம் வளர்ப்பு மட்டுமே. ஊர்தோறும் வனங்கள் வேண்டும். ஒவ்வொரு ஊரிலும் குறைந்தது 5000 மரங்களாவது நடவேண்டும். இவற்றையெல்லாம் மனதில் கருதி தினமணியில் 'வாரம் ஒரு மரம்' என்ற புதிய பகுதி 13-06-2004இல் தொடங்கப்பட்டது. இதுவரை தினமணியில் வெளிவந்த 36 மரங்களின் தொகுப்பு, முதல் தொகுதியாக "வாழ்வுதரும் மரங்கள்" என்ற பெயரில் இந்த நூல் வெளிவருகிறது. என்னை இந்தப் பணியில் ஈடுபடவைத்த தினமணி ஆசிரியர் குழுவுக்கு முதற்கண் நன்றி. இந்த நூலைப் படிக்கும் முன்பே தினமணியைப் படித்துவிட்டுப் பல வாசகர்கள் மரங்களை நடத் தொடங்கியதாகத் தெரிவித்துள்ளனர். இனி இந்த நூலைப் படித்துவிட்டு எல்லோரும் மரம் நடவேண்டும். இன்று தமிழ்நாட்டில் புளியங்குடியில் உள்ள வேலுமுதலியார், சேந்தன்குடியில் தங்கசாமி, சங்கீதமங்கலம் கருணாநிதி, ராஜேந்திரபுரம் சண்முகநாதன், பனைமரம் நடும் பாதிரிக்கிளார் மணிக்கவுண்டர், பழனி மலைப் பாதுகாப்பு மரப்பண்ணை மேலாளர் ஆத்தூர் ராமசாமி போன்றோர் செய்யும் முயற்சிகள் பாராட்டுக்குரியது. என்னுடைய கவனத்திற்கு எட்டாமல் இன்னும் எவ்வளவோ நல்ல மனிதர்கள் மரங்களையும் வனங்களையும் பாதுகாத்து வரலாம். இவர்களை உதாரணமாகக் கொண்டு மரம் நடும் பணியை உயர்த்தவேண்டும்.

மரங்களின் நண்பன்
அரிஸ்டாட்டில் என்ற ஆர்.எஸ். நாராயணன்
இயற்கை விஞ்ஞானி
5/47B சவுந்தரம் நகர் அம்பாத்துரை, காந்திகிராமம் P.O.
திண்டுக்கல் 624 302
தொ.பே. 95451 - 22452365
ஏப்ரல் 5, 2005.

இரண்டாம் பதிப்புக்கான முன்னுரை

தமிழில் மரங்களைப் பற்றிய நூல்கள் மிகவும் குறைவு. வேளாண்மைக்கும், உயிர்ச் சூழலுக்கும் உற்ற தோழனான மரங்களின் முக்கியத்துவம் கருதியும், நாம் இழந்துவிட்ட வனவளத்தை மீட்டுயிர்க்கும் நோக்கத்திலும் காந்தி கிராம அறக்கட்டளையின் மூலம் நான் வெளியிட்ட முதல் பதிப்பில் 36 மரங்களின் குறிப்பு இருந்தது. 2000 பிரதிகள் விற்பனையானது. இந்த நூல் எந்த அளவில் விவசாயிகளிடமிருந்து வரவேற்பைப் பெற்றுள்ளது என்பதை எடுத்துக்காட்ட 'வளம் தரும் மரங்கள்' என்ற தலைப்பில் ஐந்து பாகம் – சுமார் 300 வகையான மரங்களைப் பற்றிய அரிய தகவல் களஞ்சியத்தை வழங்கியுள்ள முனைவர் பி.எஸ். மணி அவர்கள், எனது முதல் பதிப்புக்கு மதிப்புரையாக 'நம் வழி வேளாண்மை', 'நவீன வேளாண்மை' ஆகிய பத்திரிகைகளில் எழுதிய விமர்சனத்தை எனது புத்தகத்திற்கு வழங்கப்பட்ட சான்றிதழாக மதித்து இந்த இரண்டாவது வெளியீட்டில் இடம்பெற்றுள்ளது. முனைவர் பி.எஸ். மணி வளம் என்ற செல்வ மதிப்புக்கு அழுத்தம் கொடுத்துப், பொருளியல் கண்ணோட்டத்தில் எழுதியுள்ளார். நான் வளம் என்ற சொல்லுக்கு பதிலாக "வாழ்வு" என்ற சொல்லைப் பயன்படுத்தி 'வாழ்வு தருவது மரம்' என்ற வாழ்வியல் கண்ணோட்டத்தில் மரவகைகளை கவனித்துள்ளேன். தவிரவும் மரங்களின் மருத்துவப் பயனுக்கும் சற்று அழுத்தம் கொடுத்துத் தேவையான படங்களுடன் வழங்கியுள்ளேன். இதனால் ஒரு குறிப்பிட்ட மரத்தை அடையாளப்படுத்துவதும் எளிது.

மரங்களின் தேவையைப் பற்றி அறியாதவர் யாருமில்லை. மரம் என்றாலே அது அழகுதான். இயற்கையின் எழில், இலை மரங்கள், பூமரங்கள், காய்மரங்கள், கனி மரங்கள், மருத்துவ மரங்கள், வாசனை மரங்கள், கட்டுமான மரங்கள், மது மரங்கள் என்று பகுத்து நோக்கினால் வனங்களே வாழ்வியல் தோட்டங்கள் என்ற உண்மையை உணர்வதற்கு அதிக யோசனை வேண்டாம். மரங்களைப் பற்றி ஒரு புத்தகம் எழுதுவதைவிட மரங்களை நடுவது நல்ல பணி. ஒரே வகையான மரங்களை நடாமல் பலவகை மரங்களை நட்டு நமது பல்லுயிர்ப் பெருக்க வளத்தை உயர்த்தவேண்டும். நான் மரம் பற்றிப் புத்தகம் எழுதுவதோடு கடமை முடிந்தது என்று கருதாமல் ஏராளமாக மரங்களை நட்டு வருகிறேன். மரங்கள் நட விரும்பும் விவசாயிகளுக்கு மரங்களைப் பெற்றுத் தருவதிலும் உதவுகிறேன். எனினும்

மரங்களைப் பற்றி மனிதர்கள் அறிய வேண்டியவை ஆயிரம் உண்டு. இந்த இரண்டாவது பதிப்பில் மேலும் நாற்பத்தி இரண்டு மரங்கள் இடம்பெற்றுள்ளன. மொத்தமாக 78 மரங்களின் அரிய தகவல்களையும் அவை கிடைக்கும் இடங்களையும் இந்த நூலில் தொகுத்து வழங்கியுள்ளேன். இதன் பொருள் இந்த நூலில் இடம்பெற்றுள்ள 78 மரங்கள் மட்டுமே முக்கியம் என்று எண்ணற்க. இன்னும் பல நூற்றுக்கணக்கான மரங்கள் தமிழ்நாட்டை அலங்கரித்து வருகின்றன. அவற்றையும் நட்டு வளர்த்துப் பயன்பெறலாம். இந்த நூலைப் படிப்பவர்கள் மரம் நடும் பணியை மேற்கொள்ள வேண்டும் என்ற ஆசையும் உண்டு. இந்த நாட்டைப் பசுமையாக்கும் மகத்தான பொறுப்பு நமக்கு வழங்கப்பட்டுள்ளது. பணியைத் தொடங்குவோம். வாழ்வு தரும் மரங்கள் – இரண்டாவது பதிப்பை மனம் உவந்து நூலாக வெளியிட்டு எனது சுமையைக் குறைக்கும் பணியை ஏற்றுள்ள நியூ செஞ்சுரி புத்தக நிறுவனத்தாருக்கு நான் என்றுமே கடமைப்பட்டவன். 'நன்றி' என்ற மூன்றெழுத்துக்கள் போதுமானவை அல்ல. நல்ல கருத்துள்ள நூல்களைத் தேடிப்பிடித்து அச்சிட்டுத் தரும் அவர்களின் அயராத பணிக்கு வாழ்த்துகள்.

12.10.2006 மரங்களின் நண்பன்,
காந்திகிராமம். ஆர்.எஸ். நாராயணன்

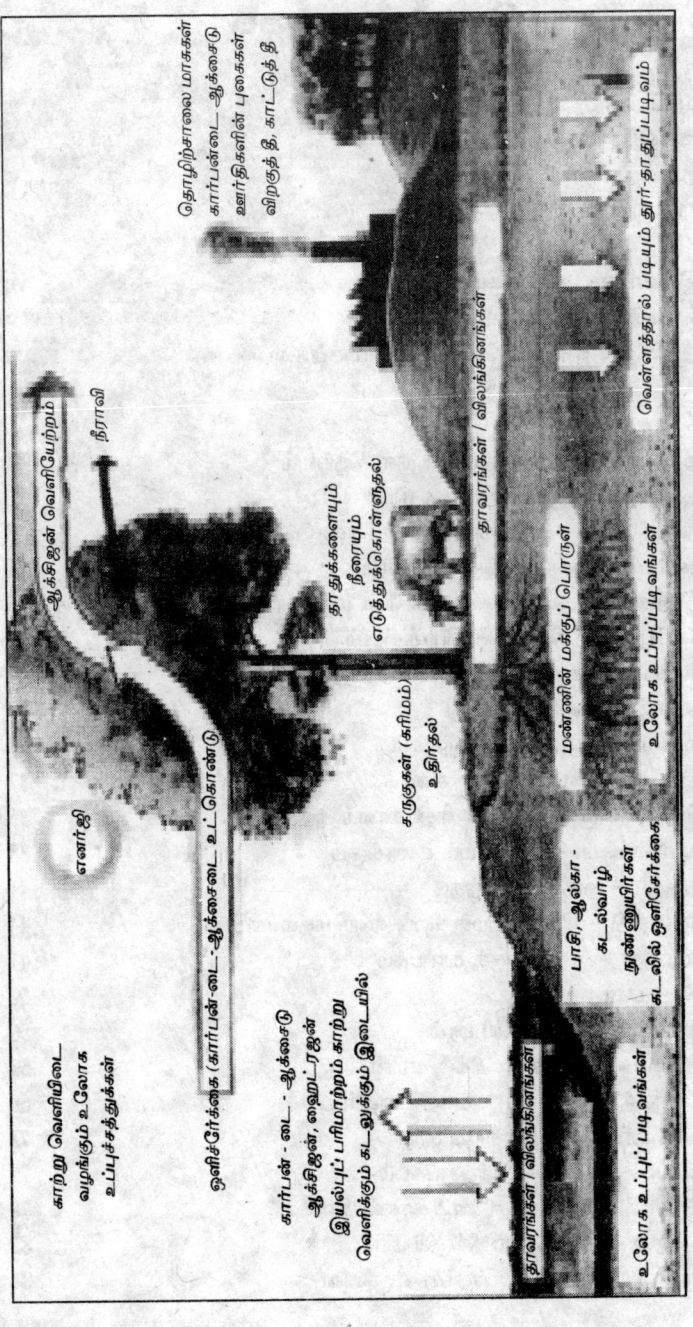

கரியமிலத்தை (மாசு) மரம் உட்கொண்டு ஆக்சிஜனை வெளியேற்றும் விளக்கப்படம்

பொருளடக்கம்

பதிப்புரை	iii
அணிந்துரை	v
அணிந்துரை II	vi
முன்னுரை	
இரண்டாம் பதிப்புக்கான முன்னுரை	vii
கரியமிலத்தை மரம் உட்கொண்டு ஆக்சிஜனை வெளியேற்றும் விளக்கப்படம்	xi

1. அரசமரம் – அறிவு தரும் அருள் தெய்வம் — 1
2. ஆலமரம் – வணிகர்கள் கூடுமிடம் — 5
3. நாவல் மரம் – பாரதவர்ஷே பரதக்கண்டே — 8
4. பலா மரம் – கந்தனுக்கு வந்ததோ — 11
5. இலுப்பை – பூக்கள் சர்க்கரையோ மதுவோ — 15
6. வேம்பு – இந்தியாவின் பொக்கிஷம் — 18
7. புளியமரம் – உணவில் சுவை – உடலுக்கும் மருந்து — 21
8. புங்கன் – பசுமை விருந்து — 25
9. வில்வம் – சித்தர்களின் கற்பகம் — 28
10. இலந்தை – ஏழைகளின் கனி — 32
11. நெல்லி – இந்தியாவின் எதிர்காலம் — 35
12. மாவிலங்கம் – கல்லையும் கரைக்கும் — 38
13. அத்தி – அதிசய மருந்து — 41
14. தேனத்தி – தொன்மைச் சிறப்புள்ள முதல் மரம் — 44
15. பேயத்தி – கருவுக்குக் காப்பகம் — 47
16. மா – மாமருந்து — 50
17. தில்லை – பாலுணர்வு மரம் — 56
18. அலையாத்தி – சுனாமிக்கு எமன் — 59
19. செஞ்சந்தனம் – அணுக்கதிர் எதிர்ப்பு — 68
20. கடுக்காய் – வாழ்வு தரும் தரு — 72
21. கமலா – குங்குமத்தின் சங்கமம் — 75
22. அசோக மரம் – காதலோ? காதல் பிரிவோ? — 78
23. மருதம் – இதயநோய் நீக்கும் மரம் — 81
24. சந்தன மரம் – பட்டால்தான் வாசனை — 84

25.	குமிழ் மரம் – ஐந்தில் ஒன்று	87
26.	பனை மரம் – பழங்குடித் தமிழ் வேந்தர்களின் சின்னம்	90
27.	மகிழம் – பூர்வீக வயக்ராவோ?	94
28.	சரக்கொன்றை – பொன்னிறத்துப் பூச்சரமே	97
29.	பாரிஜாதம் – பாமா ருக்மணி இருவருக்காக	101
30.	செம்மந்தாரை (ஆத்தி) – அழகிய மருத்துவச் செம்மலர்	104
31.	சேராங்கொட்டை – மன்மத ரகசியமோ? ஆயுள் விருத்தியோ?	107
32.	பலாசு மரம் – அக்கினிப் பூக்களின் ஆராதனை	110
33.	தான்றி மரம் – ரத்தப்போக்கு நிவாரணி	114
34.	வெப்பாலை – பல நோய் நிவாரணி	117
35.	அகத்தி – அகத்திய முனிவரா? நோய்களை ஆற்றுபவரா?	120
36.	ரப்பர் – தொழிற்புரட்சி செய்த மரம்	123
37.	சந்தனவேம்பு – பஞ்சவடியில் ஒன்று	125
38.	வேங்கை – குறிஞ்சியின் அரசு	128
39.	வன்னி மரம் – வறட்சியிலும் வளமை	131
40.	உருத்திராட்சம் – சிவனின் மூன்றாவது கண்	135
41.	சம்பகம் – நறுமணப் பொன்மலர்	138
42.	முருங்கை – தாது புஷ்டி மருந்து	141
43.	விளா – பித்தம் தெளிய மருந்தொன்று உண்டு	145
44.	வாதநாராயணம் – வலி நிவாரணம்	148
45.	நெட்டிலிங்கம் – போலி அசோகம்	152
46.	தென்னை – கற்பகவிருட்சம்	155
47.	வாழை – வாழையடி வாழையாக	159
48.	கொய்யா – அமிர்தமா? ஏழைகளின் ஆப்பிளா?	162
49.	கொடுக்காப்புளி – பறவைகளுக்கு விருந்து	165
50.	வாதா மரம் – சூழலுக்கு நண்பன்	168
51.	மாதுளம் – மாமருந்து	171
52.	எலுமிச்சை – விஷமுறிவு மூலிகை	174
53.	கடம்பு – தன்னை மறந்த லீலைகள்	178
54.	மருதாணி – மணமகள் அலங்காரம்	181
55.	நொச்சி – ஜலதோஷ நிவாரணி	184
56.	புன்னை – பூச்சொரியும் மரம்	188
57.	தாழை மரம் – தாயின் காப்பகம்	192
58.	வேல்வேல் – மேக நிவாரணி	196
59.	தழுதாழை – அற்புத சஞ்சீவி	199

60. கருவேப்பிலை – கறிவேப்பிலை 203
61. அகில் – அகர்பத்தி மரம் 206
62. பூவரசு – மரங்களிலும் அரசுதான் 209
63. ஆனைப்புளி – மாயயையின் தோற்றமா மாயா தத்துவமா? 212
64. சப்போட்டா – பாலோடு பழம் 216
65. ஆமணக்கு – அருமருந்து 220
66. எருக்கு – சூரிய மூலிகை 224
67. பதிமுகம் – சேப்பன் சிவப்புச் சாயமரம் 228
68. மகாகொனி –தேக்கின் மாற்று 232
69. மூங்கில் – ஒரு பசுமைத் தங்கம் 235
70. சிறுநாகப்பூ – சின்னப் பூ அல்ல 238
71. நாகலிங்கம் – புனிதச் செம்மலர் 241
72. தோதகத்தி – மதிப்பில் தங்கம் 243
73. கருங்காலி – கறுப்பு வைரம் 245
74. தேத்தாங்கொட்டை – இளைப்பு நிவாரணி 247
75. எட்டி – அளவுடன் மருந்து மீறினால் நஞ்சு 249
76. வாகை – வெற்றிக்குரிய மரம் 252
77. இயல்வாகை – தேக்கின் மாற்று 254
78. கோங்கு – மண்ணரிப்பின் மீட்பு 256

பிற்சேர்க்கை இணைப்புகள்

1 மரங்களின் படங்கள் – சில பரிமாணங்கள் 259
2.. வயிற்றோட்டமும் – தடுப்பும் 265
3. நட்சத்திரம் / ராசிக்குரிய மரங்கள் 267
4. கொய்னா – சில தகவல்கள் 268
5. சுரபாலரின் விருட்ச ஆயுர்வேதம் 269
6. மரக்கன்றுகளைப் பெறுவது எப்படி? முகவரிகள் 270

1. அரசமரம்

அறிவுதரும் அருள்தெய்வம்

விஞ்ஞானப் பெயர்	:	Ficus religiosa (Moraceae)
சம்ஸ்கிருதம்	:	பிப்பலம், அசுவத்தம், ஸ்ரீவிருஷம்
ஹிந்தி	:	பிப்பல்
ஆங்கிலம்	:	Scared Fig

அரச மரத்தைப் பிப்பலம், அசுவத்தம் என சமஸ்கிருதத்தில் அழைப்பார்கள். தமிழில்தான் இதற்கு அரசு எனப் பெயர் சூட்டப்பட்டுள்ளது. மண்ணை வளப்படுத்துவதில் இதற்கு நிகர் எதுவுமில்லை. அரசு இல்லா ஊரில் குடியிருக்கவேண்டாம் என்பதன் பொருள், ஒரு ஊரில் கோயில் இல்லாவிட்டாலும் ஒரு அரச மரம் இருந்தே தீரும் என்பதுவே. அந்த அரசமரம் நன்கு வளர்ந்த பிறகு, அது உதிர்க்கும் உலர்ந்த இலைகளைக் கொண்டு ஒரு ஏக்கர் நிலத்தில் உயர்ந்த விளைச்சல் எடுக்கலாம். ஆண்டுதோறும் ஒரு மரம் ஒரு டன் முதல் 4 டன் வரை இலை உதிர்க்கும். அதிக அளவில் உரம் வழங்கும் மரம் அரச மரமே. ஒரு அரச மரம் நட்டால் ஓராண்டுக்கு சொர்க்கப் பதவி கிட்டும் என்று விருட்ச ஆயுர்வேதம் கூறுவதால், பல ஆண்டுகள் சொர்க்கத்தில் பதவி பெற நீங்கள் பல அரசுகளை நட வேண்டும். அரச மரம் மழையைக் கவர்ந்திழுக்கும் மரம்.

அரச மரத்தின் மருத்துவ முக்கியத்துவம் குறித்து நட்கர்னியின் மருத்துவ மூலத்தில் உள்ள விவரம் வியப்பூட்டுகிறது. இதன் விதையையும் பட்டையையும் தூளாக்கிக் கஷாயம் செய்து, தேன் விட்டு, உண்டால் குடல் புண்கள், வாதரத்த ரோகத்தால் ஏற்படும் மேக நோய்கள், தோல் வியாதிகள் தீரும் என்று ஆயுர்வேத மேதைகளான சரகரும் சுஷ்ருதரும் குறிப்பிட்டுள்ளனர். அரசம் பட்டையுடன் ஆல், இச்சி, அத்தி, வேம்பு ஆகிய முற்றிய மரங்களின் ஐந்து பட்டைக் கஷாயம் செய்து, தேன் கலந்து குடித்துவந்தால் பெருங்குடலைத் தாண்டிய மூலப் புண்ணையே குணப்படுத்தும்போது, மேல் வயிற்றுப் புண்ணெல்லாம் பஞ்சாய்ப் பறந்துவிடும்.

அரச மரத்தின் பழத்தை உலர்த்திப் பொடி செய்து, புத்ரதா என்ற மருந்து தயாரித்து விற்கப்படுகிறது. இதை நாமே சுத்தமாகச் செய்து, மணம் முடித்தும் குழந்தைப் பாக்கியம் இல்லாதவர்களுக்கு நெய்யில் குழைத்து சாப்பிடும்படி கூறலாம். இது ஆண் மலடை நீக்கி, குழந்தை பெறுவதற்கு உதவுவதாகச் சொல்கிறார்கள். இதனால்தான் நம் முன்னோர் குழந்தை பாக்கியம் பெற அரச மரத்தைச் சுற்றி வரச் சொல்லும் சாத்திரம் உருவானதோ!

அதிக அளவில் ஆக்சிஜன் தரும் மரமும் இதுவே. இதை 108 தடவை சுற்றி வரும்போது, உடம்புக்குத் தேவையான பிராண வாயுவும் இதயத்துக்குக் கிடைத்துவிடுகிறது. காற்றில் உள்ள கார்பன் – டை – ஆக்சைடு என்ற நச்சு வாயுவை அதிகமாக உள்ளிழுத்து, பிராண வாயுவை வெளியிடுவதில் நம்பர் ஒன் மரம் அரசுதான்.

வட மாநிலங்களில் அரக்குப் பூச்சி வளர்க்கக்கூடிய மரம் இது என்கிறார்கள். அரச மரத்தில் ஏராளமாக அரக்கு உற்பத்தி செய்யலாம். நீர் வடிந்திடும் பாறைப் பகுதி நிறைந்த பகுதிகளிலும் சரளை பூமியிலும் அரச மரம் வளர்க்கலாம். இது மானாவாரியாக வளரும்.

அரசம் பழத்திலிருந்து விதை எடுத்து, நிழலில் உலர்த்தி மண்புழு உரம், மணல் கலந்த நாற்றுப் படுகையில் தூவிவிட்டால், மரக் கன்றுகள் கிடைக்கும். பையில் நாற்று வளர்த்து தேவையான இடத்தில் நடலாம். அரச மரம் அருகில் வேப்ப மரத்தையும் நட்டு, திருமணம் செய்யலாம். வேம்பு ராணி மரம். அரச மரத்தை ஒட்டிய தோட்டம் மற்றும் வயல்களில் வளரும் பயிர்களில் மகசூல் அதிகமாக இருக்கும் என்பது பல விவசாயிகளின் அனுபவம்.

அரிஸ்டாட்டில்

"மரங்களில் நான் அரசமரம்"
—பகவான் கிருஷ்ணர், பகவத்கீதை

அறிவு தரும் மரம் அரசு என்ற கருத்தின் பாரம்பரியத்தைச் சிந்து சமவெளி நாகரிகத்தில் உள்ள முத்திரையில் ஒரு அரசமரத்தைச் சுற்றி

பனைமரத்தில் அரசு முளைத்துப் பின்னியபடி பெரிய மரமாகியுள்ளது
செருவாவிடுதி கிராமம். தங்கராஜ் - பூமிநாதன்

வழிபடும் மனிதர்கள் கண்டறியப்பட்டுள்ளனர். ரிக்வேத காலத்து வைதிக வழக்கில் ஓமத்தீயில் அரசு சமித்து (குச்சி) வழங்கும்போது தேவர்கள் ரிஷிகளுக்கு அறிவை வழங்கினராம். வைதிக காலத்திற்குப் பின் புத்தமதம் தழைத்து இந்தியாவில் அரச மரமே மதத்தின் சின்னமானது.

புத்தர் பிறந்த இடம் ரும்மணி வனம். (ருக்மணி என்ற பெண் தெய்வத்தின் பெயரால் வளர்க்கப்பட்ட சாலமரவனம்) ஞானோதயம் பெற்ற இடம் கயாவில் உள்ள அரசமர வனம். போதி என்ற சொல் அநேகமாக பாலிமொழியாக இருக்கலாம். போதிமரம் என்றால் அரச மரம். ஆகவே புத்தரின் ஞானத்தை 'சம்போதி ஞானம்' என்பர். வன இயல் வல்லுநர் டாக்டர் எம்.எஸ். ராந்தவா D.Sc., I.C.S. அரசமரத்தின் புனித நிலையை இவ்வாறு கூறுகிறார்: "அரச இலைகள் தடிமனாகவும் தாமிரப் பச்சையாகவும் உள்ளன. பங்குனி – சித்திரை மாதங்களில் காலைநேர சூரியஒளிக் கிரணங்கள் இந்த அரச இலைகளைத் துளைத்துத்துளைத்து வெளிவரும் நேரத்தில் லேசான காற்றும் சேர்ந்து ஒரு சலசலப்பு ஏற்படுகிறது. காலைக் கதிரவனின் கிரணங்களால்

தாமிரப் பச்சை நிறம் தங்கத் தகடுகளைப் போல் ஒளிவிட்டு தெய்வீகமான காட்சி தருகிறது'' இதே போதிமரத்தடியில் விசுவாமித்திர முனிவருக்கு காயத்ரீ ஞானம் பிறந்தது. **"உள்ளத்தில் உண்மை ஒளி உண்டாயின் வாக்கினில் ஒளி உண்டாகும்"** இதுதான் வைதீக சாரம். பின்னர் புத்தருக்கும் **அஷ்டாங்க மார்க்கம்** என்ற **சம்போதி ஞானம்** பிறந்தது. வைதீக மனசாட்சியையும், புத்தமத மனசாட்சியையும் அரச மர உருவம் எடுத்துக்காட்டுகிறது. கி.மு. 288இல் மௌரியப் பேரரசர் அசோகர், புத்தர் சம்போதி ஞானம் பெற்ற அரச மரக்கிளையை ஸ்ரீலங்கா மன்னருக்கு சமாதானத் தூதாக அனுப்பினார். அந்த மரம் ஸ்ரீலங்காவில் பெரிதாக வளர்ந்து, அங்கே மகா ஞானத்துறவிகள் ஒன்று கூடுவது இன்றும் மரபாயுள்ளது. முதல் இந்தியப் பிரதமர் ஜவஹர்லால் நேருவும் இதே மரபில் அவர்கள் செல்லும் இடங்களில் அரசமரம் நடுவதை விரும்புவார். காந்திகிராமத்திற்கு நேரு அவர்கள் வந்தபோது அவர் நட்ட அரசமரம் இங்குள்ளதை அறியலாம். விஞ்ஞான ரீதியில் அரசமரம் அதிகக் குளிர்ச்சியுடையது. இதன் அகலமான இலைகளில் நீர்மம் அதிகம் உண்டு. ஆகவே அதிக பிராணவாயுவும் உள்ளதால் சுவாசம் சுத்தமாகி எண்ணம், மனம் எல்லாமே வெளுக்கும் வாய்ப்பு உண்டு. **"ஒரு நியாயமான தீர்ப்பு கடவுளுக்குப் பொதுவாகச் செய்யப்படுகிறது" என்ற கருத்தை வலியுறுத்தும் காட்சியாக இன்னமும் அரசமரத்தடியில் சில கிராமங்களில் பஞ்சாயத்து கூடுகிறது.** பொது விஷயங்கள் அரச மரத்தடியில் கூடி விவாதிக்கப்படுவதும் உண்டு. இதனால்தான் அறிவின் தெய்வமாக விளங்கும் பிள்ளையார் பாம்புகளின் சுற்றத்தோடு அரசமரத்தடியில் குடிகொண்டுள்ளார். திருவாவடுதுறை, திருநல்லம், திப்பரிதி, நியமம், திருப்புக்குழி, திருப்புல்லாணி கோயில்களின் தலமரம் அரசு.

2. ஆலமரம்
வணிகர்கள் கூடுமிடம்

விஞ்ஞானப் பெயர்	:	Ficus benghalensis (Moraceae)
சம்ஸ்கிருதம்	:	நியக்ரோதம், வடம், சிரிக்ஷம் ஸ்கந்தஜம்
ஹிந்தி	:	பர்
ஆங்கிலம்	:	Banyan

இங்கிலாந்து மன்னர் ஜேம்ஸ் காலத்தில் இந்தியாவுக்கு வந்த பிரிட்டிஷ் வர்த்தகர்கள் ஆலமரத்தடியில் சந்தைகள் கூடுவதைப் பார்த்தனர். இந்தியாவின் எல்லா மாநிலங்களிலும் மொழி இன வேற்றுமைக்கு அப்பால் ஆலமரத்தடியில்தான் வியாபாரங்கள் நிகழ்ந்துவந்தன. ஒரே நேரத்தில் ஆயிரக்கணக்கான பனியாக்கள் (வியாபாரிகள்) ஒன்றுகூடிப் பணம் பரிமாறிக்கொள்வர். ஆலமரம் வாக்கின் அடையாளமாம். பேரம் பேசும்போது ஆலமரத்தின் கீழ் ஒப்புக்கொள்ளப்பட்ட பணம் எப்படியும் வந்துவிடுமாம். வர்த்தகர் கூட்டத்தைக் குறிக்கும் 'பனியாவே' - ஆங்கிலத்தில் மரத்தின் பெயரானது. இதுவே 'பானியன் ட்ரீ' என்று பெயர் வந்த வரலாறு.

கருமேகங்களைச் சுண்டியிழுக்கும் மழைக் கவர்ச்சி மரங்களில் முதலிடம் ஆலமரத்திற்குத்தான். இந்தியாவில் அதிகம் மழை பெய்யும் வங்காளம், அஸ்ஸாம் மாநிலங்களில் இதை அடர்ந்த காடாகக் காணலாம். கிழக்குக் கடற்கரை மாநிலங்களில் நிறைய உண்டு. உலகிலேயே பெரிய ஆலமரம் கல்கத்தா தாவரவியல் பூங்காவில் உள்ளது (ஹூக்ளி நதியில் கட்டப்பட்டுள்ள ஹௌரா இரும்புப் பாலத்தைக் கடந்து சென்று பார்க்கலாம்). 1782இல் ஒரு ஈச்சமரத்தில் முளைத்து வளர்ந்த இந்த ஆலமரம் ஒன்றரை ஏக்கர் பரப்பிற்கு விழுதுகளை இறக்கிக் கிழக்கு மேற்காக சுமார் 400 அடியும் தெற்கு வடக்கில் சுமார் 300 அடியும் பரவி இதன் சுற்றளவு சுமார் 2000 அடி என்று சொல்லுகிறார்கள்.

ஆலமரம் விழுது இறக்கி நிற்கும் காட்சி பற்றி பிளினி (கி.பி. 70) இவ்வாறு எழுதுகிறான். பண்டைய இந்திய வரலாற்றுக்குப் பிளினியின் குறிப்பு மிகவும் ஆதாரமானது. "இந்தியாவில் உள்ள ஒரு மரத்திற்கு அது தனக்குத்தானே நடவுசெய்துகொள்ளும் ஆற்றல் உள்ளது. பூமியின் மீது தன் வலுவான கரங்களை நீட்டிப் பரப்பிக்கொண்டு குடை விரிக்கிறது. ஓராண்டுக்குள் வேர்களை ஊன்றிக்கொண்டு (விழுது இறங்குவது) புதிய வேரைக் கிளையிலிருந்து மீண்டும் மீண்டும் இறக்கிய வண்ணம் வானில் படர்கிறது."

கி.பி. 10ஆம் நூற்றாண்டுக்குரிய சுரபாலர் விருக்ஷ ஆயுர்வேத நூலில் ஒரு நுட்பமான வைதீகக் குறிப்பு உள்ளது. '**சாத்திர முறைப்படி யார் இரண்டு ஆலமரங்களை நடுகின்றாரோ அவருக்குக் கைலாயத்தில் ஒரு இடம். கூடவே கந்தர்வக்கன்னியரின் கவனிப்பும் கிடைக்கும்.**' (பாடல் 13) '**வீட்டின் கிழக்கில் ஆலமரம் நட்டால் வேண்டிய வரம் கிட்டும்**' (பாடல் 24). காலையில் கிழக்கு வெயில் சுட்டெரிக்கும். ஆகவே நெடிய நிழல் வீட்டில் விழ கிழக்கே ஆலமரம். சரி. கந்தர்வகன்னியரின் கவனிப்பு எப்படி வரும்? அது சொர்க்கத்திற்குப் போகும் முன்பே கிடைக்குமா?

ஆலம்பாலில் வயகரா உள்ளதா என்று ஆயிரம் ஆண்டுக்கு முன்பே வேதியர்களும், முனிவர்களும் ஆராய்ச்சி செய்துள்ளனர். ஆலமரத்தைப் போல் ஆண்மையை வளர்க்கவும், சாகாமல் வாழ்வதற்கும் ஆலின் பல பாகங்களைச் சோதித்துள்ளனர். ஆலம் பழம், விழுது, கொழுந்து சமஅளவு அரைத்து எலுமிச்சம்பழம் அளவில் காலையில் வெறும் வயிற்றில் சாப்பிட்டு வர 120 நாட்களில் விந்து அணுக்கள் உற்பத்தி ஆகும். இது மன்மதராசா மட்டுமல்ல; பாலியல் நோய்களுக்கும் – அதாவது மேகப்புண், மதுமேகம் – நிவாரணி. வாய்ப்புண், கரப்பான், சிரங்கு போன்ற நோய்களுக்குத்

தாத்தாகாலத்து நாட்டு மருத்துவர்கள் ஆலம்பாலில் விழுதுக் கொழுந்தைச் சேர்த்துக் களிம்பு தருவார்கள். அகத்தியர் குணபாடத்தைப் புரட்டினால் இதன் மன்மத குணம் புரியும். இயற்கை விவசாயிகள் ஒரு விஷயத்தை கவனிக்கலாம். ஆலம் விழுது நுனியில் அசட்டோ பாக்டர் என்ற நுண்ணுயிரி உள்ளது. அதையும் அரைத்துப் பஞ்சகவ்யக் கரைசலில் கலந்து சோதனை செய்யுங்கள். நிறைய மகசூல் பெறுங்கள்.

ஆலம்பழங்களை அரைத்துப் பஞ்சகவ்யாவில் சேர்த்தால் உயிர் ஊட்டம் பெருகும். ஆலந்தழைகள் கால்நடை உணவும் கூட. ஆடுகளுக்குத் தரலாம். இவ்வளவு பயன் உள்ள ஆலமரம் பல கோவில்களில் தல விருட்சமாகவும் உள்ளது. திருஅன்பிலாந்துறை, திருப்பழுவூர், திருவாலம்பொழில், திருவாலங்காடு, திருமெய்யம், திருவில்லிபுத்தூர் போன்ற தலங்களில் ஆலமரம் தல விருட்சம்.

"சொல்லுகின்ற மேகத்தைத்துட்ட அகக்கடுப்பைக்
கொல்லுகின்ற நீரழிவைக் கொல்லுங்காண்
நல்லாலின் பாலும் விழுதும் பழமும் விதையும் பூவும்
மேலும் இலைகளுமென விள்"

–அகத்தியர் குணபாடம்

ஆலமரத்தின் எல்லா பாகங்களும் அருமருந்து. நீரிழிவு நோய்க்கு ஆலம்பட்சைச்சாறு – ஆலம்பட்டைக் கஷாயம் மருந்து. ஆலம்பழ ரசத்தில் கற்பூரத்தூள் கலந்து கண்நோய்க்கு (சுக்ரரோகம்) மருந்தாக சக்ரதத்தா பரிந்துரைத்துள்ளார். ஆலம் விழுதின் நுனி வாந்தியை நிறுத்தும். ஆலைப்போல், வேலைப்போல் ஆலம் விழுதினைப்போல் ஒப்பற்ற பல்லுக்கும் குச்சிகள் வேறுண்டோ. பல் உறுதிக்கு ஆலம் விழுதில் உள்ள மருத்துவப் பொருள் காரணமாகும். நிழல் தரும் இந்த நெடிய மரம் பொது இடங்களிலும் சாலைகளிலும் வளர்ப்பது அவசியம்.

ஆலமரம் எங்குமே வளரும். கிராமங்களில் பொது இடங்கள், சாலைகள், இடுகாடு, சுடுகாடுகளில் கிராமந்தோறும் சோலைகள் அமைக்க ஆல் அவசியம். ஆலமரங்கள் மிகுந்துள்ள ஊர்களில் மழைப்பொழிவு இருக்கும். வேர் வழியே கூடுதல் நீரை நிலத்தடி ஊற்றுக்குள் செலுத்தும். இலைகளில் சேமித்த நீர் ஆவியாகி மழைக்கவர்ச்சி செய்யும். மழைக்காலம் முடிந்ததும் 5,6 அடி நீளமுள்ள போத்துகள் நடலாம் அல்லது ஆலம்பழங்களைப் பொறுக்கி வந்து அதன் சதையை நீக்கிவிட்டு உலத்திப் பின் நாற்றுப்பைகளில் போட்டு கன்று எழுப்பலாம்.

மனித வாழ்வின் நற்பயனுக்கு
ஆலைப்போல் வேறு மரம் உண்டோ?

3. நாவல் மரம்

பாரதவர்ஷே பரதக்கண்டே

விஞ்ஞானப் பெயர்: Syzygium cuminis (Myrtaceae) Eugenia jambolana Eugenia cumini
சம்ஸ்கிருதம் : ஜம்பு, லவா
ஹிந்தி : ஜாமுன்
ஆங்கிலம் : Javaplum, Black plum

சுட்ட பழம் வேண்டுமா? சுடாத பழம் வேண்டுமா? என்று பாலமுருகன், அவ்வையாரை வினவியபோது அர்த்தம் புரியாமல் விழிக்க, பாலமுருகன் மரத்தை உலுக்கவும் மண்ணில் விழுந்த கனிந்த நாகப்பழங்களை எடுத்து, அவ்வையார் ஊத, "பாட்டி பழம் சுட்டதா?" என்று பாலமுருகன் கேட்க, பொருள் புரிந்த அவ்வையார் வெட்கப்பட்டு, "கற்றது கைம்மண்ணளவு" என்று தன் ஞானச் செருக்கை விட்டுவிட்ட நிகழ்ச்சியை ஏ.பி. நாகராஜனின் சினிமா 'திருவிளையாடல்' காட்சியைப் பலரும் ரசித்திருக்கலாம். ஒருகால், அவ்வையாருக்கு சர்க்கரை நோய் இருந்த காரணத்தினால் பாலமுருகன் புரிந்த மருத்துவமாகவும் இருக்கலாம். சக்கரதத்தாவின் மருத்துவக் குறிப்பின்படி, நாவல் பழத்தில் உள்ள ஜம்புலின் குளுக்கோசின் மாவுச் சத்தைச் சர்க்கரையாக மாறுவதைத் தடுக்கும் என்பதால் சர்க்கரை வியாதி உள்ளவர்கள் நாவல் பழம் சாப்பிடுவது நல்லது.

சங்க இலக்கியங்களில் நாகம் என்று குறிப்பிடப்பட்ட அதே சொல் வழக்கு, தேவாரம் போன்ற பக்தி இலக்கியத்தில் நாவல் என்று குறிப்பிடப்பட்டுள்ளதால், நாவல் மரமும் நாக மரமும் ஒன்றுதான். இதுவும் பல சிவன் கோயில்களில் தல விருட்சமாயுள்ளது. வைதீக மந்திரங்களை உச்சரிக்கும்போது **“பாரதவர்ஷே, பரதக்கண்டே,...ஜம்பூத்வீபே”** என்கிறார்கள். வேதங்களில் பாரத நாட்டுக்கு **‘ஜம்பூத்வீபம்’** அதாவது **‘நாவலந்தீவு’** என்ற பெயர் உண்டு. முற்காலத்தில் வழிப்போக்கர்களுக்கு உணவாகப் பயன்படுமாறு சாலைகளில் நாவல் நடப்பட்டன. சுரபாலரின் விருக்ஷ ஆயுர்வேதத்தில், **“நாகப்பழத்துடன் பவழம், வெட்டிவேர் சேர்த்து அரைத்த விழுதை மாமரத்தின் வேர்ப்பகுதியில் பூசி, நீர் கலந்து தெளித்தால், மாமரம் வாசம் மிகுந்த பூக்களை வழங்கி தேனீக்களை ஈர்த்து நல்ல சுவையுடன் மாம்பழங்களை உண்டாக்கும்”** என்று 232வது பாடலில் குறிப்பிட்டுள்ளது.

நாக மரத்தின் இலை, பூ, மொட்டு, வேர், பழம், பட்டை எல்லாமே நல்ல கிருமி நாசினி (Antibiotic) மூலிகைப் பூச்சி விரட்டியாகவும் பயன்படுத்தலாம். நாகப் பழ விதையின் சூர்ணம் நீரிழிவு நோயைக் குணப்படுத்தும். நாகமரக் கொழுந்துடன் மாங்கொழுந்தையும் அரைத்து தயிரில் கலந்துகொடுத்தால், சீத பேதி நிற்கும். சக்கரதத்தா மருத்துவக் குறிப்பில் நாகக் கொழுந்தைத் தனியாகவும், அரைத்து ஆட்டுப் பாலில் குழைத்தும் குழந்தைகளுக்குத் தரவேண்டும் என்று காணப்படுகிறது.

இவ்வளவு சிறப்புள்ள நாவல் மரம் ஒவ்வொருவர் வீட்டிலும் இருக்கவேண்டும். இன்று சர்க்கரை நோய் தமிழர்களிடையே பரவலாகிவிட்ட சூழ்நிலையில், வயிற்றுப்போக்கும் சகஜமாகிவிட்டதால், இக்கிருமி நாசினி மரத்தையும் பரவலாக்க வேண்டும். தடித்த பருமனும் சுமார் 40 மீட்டர் உயரமும் வளரும் என்பதால் மர வேலைக்கும் பயன்படும். தமிழ்நாட்டு நாவல் மரம் ‘கதா’ வகை. பழம் சின்னதாயிருக்கும். வடக்கில் ரகம் ‘ராஜ நாகம்’, ‘ராஜஜாமூன்’ பழங்கள் பெரிதாயிருக்கும். விதையில்லா ரகம் மருந்துக்கு ஒத்துவராது. சேற்று நிலத்திலும் நாவல் மரம் வளரும் என்று விருக்ஷ ஆயுர்வேதம் கூறுகிறது.

கங்கை, யமுனை, கோதாவரி, காவிரிப் படுகைகளில் நாவல் மரங்கள் நிறைய உண்டு. பெங்களூரில் சாலை மரங்களாகவும் நடப்பட்டுள்ளன. வறட்சி தாங்கும் இயல்புள்ளது. களர், களி நிலங்களைச் சற்று மணற்பாங்காக மாற்றிவிட்டால் நாவல் மரம் விருத்தியாகலாம். மலைப் பகுதிகளிலும் நாவல் மரங்கள் உள்ளன. சுரபாலர் விருக்ஷ ஆயுர்வேதம்

வாழ்வு தரும் மரங்கள்

பாடல் 21இல் "அறிந்தோ அறியாமலோ நாவல் மரத்தை நட்டால் - மண்ணுலகில் முக்திபெற்று மகானாகப் போற்றப்படுவர்" என்று உள்ளது. அதாவது வாழும் நாளிலேயே பெயரும் புகழும் அடைய ஒவ்வொருவரும் நாவல் மரம் வளர்க்க வேண்டும். எல்லா நர்சரிகளிலும் நாவல் மரக்கன்றுகள் கிடைக்கும். விதை ஊன்றியும் வளர்க்கலாம். போத்தும் (குச்சி) நடலாம்.

திருவானைக்காவல், திருநாவலூர் ஆகிய ஊர்களில் தலமரம். திருவானைக்காவல் பஞ்சபூதத் தலங்களில் நீருக்குரிய தலம். ஜலகண்டேஸ்வரம் கருவறைக்கு அருகில் மிகப் பழமையான வெண்நாவல் உண்டு. "வெண்ணாவல் அமர்ந்துறை வேதியனை" என்று திருஞான சம்பந்தரால் பாடல் பெற்ற தலம். ஆற்றங்கரைகளிலும் கடற்கரைகளிலும் தானே வளரும் பெருமரம். உண்ணக்கூடிய கருஞ்சிவப்புக் கனிகளை வழங்கும். பெங்களூர் பெருஞ்சாலைகளில் நாவல் நடப்பட்டு (பிரிட்டிஷார் காலத்தில்) இப்போது பெருமரமாகிவிட்டன. குல்மோகரும் அதிகம். நாம் வெண்ணாவல், நரி நாவல், கரு நாவல் என்று இனம் பிரிப்போம். இங்கு ராஜநாவல் அரிது. இதையும் சாகுபடி செய்யலாம். சுனாமிப் பேரழிவுக்கு வலுவான அரண் நெய்தல் வனங்கள். ஊர்தோறும் நெய்தல் அரணிட்டு வெண் நாவலையும் நடலாம். அது உவர் தாங்கி வளரக்கூடியது. வீதிதோறும் சாலை மரங்களாகவும் நடலாம்.

4. பலா மரம்

கந்தனுக்கு வந்ததோ?

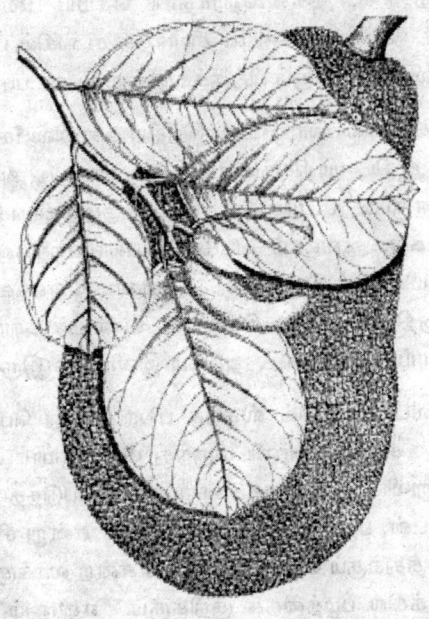

விஞ்ஞானப் பெயர்	:	Artocarpus heterophyllus (Moraceae) Artocarpus integrifolia
சம்ஸ்கிருதம்	:	ஸ்கந்தபலா, பானசம்
ஹிந்தி	:	காதல்
ஆங்கிலம்	:	Jack Tree

மேலைநாட்டு ஆசிரியர்கள் இந்திய வரலாற்றை கி.மு. மூன்றாம் நூற்றாண்டில் படையெடுத்து வெற்றியுடன் திரும்பிய அலெக்ஸாண்டர் காலத்திலிருந்து தொடங்குவதாக எண்ணினாலும் கூட, அப்பொழுது உடன் வந்த புளூடார்ச் தியோபிராஸ்டீஸ் குறிப்புகள் வெல்லமுடியாத மகதம் பற்றியும் இந்தியாவில் உள்ள வேறு பல அதிசயங்களையும் விளக்கும். பேசும் மரம் (Speaking Tree) இருந்ததாம். "சிந்துவோடு திரும்பிவிடு" என்று அது எச்சரித்ததாகக் கூறுவர். இது பற்றிய சிந்து

முத்திரை, மொகலாயர் ஓவியம் உண்டு. அது அநேகமாக, பலாவாக இருக்கலாம். இவ்வழியில் வந்த கிரேக்கர்களின் குறிப்புப்படி, காடுகளில் ரிஷிகள் வாழ்ந்து பலாப்பழத்தையே உணவாக உண்டனர் என்று ஊகிக்கலாம்.

பிற்காலத்தில் வைதீக மரபின்படி, தென்னிந்தியாவில் பலாஷ் அரிதாக இருந்ததால், அக்னிஹோத்ரா செய்ய பலாக்குச்சியைத் தேர்ந்தெடுத்தனர். பிராமணர்களின் சிரார்த்த சடங்கில் பலாச்சுளையை தேவர்களுக்கும் விஷ்ணுவுக்கும் பித்ருக்களுக்கும் படைப்பது சிறப்பாகும்.

தமிழில் முக்கனியில் பலா ஒன்று. இந்திய அளவில் பீகார், வங்காளம், அசாம், கேரளம் ஆகிய மாநிலங்களில் பலா சாகுபடி அதிகம் உண்டு. தமிழ்நாட்டில் பண்ருட்டி, பட்டுக்கோட்டை – அறந்தாங்கி சாலை வழி செல்லும் கிராமங்கள், ஆவணம்–வடகாடுப் பலாப்பழங்கள் தேன் போல இனிக்கும். சுளையில் நார் இருக்காது. தேங்காய் போலவே நறுக்கென்று கடிபடும். இப்பகுதியில் உள்ள செம்மண் வண்டல் காரணமாக பலா மட்டுமல்ல, தேங்காய், வாழை கூட அதிகம் இனிப்பாக இருக்கும்.

பலாவுக்கு வடமொழியில் ஸ்கந்த பலா என்று பெயர். தமிழில் ஸ்கந்தம் இல்லை. சிவபெருமானிடமிருந்து பிள்ளையார் மாம்பழத்தைத் தந்திரமாக வென்றுவிட்டதால் கந்தனை சமாதானப்படுத்த பலாப்பழத்தை சிவன் வழங்கியதுடன், பழம் என்றாலே அது பலா என்று சிறப்பித்து, ஒரு பொதுப்பெயரே மரத்துக்கும் பெயரானது. பல் என்ற வழக்கு பலாவானது. பல் என்றால் வடக்கில் பழத்தைக் குறிக்கும். எனினும் 'ஸ்கந்தபலா' என்ற வடமொழி வழக்கு "இது கந்தனுக்கு வந்ததோ" என்றும் எண்ணத் தோன்றுகிறது.

பலா பசுமை மாறாத, பால் வடியும் மரம். செழிப்பான சூழ்நிலையில் 60 அடி உயரம் வளரும். சாதாரணமாக 30 அடி உயரம் வளர்ந்து, அடர்ந்த பசுமை கூடி மழையைக் கவரும் இயல்புள்ளது. மழைப்பொழிவு அதிகம் உள்ள அசாம், வங்காளத்தில் மற்றும் மேற்குத் தொடர்ச்சி மலைப் பகுதிகளிலும் மலையிலும் கூட அடர்த்தியான பலா மரக்காடுகள் உண்டு. சமவெளியில் மார்ச், ஏப்ரல், மே மாதங்களில் பலாப்பழ சீசன்; மலைப்பகுதிகளில் செப்டம்பர் வரை பழம் கிடைக்கும்.

தமிழ் மருத்துவத்தில் பாலமுசு (பிஞ்சு) அளவோடு சாப்பிட்டால் ஆண்மை பெருகும், வயிற்றுப்புண் ஆறும், மலச்சிக்கலுக்கு மருந்து என்றும்

கூறப்பட்டுள்ளது. அதிகம் உண்டால் ஜீரணக் கோளாறு ஏற்படும். பலாப்பழத்தை முழு உணவாகக் கொண்டால் சோறு சாப்பிடக்கூடாது. பலா வேரை நசுக்கி நீரில் கலந்து பாய்ச்சிக் குடித்தால் பேதி நிற்கும், பலாப்பழத்தில் வைட்டமின் ஏ மற்றும் பாஸ்பரச் சத்து நிறைய உண்டு. மாவுச்சத்தும் கணிசமாக உள்ளதால் ரிஷிகளுக்கு முழு உணவாக இருந்திருக்கலாம். கந்தனும் விரும்பியிருக்கலாம்.

ஊரின் பெயரைக் குறிப்பிட்டு பட்டுக்கோட்டைப் பலா, பண்ருட்டிப் பலா, சிறுமலைப் பலா, சிங்கப்பூர் பலா என்று வகையிடப்பட்டாலும் வடக்கே நுட்பமாகப் பழத்தை வேறுபடுத்துகின்றனர். முதல் வகை பர்க்கா அல்லது ரசால். இது சாப்பிடுவதற்கு சுமார் ருசி. சுளை மெல்லியதாக இருக்கும். இதைப் போளி செய்வர், பானச போளி, சக்கப்பிரதமன் என்று கேரளத்தில் பாயாசம் செய்வார்கள், வற்றல் போடுவார்கள்.

மற்றொன்று கபா. கபா ரகமே உண்ணுவதற்கரிய சுவையுடன் சுளையும் தடிமனாக இருக்கும். நறுக்கென்று கடிக்கலாம். கேரளத்தில் வார்க்கைப் பலா ருசியானது. **வேர்ப்பலா என்று தனியாக எதுவும் இல்லை. பழம் தண்டிலும் காய்க்கும்; கிளையிலும் காய்க்கும். வேரில் பழுத்த பலா என்று பாட்டு எழுதிய பாரதிதாசன், கோரிக்கையற்றுக் கிடப்பதாகத் தான் கூறினார். மரத்தண்டில் பழுத்ததை வேர்ப்பலா என்கின்றனர்.** எங்கள் கிராமத்து வீட்டில் நான்கு கபா ரக மரங்கள் உண்டு. வேர்ப்பகுதிப் பழமும் கிளையில் உள்ள பழமும் உண்டதில் ஒரே மாதிரியான சுவையைத்தான் பெற்றேன்.

பலாப் பழத்தைப் புளிக்கவைத்துப் பின்னர் வடித்து எடுத்து உருவாக்கும் பலா மது கேரளத்திலும் ஒரிசா, வங்காளத்திலும் ஆதிவாசிகளிடம் கிட்டும். இவ்வாறு அங்காடிக்கு வராத அற்புத மது ரசங்கள் காட்டுப்பகுதி இந்தியாவில் உண்டு. இந்த விஷயத்தில் நாம் கரும்பை மட்டுமே ஆல்கஹால் உற்பத்திக்கு நம்பியுள்ளோம். உலகிலேயே பழங்களின் உற்பத்தியில் முதலிடம் வகிக்கும் இந்தியாவில் பழங்கள் சார்ந்த மது உற்பத்தி, திராட்சையிலிருந்து ஒயின் போன்ற தொழில்கள் வளரவில்லை. இவை வளர்ந்தால் மொலாசசை மட்டுமே நம்பியிராமல் பழங்களிலிருந்தும் எரிசாராய உற்பத்தி விகிதத்தை உயர்த்தி அன்னியச் செலாவணியை மிச்சப்படுத்தலாம்.

பலா மரம் பற்றி விருட்ச ஆயுர்வேதக் குறிப்பில் ஒன்று இனப்பெருக்கம் பற்றியது. பலாக் கொட்டையை ஈரம் உலரும் முன் விதைக்கவேண்டும்.

"பலா மரத்தில் பழத்தின் சுவையைக் கூட்ட திரிபலா (நெல்லி, தான்றி, கடுக்காய்) கஷாயத்தில் நீர் கலந்து வேர்ப்பகுதியில் ஊற்றி உமியில் மூடாக்குப் போடவேண்டும்" (பாடல் 133). பலா மரம் வளர்க்க, ருசியான பலாப்பழம் உண்ட பிறகு பலாக்கொட்டையை முளைக்கப் போட்டு முளை வந்ததும் பாலித்தீன் பையில் வண்டல், தொழு உரம் கலந்து கன்றை வளர்த்துப் பெரிதானதும் எடுத்து நடலாம். அல்லது பண்ணுருட்டி, புதுக்கோட்டை, ஆலங்குடி சந்தைகளில் கன்று கிட்டும். பல்வேறு நர்சரிகளிலும் கன்றுகள் கிடைக்கும். ஒட்டுக் கட்டிய கன்றுகளையும் வாங்கலாம். நகரத்தில் வாழ்வோர் கொட்டையை முளைக்கப் போட முடியாது. பலாக்கொட்டையைச் சுட்டுச் சாப்பிடலாம். வால்நட்டுக்குரிய ருசி உண்டு. குழம்பு வைக்கலாம். கூட்டிலே சேர்க்கலாம். பலாக் கொட்டைப் பருப்பில் புரதச் சத்தும் கால்சியமும் நிறைய உண்டு. கொழுப்பு குறைவு. இதுவும் நல்ல உணவே. முற்றிய மரங்களுக்கு மர மதிப்பு அதிகம். வீணை, தம்பூரா குடம் பலாப் பலகைகளில் செய்யப்படுகின்றன.

மரவளர்ப்புடன் தேன் எடுப்பும் செய்யலாம்.
தேனில் உயர்ந்தது சட்டித்தேன். பழனிமலைப் பாதுகாப்புக் கழக நர்சரி, ஆத்தூரில் சட்டித் தேன் எடுக்கும் தொழில்நுட்பம் கற்கலாம்.

5. இலுப்பை

பூக்கள் – சர்க்கரையோ, மதுவோ

விஞ்ஞானப் பெயர்: Madhuca longifolia (Sapotaceae)
Bassia latifolia / Bassia longifolia

சம்ஸ்கிருதம் : மதுகம்

ஹிந்தி : மகுவா

ஆங்கிலம் : Indian Butter Tree

பழந்தமிழர் வாழ்வில் கோவிலுடன் இலுப்பைத் தோப்பு இருக்கும். மன்னர் காலத்துச் சாலைகளில் இலுப்பை மரம் நடப்பட்டது. தமிழ்நாட்டில் கிராமந்தோறும் ஆல மரங்களும் இலுப்பை மரங்களும் நிறைய இருந்தன. இவை பால்வடியும் மரங்கள். மேகத்தை இழுக்கும் சக்தி இலுப்பைக்கு உண்டு. இவை கடந்த 60ஆண்டுகளில் வெட்டப்பட்டு கிராமக்காடுகள் இன்று வெட்டவெளியாகிவிட்டன. திருச்செங்கோடு, திருவனந்தபுரம் கோவில்களில் இலுப்பை தலமரமாயுள்ளது.

தமிழ்நாட்டில் கடந்த 60 ஆண்டுகளில் அதிகம் பலியான ஆலும் இலுப்பையும் மீண்டும் பயிராகவில்லை. இலுப்பையின் வணிகப் பயன் ஏராளம், இலுப்பைப் பூவே இன்னமும் வடஇந்தியாவில் பீலர் பழங்குடி மக்களின் முக்கிய உணவும் மதுவும் ஆகும். 1873–74 பீகார் பஞ்சத்தில் ஆயிரக்கணக்கான எளிய மக்களுக்கு உணவு வழங்கிய மரம். உலர்ந்த இலுப்பைப் பூவில் 72 சதவீதம் சர்க்கரை உள்ளது. போதிய அளவு இலுப்பையும் பனையும் இருந்தால் அவற்றைக்கொண்டு சர்க்கரை

பெறலாம். இலுப்பைப் பூவிலிருந்து ஜாம், ஜெல்லி, காடி, சாராயம் உற்பத்தி செய்யலாம்.

இலுப்பை விதை மிகவும் சிறந்த உண்ணக்கூடிய எண்ணெய் வித்து. இதில் 52 சதவீதம் எண்ணெய் உள்ளது. இலுப்பை எண்ணெய்ப் பணியாரம் எல்லாம் முப்பாட்டன் காலத்துப் பண்பாடு. தமிழ்நாட்டில் மறைந்தாலும் கர்நாடகம், மகாராஷ்டிரம், மத்தியப் பிரதேச மாநிலக் கிராமங்களில் இம்மரபு உள்ளது. கோவில் விளக்குத் தீபங்களுக்கும் இது பயன்பட்டது. தீவட்டி பிடிக்க நின்று எரியும். இலுப்பைப் பிண்ணாக்கு தான் ஒரிஜினல் அரப்பு. இயற்கையான ஷாம்பூ. இதில் மவுரின் என்ற மருத்துவப் பொருள் இருப்பதால், இலுப்பைப் பிண்ணாக்கை அரப்பாகப் பயன்படுத்தினால் சொறி, சிரங்கு குழந்தைகளை அண்டுவதில்லை.

பொதுவாக இலுப்பைப் பிண்ணாக்கை உரமாகப் பயன்படுத்துவது இல்லை. ஏனெனில், மவுரின் தழைச்சத்தை ஆவியாக்கிவிடும். பொட்டாசியம், பாஸ்பேட் சத்து வேருக்குக் கிட்டும். மணிச்சத்து, சாம்பல் சத்து உண்டு. இலைக்குப் பால் பெருக்கும் குணம் உண்டு. பீலர் பழங்குடிப் பெண்கள் இலுப்பை இலையை மார்பில் கட்டிக்கொள்வர். தாய்ப்பால் அதிகம் சுரக்குமாம். இலைச்சாம்பலைக் கொண்ட களிம்பு, தீப்புண், வெந்த புண் ஆகியவற்றை குணப்படுத்தும். இதன் இலை, பூ, விதை, பட்டை எல்லாமே மருந்துப் பொருள்கள்தாம்.

ஓங்கி உயர்ந்து வானளாவ வளரும் இம்மரத்தைப் பயிரிட்டு எதிர் காலத்தில் மழையையும் மருந்தையும் உணவையும் பெற ஒவ்வொரு ஊரிலும் இலுப்பை மரத்தைப் பயிரிட்டு வாழ்வில் வளம் பெறுவோமே! விதை, மரக்கன்று பெற மாவட்டந்தோறும் உள்ள வன விரிவாக்க மையங்கள் வன வளர்ப்புக்கு உதவும் என்.ஜி.ஓ.க்கள் மர விதைப் பண்ணைகளையும் அணுகலாம்.

இலுப்பையில் காட்டு இலுப்பை தனிரகம். காட்டு இலுப்பை ரகத்தின் பூக்களில் சர்க்கரை அதிகம். காட்டு இலுப்பை விதைகளில் எண்ணெய் வீதமும் 50 சதம் உண்டு மற்றபடி மருத்துவப் பயன் இரண்டிலும் ஒன்றுதான். காடுகளில் இலுப்பைப் பூ உணவைத் தேடி மான்களும் கரடிகளும் வரும்.

மாலைப் பொழுதின் மயக்கத்திலே மயிலும், கிளிகளும் இலுப்பை மரங்களை நாடி வருவதுண்டு. Latifolia என்பது காட்டு இலுப்பை. Longifolia நாட்டு இலுப்பை. காட்டு இலுப்பையில் இலையும் பெரிது. காட்டு இலுப்பை ரகம் வட இந்தியாவில் நிறைய உண்டு. தென்னிந்தியாவில் பெரும்பாலும் நாட்டு இலுப்பையே அதிகம்.

மாவிலை போல் சற்று நீண்ட இலைகளின் காரணத்தால் இதை Longifolia என்பர். லாங்கிபோலியா என்றால் நீள இலை என்று பொருள்.

அரிஸ்டாட்டில்

அடர்ந்த தழையமைப்பு உள்ளது. கறவைப் பசுக்களுக்குத் தீவனமாக வழங்கப்படும். வெள்ளாட்டுக்கும் நல்ல தீவனம்.

"ஆலையில்லா ஊருக்கு
இலுப்பைப் பூவே சர்க்கரை"

என்பது பழமொழி. சர்க்கரை ஆலை அல்லது வெல்லக் கொப்பரை இல்லாத ஊர்களில் மக்கள் இலுப்பைப் பூவை உலர வைத்துச் சர்க்கரையாக உண்ட மரபை இப்பழமொழி எடுத்துக்காட்டுகிறது.

இலுப்பை மரம் பற்றி 'வளம் தரும் மரங்கள்' என்ற பொக்கிஷத்தை வழங்கிய அறிஞர் பி.எஸ். மணி இவ்வாறு கூறியுள்ளார். "கோவில் என்றாலே அதற்கு ஒரு இலுப்பைத்தோப்பு இருந்த காலம் மலையேறிவிட்டது. சாலை என்றாலே அதற்கு நெடிதுயர்ந்து கட்டியம் கூறும் இலுப்பை மரங்களும் வெட்டப்பட்டுவிட்டன.

எண்ணெய் முழுக்கு என்றாலே இலுப்பைப் பிண்ணாக்கு (அரப்பு) என்ற நிலையும் காணாமல் போய்விட்டது. இலுப்பைப் பூவின் மணமும் கூட மறந்துவிட்டது. இலுப்பைப் பழத்தின் சுவையைச் சப்போட்டாப் பழம் பறித்துக்கொண்டுவிட்டது. பெரிய பெரிய இலுப்பை மரங்கள் எல்லாம் வெட்டப்பட்டுவிட்டன. இலுப்பையை நடுவாருமில்லை, நாடுவாருமில்லை."

6. வேம்பு

இந்தியாவின் பொக்கிஷம்

விஞ்ஞானப் பெயர்:		Azadirachta indica (Meliaceae) Melia azadirachta
சம்ஸ்கிருதம்	:	நிம்பா, ரவிப்ரியா, வேம்பகம், பிச்சுமந்தம், விராணஷோதகாரி
ஹிந்தி	:	நீம்
ஆங்கிலம்	:	Margosa, Neem

மரங்களில் மருத்துவ குணம் நிரம்பியதில் வேம்புக்கு முதலிடம். வனப் புனர்வாழ்வில் இழந்த காட்டை மீட்டுப் பெறப் புதியதாக நட்டுப் பயன்பெற இம்மரமே முதலிடம் வகிக்கிறது. இது இயல்பாகக் கொட்டும் பழங்கள் மூலம் ஏழைகளுக்குக் கால் வயிற்றுக் கஞ்சி கொடுக்கும் மரம். ஆடு, மாடுகள் விரும்பி உண்ணும் தழை வேப்பந்தழை. 'வேம்பு இந்திய பாரம்பரியச் சொத்து' என உலக நீதிமன்றத்தில் சாட்சியளித்து அதன் காப்புரிமையை இயற்கை ஞானி நம்மாழ்வார் மீட்டுத் தந்த மரமிது. பன்னாட்டு நிறுவனங்கள் பற்பல வேம்பிலிருந்து பல மருந்துகள் செய்து காப்புரிமை பெற்றாலும் இன்று இவற்றை நம்மிடம் விற்றுக் கொள்ளை லாபம் பெற முடியாது. காப்புரிமைச் சட்டப்படி நமக்கும் பங்குண்டு. இருப்பினும்

பல உள்நாட்டுக் கம்பெனிகள் வேம்பின் சாரத்தைப் பிரித்தெடுத்துப் பூச்சி மருந்து தயாரித்து வெற்றி பெற்றுள்ளனர்.

இன்று தரிசு நில மேம்பாட்டுத் திட்டம் என்றாலும் சரி, நீர்வடிப்பகுதி மேம்பாட்டுத் திட்டம் என்றாலும் சரி, வேம்பு அதிக அளவில் நடப்பட்டு இழந்த வனப்பகுதியை மீட்பதுடன் பல்லுயிர்ப் பெருக்கத்திற்கும் உயிரூட்டப்படுகிறது. மலை சூழ்ந்த வனப் பகுதிகளில் வன வள மீட்புக்கும் வேம்பு பெரும்பங்கு வகித்து வருகிறது. வேம்பில் 4 விதமான சிறப்பு மருந்துகள் கலந்துள்ளன.

1. அசாதிரக்டின் 2 முதல் 4 சதம்
2. மேலியன்ட்ரையோல் 1 சதம்
3. சலானின் 1 சதம்
4. நிம்பிடின் 2 சதம்

இவற்றில் நிம்பிடின் மட்டுமே கசப்பு. இதைத் தனியே பிரித்துப் பயிர்களுக்குப் பூச்சி மருந்தாக வழங்கும்போது, நல்ல பலன் கிடைக்கும். மார்கோ சேட் (ஆசாதிரக்டின்), க்யூனைன் சல்பேட், எமட்டீன், சோடியம் மார்கோசேட் அலோபதி வைத்தியத்திலும் உண்டு. பாக்டீரியா எதிரி; பூசணத் தடுப்பி – மனிதனுக்கும் மருந்து. கால்நடைக்கும் மருந்து. தாவரங்களுக்கும் மருந்து. எதுவும் பின்விளைவுகள் இல்லாதது. மொத்தம் 40 வகையான மருந்துப் பொருள்கள் வேம்பில் உள்ளனவாம்.

வேம்பின் மருந்தாற்றலில் முரண்பாடான ஒரு கருத்தும் உண்டு. பாரம்பரிய மருத்துவக் கருத்துப்படி, வேம்பை மருந்தாக உட்கொள்வோர்க்குப் பெண் மலடு நீங்கும் என்பது ஏட்டில் இல்லாத மரபு. அரசு ஆண் மலடை நீக்கும் என்றும் வேம்பு பெண் மலடை நீக்கும் என்றும் ஒரு சிந்தனை அடிப்படையில் அரச மரத்துக்கும் வேப்பமரத்துக்கும் விவசாயிகள் திருமணம் செய்து விழா எடுப்பது இன்னமும் சில கிராமங்களில் உள்ளது. கோசாம்பி இதுபோன்ற விழாக்களை வளமைப் பெருக்கம் அல்லது கர்ப்பதான சடங்கு (Fertility Rites) என்று எழுதியுள்ளார்.

இது ஒரு புறம் இருக்க, நிம்பிடின் சாரத்தைக் கருத்தடைக்குப் பயன்படுத்தலாம் என்ற ஆராய்ச்சியும் உள்ளது. அதாவது நிம்பிடின் ஆண் விந்துவை நசித்துவிடுவதாகக் கூறப்படுகிறது. ஒருக்கால் இதன் காரணமாகத்தான் மகிஷாசுரமர்த்தினி அவதாரமெடுத்து ஆண் அசுரனைக் கொல்ல துர்க்கை அவதாரமெடுத்தாளோ! நிம்பிடின் நீக்கப்பட்ட வேம்பின் சாரம், பெண் மலடை நீக்கியிருக்கலாம். வேப்ப முத்து, வேப்ப எண்ணெய் எல்லாம் நல்ல வணிகப் பொருளும்கூட. வேப்ப எண்ணெய் பெரும்பாலும் நீம், மார்கோ சோப்புக்குப் பயனாகிறது. இதன் மர மதிப்பு தேக்கை விடக் கூடுதல்.

திருவண்ணாமலையில் என் நண்பர் 2 ஏக்கர் நிலத்தில் அனுபவ் நிறுவன யோசனையின் கீழ் தேக்குப் பயிரிட்டு, 18 ஆண்டுகளாகின்றன. அப்போது ஓரத்தில் கூடவே 4,5 வேப்ப மரங்களும் வளர்ந்தன. வேப்ப மரத்தின் சுற்றளவில் பாதிகூட தேக்கு பருமனாகவில்லை. 15 ஆண்டுகள் ஆகியும் தேக்கின் விறகு மதிப்பு மரத்திற்கு ரூ. 100/– கூடத் தேறவில்லை. இரண்டு வேப்பமரத்தை ரூ. 30 ஆயிரத்துக்கு விற்றுள்ளார். இந்தத் தேக்கை நட்டதற்கு வேப்பமரம் நட்டிருந்தால் சுலபமாக 10 லட்சம் ரூபாய் பணம் எடுத்திருக்கலாம் என்று புலம்புகிறார். எல்லாம் அனுபவ் தந்த அனுபவம். அவர் இப்போது தேக்குமரங்களை அகற்றிவிட்டுக் காய்கறி சாகுபடியும் – காற்றுத் தடுப்பியாகப் பல்வகை மரங்களையும் கலப்பாக நட்டுள்ளார். வைத்தீஸ்வரன் கோவிலில் வேம்பு தல விருட்சம். இதுவே வேம்பின் பிணி தீர்க்கும் பணிக்குரிய எடுத்துக்காட்டு.

எங்கேயாவது 100 வருட வேப்பமரத்தைக் கண்டுபிடித்து, அதன் பட்டையைக் கொண்டுவந்து, 1 மண்டலம் வேப்பம் பட்டைக் கஷாயம் சாப்பிடுங்கள்; உங்கள் ஆயுள் 100 ஆண்டுகளாக உயரும். இந்த உண்மை சித்தர் பாடலில் உள்ளதாம். இனி நீங்கள் செய்யவேண்டியது வேப்ப மரத்தை நடுவதுதான். இதை உங்கள் வீட்டு வாசலில் நடலாம், கொல்லையில் நடலாம், வேப்ப மரங்களை நடுபவன் தருமத்தின் வடிவமாகி, விண்ணுலகில் சூரியனுடைய இல்லம் செல்வது உண்மை. அவன் அங்கு நீடூழி வாழ்வான் என்று விருக்ஷ ஆயுதர்வேதம் கூறுகிறது. சுருங்கச் சொன்னால் வேம்பு இந்தியாவின் பொக்கிஷம்.

காந்தி கிராம கிராமியப் பல்கலைக்கழகத்தின் வேளாண்மை மற்றும் கால்நடைத் துறையின் கீழ் செயல்பட்ட தரிசுநில மேம்பாட்டுத் திட்டத்தில் வளரும் ஒரு வேப்பந்தோப்பில் முனைவர் தி.தி. ரெங்கநாதன்

அரிஸ்டாட்டில்

7. புளியமரம்
உணவில் சுவை – உடலுக்கும் மருந்து

விஞ்ஞானப் பெயர்	:	Tamarindus indica (Caesalpiniaceae)
சம்ஸ்கிருதம்	:	சிஞ்சா, சிஞ்சினி, அம்லிகா, திந்திரி
ஹிந்தி	:	அம்பிலி, இம்லி
ஆங்கிலம்	:	Tamarind

புளியமரம் என்றதும் மனத்தில் நிற்கும் நண்பர் கம்பம் புதுப்பட்டி விவசாய சங்கத் தலைவர் நந்தகோபால் என்றால் மிகையில்லை. இவருடைய தந்தையார் மானாவாரி சாகுபடியில் 6 ஏக்கர் பூமியில் நட்டுள்ள புளிய மரங்களே தன்னைக் காப்பாற்றுவதாகக் கூறும் படித்த விவசாயியான நந்தகோபால், பல லட்சங்கள் செலவழித்துக் கிணறு வெட்டி, போர் போட்டு, நட்ட தென்னைகளால் செலவு கூடி வருவதுடன் நிலத்தடி நீரும் குறைந்துவிட்டது என்கிறார். அப்போதே என் தாத்தா "பூமிக்குள்ள இருந்து தண்ணீர் எடுத்து விவசாயம் பண்றவன் அழிந்து போவான்டா," என்பாராம். ஆம்! இதுதான் இன்றைய நடப்பில் உள்ள உண்மையான நிலை.

தரிசில் தழைத்து, வறட்சியிலும் வாழ்வுதரும் புளிய மரங்கள் குறித்த ஆய்வுகள் எதுவும் செய்யப்பட்டதாக அறிகுறியே இல்லை. வணிக முக்கியத்துவமும், மருத்துவச் சிறப்பும் பெற்ற புளிய மரங்கள் புறக்கணிக்கப்படுவது ஏன் என்று புரியவில்லை. இளங்கொழுந்தைக்

கீரையாகச் சமைக்கலாம். புளியம் பிஞ்சைத் துவையல் அரைக்கலாம். தென்னிந்தியர் சமையலில் புளி இல்லாமல் குழம்பு இல்லை, சாம்பார் இல்லை, கூட்டு இல்லை. பிரண்டை, பச்சைக் கொத்தமல்லி, இஞ்சி, புதினா போன்ற தழைகளைத் துவையல் அரைக்கப் புளி வேண்டும்.

புளியங்கொட்டையை ஊறவைத்து, அரைத்துக் கொடுத்தால் கறவைப் பசுக்கள் பால் சொரியும். கட்டுமானப் பணிகளுக்குரிய உறுதியான மரம் புளியமரம். புளியமரம் உயரமாக வளரக்கூடியது. நன்கு வளர்ந்த மரம், சுமார் 6 அடி விட்டமும் 120 அடி உயரமும் வளரும். எனது பூர்வீகக் கிராமத்தில் அவ்வாறு வளர்ந்த 500 வயதுடைய மரம், எங்கள் தோப்பில் இருந்தது. ஒரு தேவை காரணமாக மூன்றாண்டுகளுக்கு முன்புதான் வெட்டப்பட்டது. மண்ணுக்குள் பக்கவாட்டில் தடித்த வேர்களைப் பரப்பிக்கொண்டும், ஆழத்தில் செலுத்தியும் வானத்தில் மேலேயும், கிளைகளைப் பரப்பிக்கொண்டும் சமநிலையைக் காப்பாற்றும் புளிய மரத்தைப் புயலாலும் அசைக்க முடியாது. பட்டுக்கோட்டைக்கு அருகில் கடற்கரையிலிருந்து 15 கி.மீ.தொலைவில் உள்ள எங்கள் ஊரைப் பல புயல்கள் சந்தித்திருந்தாலும் எங்கள் ஊரில் புளிய மரங்கள் சாயவில்லை.

எங்கள் வீட்டுப் புளியமரத்தைப் பார்க்கும்போது, இலக்கிய மேதை சுந்தர ராமசாமியின் 'புளிய மரத்தின் கதை' என்ற அற்புத நாவல் நினைவுக்கு வரும். நாகர்கோவிலின் புளியந்தோப்பைப் பற்றிய கதை இது. புளிய மரத்தைப் பற்றிய ஒரு தவறான தகவல் உண்டு. புளிய மரத்தடியில் ஒரு வாரம் படுத்தால், அது தற்கொலைக்குச் சமம் என்ற கருத்து உண்டு. ஆனால் பல தலைமுறைகளாக எங்கள் குடும்பம் புளிய மரத்து நிழல் படும் அளவில் வீடுகட்டி வாழ்ந்தது. இரண்டு புயல் தாக்கியபோதும், இரண்டு முறை வீடுகளையும் தென்னைகளையும் இழந்தோம். புளியை இழக்கவில்லை. 200 ஆண்டுகளுக்கு முன்பு நடந்த தீ விபத்திலும் காயத்தோடு பிழைத்துள்ளது. எனினும் புளிய இலையிலிருந்து வெளிப்படும் ஒருவகை அமில வாடை மற்ற பயிர்களை மரத்தின் அடிப்பாகத்திலிருந்து சுமார் 25 அடி சுற்றளவுக்கு வளர விடாது. சீமைக்கருவேல் மட்டும் விதிவிலக்கு. எனினும் புளிய மரத்தை வெட்டிய இடத்துக்கு அருகே இப்போது ஆரஞ்சு, எலுமிச்சை, கடாரை உள்ளிட்ட பலவகை மரங்கள் சிறப்பாக வளர்ந்துள்ளதைப் பார்க்கும்போது, இது எவ்வளவு தூரம் மண்ணை வளப்படுத்தியுள்ளது என்பது கண்கூடாகத் தெரிகிறது.

உரிகம்புளி என்ற ஒரு ரகம் பேரீச்சை கனத்தில் அதிக சதைப்பற்றும் எடையும் உள்ளது . உரிகம் மலைக்கிராமத்தில் உச்சீரப்பாவை அணுக வேண்டும். நேரிடையாகவே மரத்தைப் பார்த்துப் புளியாகவே வாங்கி விதையெடுத்து கன்று எழுப்ப வேண்டும். முகவரி – தொடர்பு எண் மறுபக்கத்தில் உள்ளது.

மாதவிடாய்க் காலங்களில் பெண்களுக்கு ஏற்படும் வயிற்று வலிக்கு உடனடி நிவாரணம் புளியம்பழ சர்பத். புளியைத் தண்ணீரில் கரைத்துச் சிறிது வெல்லமும் சேர்த்து 2 டம்ளர் குடிக்க வேண்டும். இது பரம்பரை வைத்தியம். சக்கரதத்தா இதை மலமிளக்கி என்கிறார். கருப்பு நிறமேறிய பழம்புளி நல்ல மருந்து. மூலத்தால் ஏற்படும் ரத்தப் போக்குக்குப் புளியம்பூ சிரப் வழங்கலாம். புளியங்கொழுந்தை சேர்த்து அரைத்த பானத்தில் இரும்பைப் பழுக்கக் காய்ச்சி 'சொய்' என்று அந்தப் பானத்தில் விட்டு, மூழ்கி எடுத்துக் குடித்தால் சீதபேதி குணமாகும். ஈரல் வீக்கத்துக்கு அபயலவணம் என்ற மருந்து செய்யப் புளியம்பழ ஓட்டின் சாம்பல் பயனாகிறது. புளியம் பருப்பின் தொலியை ஊறவைத்து எடுத்து, சமஅளவு வெந்தயம் சேர்த்து கொடுத்தால் காலரா, சீதபேதி எல்லாம் குணமாகும். இப்படிப்பட்ட நிறைய மருத்துவக் குணங்களை வடமொழி மருத்துவ நூல்களில் காணலாம். வணிக முக்கியத்துவமும் மருத்துவச் சிறப்பும் பொருந்திய புளிய மரங்களைத் தரிசு நில மேம்பாட்டின் கீழும், சாலை ஓரங்களிலும், வீட்டுக்குப் பின் புறத்திலும் வளர்த்துப் பயன்பெறலாம். காட்டுப் பகுதிகளில் அடர்த்தியை உருவாக்கப் புளியும் வேம்பும் நனி சிறந்தவை.

வட இந்தியாவில் ஏழைகளின் எளிய பானமாகப் புளி நீரில் வெல்லம் போட்டுப் பருகுவார்கள். விழாக்காலங்களில் தமிழ் நாட்டிலும் புளியம்பழ சர்பத்தில் ரோஜாப்பூ போட்டும் வழங்குவார்கள். திரு ஈங்கோய்மலை, திருக்குருகூர் கோயில்களில் தல விருட்சமாகப் புளிய மரத்தைப் பார்க்கலாம்.

அம்லி, அமரியாகி, அமரி தமரியாகிப் பின் தமரி, டாமரின்ட் ஆனதோ! ஆங்கிலப் பெயரின் இந்திய மூலவேர் அம்பிலி. இதில் வைட்டமின் 'சி' உண்டு. புராணகாலத்தில் ஸ்கர்வி நோய்க்குப் புளியே மருந்து. புளியம்பழ சர்பத் வடக்கில் புளி, பேரீச்சையுடன் வெல்லம் சேர்த்து பேல்பூரி பானி செய்வார்கள். புளிச்சாறு தொண்டைப் புண்ணுக்கு மருந்து. வாயைக் கொப்பளித்துக்கொள்ளப் புளித்தண்ணீர் பயனாகிறது.

மொகலாயப் பேரரசரின் அவைப் பாடகர் தான்சேன், அக்பரின் நவரத்னப் பிரதானிகளில் ஒருவர். மிகவும் பழைய புளிய மரம் அநேகமாக 1000 வயதுள்ள புளியமரம் தான்சேன் மகலில் உள்ளதாம். தான்சேனைப் போல் பாட வேண்டுமென்று விரும்பினால் இந்த மகலில் (நினைவாலயம்) உள்ள புளியங்கொம்பை ஒடித்துக் கொழுந்தைத் தின்னவேண்டும்! அப்படி ஒரு பழக்கம் வடக்கில் உள்ளது.

உரிகம் புளி விதைபெற அணுக வேண்டிய முகவரி:
திரு.உச்சீரப்பா, உரிகம் மலை கிராமம், தேன்கனிக்கோட்டை (வழி)
கிருஷ்ணகிரி மாவட்டம். போன் 04347 - 2236604

8. புங்கன்
பசுமை விருந்து

விஞ்ஞானப் பெயர்	:	Derris indica (Fabaceae) Pongamia glabra Pongamia pinnata
சம்ஸ்கிருதம்	:	கரஞ்சா, நக்தமாலா
ஹிந்தி	:	கரஞ்ச், கிராமல்
ஆங்கிலம்	:	Indian Beech

நாகப்பட்டினம் மாவட்டத்தில் உள்ள வேம்புத்தலமான வைத்தீஸ்வரன் கோவிலுக்கு அருகில் திருப்புங்கூர் என்ற சிவத்தலம் உள்ளது. இத்தலத்தில் சிவபெருமான் புங்க மரத்தினடியில் எழுந்தருளியுள்ளார். திருநாளைப் போவாருக்காக சிவபெருமான் கட்டளைப்படி நந்தி விலகிய தலம். இத்தலத்தில் புனுகுச் சட்டம் சாத்தப்படும் சாந்திய லிங்கத்தைக் கவசமின்றி தரிசிக்கலாம். வேளாண்மை எதார்த்தத்துடன் தொடர்புள்ள விஷயம் இந்தக் கடவுளைப் பஞ்சம் போக்கியார் என்றும் கூறுவர். புங்க மரம் உள்ளபோது பஞ்சம் தீர்வதில் வியப்பில்லை.

வேப்ப மரத்திற்கு நிகரான மருத்துவ மரம், பயன் தரும் மரம் என்று ஒன்றைக் குறிப்பிட வேண்டுமானால் அது புங்க மரமே. வேளாண்மைக்கு உரம் வழங்குவதில் இதற்கு இணையாக வேறொன்றும் இல்லை. பயிர்ப் பாதுகாப்புக்கும் உதவும், மனிதனுக்கும் மருந்துகள் நல்கும். உத்தரப் பிரதேசத்தில் புங்கந் தழைகளை மட்டுமே வழங்கி நெல் சாகுபடி செய்வோர் உள்ளனர். இம்மரத்தில் கரி – நைட்ரஜன் விகிதாசாரம் 19:1 உள்ளதால் தழையில் உள்ள நைட்ரஜன் சத்து முழுமையாகப் பயிருக்குக் கிட்டும். தவிர பாஸ்பேட், பொட்டாஷ், சுண்ணாம்புச் சத்தும் உண்டு. தக்காளி போன்ற பயிர்களில் வேரைத் தாக்கும் நூற்புழுக்களுக்குப் புங்கன் அருமருந்து. வேப்பம் பிண்ணாக்கு, வேப்ப எண்ணெய்போல் புங்க எண்ணெய், புங்கம் பிண்ணாக்கு ஆகியவற்றைப் பயிர்ப் பாதுகாப்புக்குப் பயன்படுத்தலாம். வேம்பைப் போலவே புங்கன் இலை, பட்டை, வேர், பூ, விதை, எண்ணெய் எல்லாவற்றிலும் பல்வேறு வகையான ப்ளோவேனாய்டு மருந்துகள் உண்டு. இன்னமும் புங்கன் தரும் மருந்துகளின் ஆராய்ச்சி நிகழ்வதாகவே தெரியவில்லை. ஆலகால விஷம் என்று கூறப்படும் மீதைல் ஐசோ சயனைடை உறிஞ்சிக்கொண்டு மனிதனை வாழ்விக்கும் மரம் இது. போபாலில் மீதைல் ஐசோ சயனைட் விஷவாயுக் கசிவைத் தன்னுள் கிரகித்துக்கொண்டு பல மனித உயிர்களை இம்மரம் காப்பாற்றியதாக விஞ்ஞானிகள் கூறுகின்றனர்.

புங்க எண்ணெய்யுடன் வேறு பல மருந்துச் சரக்குகள் சேர்த்து உள்ளுக்கும் தரப்படுகிறது. சூதக வலி, மேகம், சூலை, வயிற்றுப்புண், பூச்சி ஈரல்நோய் குணப்படும். பொதுவாக புங்கம் எண்ணெய், களிம்பு எல்லாம் சரும நோய், ஆறாத புண்களுக்குப் பூசப்படுகிறது. குழந்தைகளுக்கு வயிற்று உப்புசம், அஜீரணம், பேதி ஆகியவற்றுக்குப் புங்க இலைச்சாறு ஏழைகளின் கைகண்ட மருந்து. மலம் கட்டும். புங்கம் பழம் குஷ்ட நோய்க்குத் தடவப்படுகிறது. புங்க விதைச் சூர்ணத்தை அளவோடு கக்குவான் இருமலுக்கும், சுவாச கோசத்திற்கும் கொடுத்துக் குணப்படுத்தலாம். புங்கம் பட்டைக் கஷாயம் மூல நோய்க்கு மருந்து. பட்டையிலிருந்து ஆல்கஹால் மூலம் கரைத்தெடுக்கப்படும் சத்து தீய பாக்டீரியாக்களைக் கட்டுப்படுத்தும். புங்கம் பால் புண்ணையும் வாயுவையும் குணப்படுத்தும். நீரிழிவினால் ஏற்படும் தாகத்திற்கும் புங்கம்பூக் குடிநீர் நல்லது.

புங்கமரம் 15 மீட்டம் உயரமே வளரும். நடு மரத்தின் பக்கக் கிளைகள் உருவாகிப் படர்ந்து விரிந்து வழிப்போக்கர்களுக்கு நல்ல நிழல் தரும்.

கோடை ஆரம்பத்தில் இலை உதிர்க்கும். மார்ச் – ஏப்ரலில் பூத்துக் குலுங்கும். பொதுவாகவே எப்போதும் பசுமையுடனும் சிலுசிலுப்பாயும் உள்ள மரம் இது. கடும் கோடையில் கடும் வெயிலில் களைப்பு ஏற்படாமல் இருக்க இரண்டு இலைகளை மென்றபடி இடையர்கள் ஆடு மாடுகளை மேய்ப்பார்கள். மிகச்சிறந்த வெப்பாற்றி. புங்க மரத்தடியில் நிற்பதும் ஏ.சி.யில் இருப்பதும் ஒன்றே.

நிறைய பிராண வாயு வழங்கும் மர வரிசைகளில் அரசு, ஆல், பூவரசுக்குப் பின் புங்கமும் ஒன்று. மேற்குத் தொடர்ச்சி மலை இடையர்கள் இதை அரசுக்கு இணையாகப் பேசுகிறார்கள். ஆகவே இது சுற்றுப்புறத் தூய்மைக்கு உதவும் மரம். இவ்வளவு நன்மைகள் இருந்தும் இந்தியாவில் புங்க மரத்தின் அறிவியல் ஆய்வுகள் மிகக் குறைவு. புங்க விதைகள் பொறுக்குவோர் இன்றிக் குப்பைக்குச் செல்கிறது. இதற்கு அங்காடி மதிப்பு இல்லை. வறட்சியில் வளரக்கூடிய புங்கமரத்தின் விதைகளிலிருந்து மலிவான புங்கம் எண்ணெய்யை எரிபொருளாகவும் பயன்படுத்தலாம். இனி எதிர்காலத்தில் புங்க மரம் நடப்பட்டும் அளவில் பயன்படுத்துவதும் தொடங்கினால் பலருக்கு வேலை வாய்ப்பு கிட்டும்.

புங்கமரக் கன்றுகளை உருவாக்க நன்கு முற்றிய மரங்களிலிருந்து விதைகளைச் சேகரித்து உலர்த்தி ஓட்டைப் பிரித்துப் பருப்பை எடுத்து நீரில் ஊறவைத்து நாற்றுப் பைகளில் போட்டுக் கன்று எழுப்பலாம்.

நட்ட இரண்டாண்டுகள் வரை அமுத்தலாக இருந்து பின் குப்பென்று வளர்ந்து தழைகளைச் சிறகடித்து உயர்ந்து குடை விரிக்கும். புங்க மரம் மிகவும் சிறந்த மருத்துவ எண்ணெய் தருவதுடன், காட்டாமணக்கை விடத் தரமான எரிசக்தித் திறனுள்ள பயோ டீசலையும் தரும். அண்மையில் வெளிவந்துள்ள சில செய்திகளின்படி, காட்டாமணக்கு சாகுபடி உயிர்ச்சூழலுக்கு புங்கனை சாகுபடி செய்து காட்டாமணக்குக்குரிய மாற்றுப் பயிராக முக்கியத்துவம் பெற்று வருகிறது. புங்கத்தை வளர்த்து மண்ணை வளப்படுத்திப் பஞ்சத்தையும் போக்குவோம்.

9. வில்வம்
சித்தர்களின் கற்பகம்

திருக்குடந்தை-நாகேசுவரன் (வில்வம்)   (வில்வம்)

விஞ்ஞானப் பெயர்	:	Aegle marmelos (Rutaceae)
சம்ஸ்கிருதம்	:	பில்வா, பில்வம்
ஹிந்தி	:	பேல், ஸ்ரீபல்
ஆங்கிலம்	:	Bel, Bengal Quince

இந்தியாவின் பிற்காலப் பாரம்பரியத்தில் அடையாளம் காணப்பட்ட இந்த வில்வம் தென்னாட்டிலும் அறிமுகமாகிவிட்டது. சிவபெருமானுக்குரிய அர்ச்சனைப் பொருள் வில்வம். எல்லா சிவன் கோவில்களிலும் வில்வ மரம் கண்டிப்பாக இருக்கும். எனினும் வில்வமே தலவிருட்சமாயுள்ள திருத்தலங்களில் திருவையாறு, திருவெறும்பூர், ராமேஸ்வரம் முக்கியமானவை. சுமார் முப்பதுக்கும் மேற்பட்ட திருக்கோவில்களில் வில்வமே தலவிருட்சம் என்பது குறிப்பிடத்தக்கது.

வில்வத்தைக் கண்டு பூசித்த பக்தர்களுக்கு சிவன் அருள்புரிந்த புராணங்கள் நிறையவே உண்டு. இதற்கு நினைவாற்றல் சக்தி இருக்கிறது. இதை ரிஷிகள் சஞ்சீவி என்பதுபோல் சித்தர்கள் கற்பகம் என்பார்கள். சஞ்சீவி

அரிஸ்டாட்டில்

என்றாலும் கற்பகம் என்றாலும் பொருள் ஒன்றுதான். செந்தமிழ்ச் செல்வர்கள் கூவிளம், கூவிளை என்றும் வில்வத்தை அழைப்பார்கள். இதன் பொருள் எல்லாப் பிணிகளையும் நீக்கி வாழ்நாளை நீட்டிக்கும் என்பதாம்.

சிறுகதை இலக்கிய மன்னர் பிரேம்சந்த் கதைகளில் 'வில்வப்பழ சர்பத்' என்ற கதை முத்திரை பதித்துள்ளது போல், சித்த ஆயுர்வேத மருத்துவத்தில் முத்திரை பதிக்கும் மூலிகை மரம் வில்வம் ஆகும். வடஇந்தியாவில் குறிப்பாக உத்தரப்பிரதேசம் மற்றும் பீகாரில் வில்வப்பழ சர்பத் கிடைக்கும். வில்வப்பழத்தில் புளித்தண்ணீரையும் வெல்லத்தையும் சேர்த்தால் சர்பத் ரெடி. இதில் வைட்டமின் சி-யும் இரும்புச்சத்தும் (புளி சேர்வதால்) பல்வேறு தாது உப்புகளும் கிட்டும். என்னென்னவோ செய்யும் தொழில் முனைவோர்கள் வில்வ பானம் தயாரித்து கோகோ கோலா, பெப்சி போன்ற அந்நியப் பானங்களை விரட்டலாமே.

"முறையாக வில்வத்தை வளர்த்து வழிபடுவோர்க்கு சிவபெருமான் அருள் உண்டு. வில்வம் வளரும் வீட்டில் மகாலஷ்மி தங்கி தலைமுறை, தலைமுறைக்குச் செல்வத்தை வழங்குவாள்" என்று சுரபாலரின் விருட்ச ஆயுர்வேதத்தின் 10வது பாடல் கூறுவதன் உட்பொருள் "நோயற்ற வாழ்வே குறைவற்ற செல்வம்" என்பதே. தினமும் காலையில் பத்து வில்வ இலையை உண்டு வந்தால் உண்மை புரியும். இத்துடன் சுரபாலர் நிறுத்தாமல், "ஓர் அரசு, ஒரு வேம்பு, ஓர் ஆல், பத்து புளி, முக்கூட்டாக விளா, வில்வம், நெல்லி அருகருகில் நட்டுக் கூடவே ஐந்து மாமரங்களையும் நடுவோர் நரகத்துக்குப் போக மாட்டார்கள்" என்று விருட்ச ஆயுர்வேதத்தில் 23வது பாடலில் கூறியிருக்கிறார். கூட்டிப்பார்த்தால் 27 மரங்கள் வரும்.

காடுகள் இருந்த 11ஆம் நூற்றாண்டில் எழுதப்பட்ட விருட்ச ஆயுதர்வேதம் மரம் நடு விழாவுக்கு இவ்வளவு முக்கியத்துவம் கொடுத்துள்ள சூழ்நிலையில் காடுகளை இழந்துவரும் இன்றைய இந்தியாவில் மரங்களை வெட்டுவது எவ்வளவு கேடு என்று அரசியல்வாதிகள் உணரவேண்டும்.

வில்வத்தின் எல்லா பாகங்களுமே மருந்து. வில்வப் பழம், காய், ஓடு, இலை, வேர், பட்டை, பூ... சகலமும் மருந்துகள். தசமூலம் (பத்து வேர் மருந்து) தொடர்பான மருந்துகளில் வில்வமும் ஒன்று. வில்வப்பழம், காய் ஆகியவற்றை துண்டாக்கி உலர்த்திப் பொடி செய்த சூரணத்தைத் தேனில் குழைத்துச் சாப்பிட்டால் வயிற்றுப் போக்கு, சீதபேதி நிற்கும். முதலில் கூறியபடி வில்வம் பழ சர்பத்தும் (புளி சேர்க்காமல்) பேதியை நிறுத்தும். வில்வாதி லேகியம், ஜீரக வில்வாதி லேகியத்திற்கும் இதே குணம் உண்டு. வேருக்குரிய குணம் – கஷாயம்–ஜுரத்தை நிறுத்தும். வங்காளத்தில் வில்வ இலைச்சாறு பிழிந்து மிளகுத்தூள் கலந்து தேனும் நீரும் விட்டு மஞ்சள் காமாலைக்கு மருந்து வழங்கும் மரபு உண்டு.

கவிராஜர் வைத்தியத்தில் வில்வப் பழ ஓட்டைத் தூள் செய்து அபினியுடன் சேர்ந்து வழங்கப்படுகிறது. நாட்பட்ட சீதபேதிக்கு இது மருந்து. வில்வப் பிஞ்சை, இஞ்சி, சோம்புடன் சேர்த்து வடித்த கஷாயம், மூல நோய் நிவாரணி. பொதுவாக வயிற்றுப் போக்கு, சீதபேதிக்கு வழங்கப்படும் சித்த, ஆயுர்வேத மருந்துகளில் வில்வத்தின் பங்களிப்பு உண்டு. வில்வ பஞ்சகத்தில் அபினி சேர்க்கப்படுவது இல்லை. உ.பி., பீகார் மாநிலங்களில் சில மரங்களில் உள்ள பழத்தின் எடை அரை கிலோவிலிருந்து 2 கிலோ வரை இருக்கும். அங்கு நிறைய தேர்வு ரகங்கள் பயிராகின்றன. தமிழ்நாட்டில் வில்வப் பழத்தில் இனிப்புத் தன்மை குறைவு. இலை, பூ வழங்கும் நறுமணங்களில் வித்தியாசம் இல்லை. வில்வமரத்தில் இன்னும் எவ்வளவோ மருத்துவப் பயன்கள் இருக்கலாம். இது குறித்து ஆய்வுகளில் வில்வம் நீரிழிவை குணப்படுத்துவதாகக் கண்டறியப்பட்டுள்ளது. பொதுவாகப் பஞ்சமூலம், தசமூலம் சார்ந்த மூலிகைகள் சர்வரோக நிவாரணியாகக் கொள்ளப்படும்.

வில்வமரம் வறட்சி தாங்கி வளரும் முள்மரமும் கூட. அம்மரத்தை அதிக அளவில் தெய்விகப்படுத்தியுள்ளதன் பொருள் பலதரப்பட்ட பயன்களைக் கருதியே ஆகும். களர், உவர் தாங்கியும் வளரக்கூடிய இம்மரத்தைப் பெருமளவில் கொடுக்காப்புளி, வெள்வேல் போல் தரிசு மேம்பாட்டுக்கும், வேலிப் பயிர்களாகவும் வளர்க்கலாம். வெள்ளாடுகளுக்கு இதையும் தீவனமாக வழங்கும்போது, சாதாரணமாக ஆடுகளுக்கு வரும் கழிச்சல் நோயும் கட்டுப்படும். தோட்டக் கலைத்துறையிடம் பழ முக்கியத்துவம் உள்ள

அரிஸ்டாட்டில்

கன்றுகள் பெறலாம். இல்லாவிட்டால் உ.பி. அரசு தோட்டக்கலைத் துறைப் பண்ணைகளில் முயலலாம். தழை முக்கியத்துவம், மருத்துவ முக்கியத்துவமுள்ள கன்றுகள் பெறுவதில் அதிக சிரமமும் இராது. மாவட்டந்தோறும் உள்ள வன விரிவாக்க மையங்களில் நச்சரித்துப் பெறலாம். வேறு தனிப்பட்ட மர நர்சரிகளிலும் கிட்டும். வாழ்வில் ஒளி பெற வில்வம் நட்டுப் பயன் பெறுவோமாக. இதுவே இந்தியாவின் பொக்கிஷம். சிவபெருமானே நற்சான்று வழங்கியுள்ளாரே!

வில்வம் பற்றிய ஒரு புதிய செய்தி, வில்வத்தைச் சென்னை பல்கலைக்கழகம் காப்புரிமை செய்துள்ளதாகவும், வரும் 10 ஆண்டுகளில் மக்கள் தொகையில் 90 சதம் பேர் சர்க்கரை நோயால் பாதிப்புறலாம் என்பதால் வில்வ இலை பாதுகாக்கப்பட்டுள்ளது.

அரைக் கிலோ எடையுள்ள இனிப்பு வில்வப்பழம் காய்க்கும் கன்றுகள் இன்று தமிழ்நாட்டில் கிடைக்கிறது. சேலம், தர்மபுரி, கிருஷ்ணகிரி மாவட்டங்களில் உள்ள சில நர்சரிகளில் கிடைக்கிறது.

10. இலந்தை

ஏழைகளின் கனி

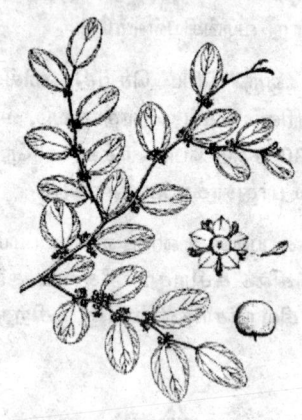

விஞ்ஞானப் பெயர்	:	Ziziphus mauritiana (Rhamnaceae) Ziziphus jujuba
சம்ஸ்கிருதம்	:	பாதல், கோலா
ஹிந்தி	:	பெர்
ஆங்கிலம்	:	Jujube, Kol tree

சீமை இலந்தைப் பழத்தை விட நாட்டு இலந்தைப் பழமே சுவையானது. கவியரசரின் எலந்தப்பழப் பாட்டைத் தமிழர்களால் மறக்கவே முடியாது: **"செக்கச் சிவந்த பழம். தேனாட்டம் இனிக்கும் பழம். எல்லோரும் வாங்கும் பழம். இது ஏழைக்கின்னே பிறந்த பழம். எலந்தப்பழம் பழுத்திருந்தா எடுத்தெடுத்து துன்னலாம். ஒலந்து போன பின்னாலே ஊறவைச்சுத் துன்னலாம்..."** 'பணமா பாசமா' என்ற சினிமாப்படத்தில் எல்.ஆர். ஈஸ்வரியின் கனமான இனிய குரலில் ஒலித்த இப்பாடல் இலந்தைப் பழ உணவுக்கு நல்ல விளம்பரம்.

இலந்தையைப் பற்றிய குறிப்புகள் செம்மொழிகளாகிய தமிழ், சம்ஸ்கிருதம் இரண்டிலும் உண்டு. இலந்தையில் பல ரகங்கள் உள்ளன.

ஒன்று படர் இலந்தை. இதை நரி இலந்தை என்றும் கூறுவர். இது வேலிப்பயிர். நல்ல கால்நடைத் தீவனம். இலந்தை இலைகளை மேயும் ஆடு, மாடுகளுக்கு நோய் வராது. இதை ஆடு, மாடுகள் எவ்வளவு மேய்ந்தாலும் தழைத்துவிடும். மாரியம்மன் கோவில் சித்தருடைய பண்ணையில் இந்த ரக இலந்தை வேலிக்காத்தானையே அழுத்திச் சில இடங்களில் உயிர்வேலியாகப் படர்ந்துள்ளது.

இரண்டாவது ஜுஜுபி, இக்காலத்தில் தமிழில் இதற்கு வேறு அர்த்தம் இருந்தாலும் இது நல்ல உருண்டைப்பழம். இலந்தை அடைக்கு ஏற்றது. இது சுமார் 30 அடி உயரம் வரை உயரும். முள் இல்லாத ஜுஜுபி அபூர்வம். இது நாட்டு ரகம்.

மூன்றாவது 'பெர்' என்ற மரிஷ்யானா. இது 45 அடி உயரம் வளரும். இவற்றில் சுவையுள்ள ஜுஜுபியும் பெர் ரகமும் வணிக முக்கியத்துவம் வாய்ந்தவை. இலந்தையில் நன்கு பெரிய பழங்களாக வரக்கூடிய பெர் ரகத்தின் மூலம் பல ஒட்டு இனங்கள் தோட்டக்கலைத் துறையினரால் வெளியிடப்பட்டாலும்கூட, நாட்டுப்பழத்தின் ருசி வராது. திண்டுக்கல்லிலிருந்து ஏழைகளின் பழம் பாடமாகி, எலந்த வடையாகி, தமிழ்நாடு, கேரள நாடு, கர்நாடகம் என்று எங்கும் வினியோகமாகிறது. வடநாடுகளிலிருந்து திண்டுக்கலுக்கு இலந்தைப்பழம் இறக்குமதியாகிறது. தினமும் சுமார் ரூ. 50,000 மதிப்புள்ள இலந்தை வடைகள் திண்டுக்கல்லிலிருந்து பல இடங்களுக்கு வினியோகமாகின்றன.

இலந்தையின் மருத்துவக் குணங்கள் இன்னமும் சிறப்பானது. கிறிஸ்து பிறப்பதற்கு சுமார் 2000 ஆண்டுகளுக்கு முன்பே ரிக்வேத முனிவர்கள் ஆராய்ந்த மூலிகைப் பயிராயிற்றே! இலந்தை இலையை அரைத்துச் சிறு கோலிக்குண்டு அளவில் உருட்டி, மோரில் கலந்து தினமும் வெறும் வயிற்றில் குடித்தால் மூலநோய் குணமாகும். இலந்தை இலை ஒரு படி எடுத்து, 6 மிளகு, 4 பூண்டுப்பல் ஆகியவற்றை அரைத்து மாதவிலக்கான முதல் நான்கு நாள்கள் கொடுத்து வந்தால், கர்ப்பப்பைக் கோளாறு நீங்கி மகப்பேறு வாய்க்கலாம்.

துளிர் இலை ரத்த பேதியை நிறுத்தும். இலந்தை மரப்பட்டையை அரைத்துப் போட்டால் கீல் வாதம் குணமாகும். கொட்டை நீக்கிய பழச்சதையுடன் மிளகாய், உப்பு திட்டமாகச் சேர்த்து அரைத்து அடை தட்டி

உலர்த்தும் 'இலந்தை வடை தயாரிப்பு' நல்லதொரு குடிசைத் தொழில். பல்வேறு மகளிர் சுயதேவைக் குழுக்கள் செய்யலாம். இந்த இலந்தை வடை செரியாமையைப் போக்கிப் பசியைத் தூண்டும். மார்புச்சளி நீங்கும். உடலைத் தேற்றும். பித்த வாந்தி, சுவையின்மை - குணமாகும். சிறிய உருண்டைப்பழம் நல்ல வெப்பாற்றி. எல்லாவற்றிற்கும் சிகரம் வைத்தது போல் இலந்தை பற்றிய விருட்ச ஆயுர்வேதக் குறிப்புகளில் இரண்டு சிறப்பான வழிகாட்டிகள். ஒன்று உயிர்வேலி பற்றியது; இரண்டாவது நிலத்தடி நீரோட்டம் பற்றியது. **"உயர்தர, நடுத்தர, கடைத்தர மரங்களைப் பாகுபடுத்தி கிழக்கில் பெருங்களா, மூங்கில், தெற்கே அரநெல்லி, வடக்கில் இலந்தை, விளா, நெல்லி என்று கிரமத்துடன் ஊடாக வேலி ஓரங்களில் நடுவது நன்று"** (பாடல் 93). உயிர்வேலியாக எவற்றையெல்லாம் நடலாம் என்று பத்தாம் நூற்றாண்டில் சுரபாலர் தெளிவுடன் பதில் கூறியுள்ளார். **"இலந்தையின் கிழக்குப் பக்கம் புற்று வளர்ந்திருந்தால் மேற்குப் பக்கம் மூன்றாள் மட்டத்தில் ஊற்று இருக்கும்"**. (பாடல் 308) ஆதிகாலத்தில் நீரூற்றுக்குரிய அடையாளமாகவும் இலந்தை செயலாற்றியது. இவ்வளவு சிறப்புள்ள இலந்தையைக் குச்சி நட்டு வளர்க்க முடியாது. பழத்திலிருந்து நாற்று விடலாம். பழவிதையை ஊன்றினாலும் முளைக்கும். வறட்சி தாங்கி வளரும். லேசான களர், உவர் தாங்கி வளரும். கடுங்களர், அதிக உப்பு நிறைந்த மண்ணில் வராது. மற்றபடி வறட்சியானாலும் செவ்வல், கரிசல், மணற்சாரி, செம்புறை, பாறைப்பகுதி என்று பல்வேறு நிலங்களில் இலந்தை வரும். சீமை இலந்தை என்று கூறப்படும் 'பெர்' ரகங்கள் அநேகமாக எல்லாத் தோட்டக் கலைத்துறைப் பண்ணைகளிலும் கிட்டும். நாட்டு இலந்தை விதைகளை நாம் தேடிப் போகலாம். சீசன் சமயம் நாட்டு இலந்தைப் பழங்கள் விற்பனைக்கு வரும்போது பழத்தைத் தின்றுவிட்டுக் கொட்டைகளைக் குப்பையில் போடாமல் ஊன்றி வைத்தால் மரம் வளரும்.

இலந்தையும் ஒரு தெய்வீக மரமே. பல ஆதிவாசிகளின் குலச்சின்னமாக (Totum) இலந்தை வழிபாட்டுக்குரியதாக விளங்கி வந்துள்ளது. கீழ்வேளூர், வழுவூர், உத்தரகோசமங்கை, இலந்துறை, திருவெண்பாக்கம் ஆகிய திருக்கோயில்களில் தல விருட்சமாக இலந்தை விளங்கி வருகிறது. உணவாகவும் மருந்தாகவும், உயிர்வேலியாகவும், முள் அடர்ந்த காவலனாகவும் மனித குலத்திற்குத் தொன்றுதொட்டே பணிபுரியும் இலந்தையை வணங்கி வாழ்த்துவோம்.

11. நெல்லி

இந்தியாவின் எதிர்காலம்

விஞ்ஞானப் பெயர்	:	Phyllanthus emblica (Euphorbiaceae) Emblica officinalis
சம்ஸ்கிருதம்	:	தாத்ரி அமலகம், அமலாகி, ஸ்ரீபலம்
ஹிந்தி	:	அம்லா, அவ்லா, அவுரா
ஆங்கிலம்	:	Emblic myrobalan, Indian gooseberry

அவ்வையாருக்கு அதியமான் நெல்லிக்கனி வழங்கி நீண்ட ஆயுளைக் கொடுத்ததாக ஒரு அபூர்வ இலக்கியச் செய்தி உண்டு. மிகக் குறைந்த செலவில் நெல்லியை சாகுபடி செய்து வருமானம் பெறலாம். திருநெல்லிக்கா, திருநெல்வாயில், திருப்பாழைபாறை கோவில்களில் நெல்லியே தல விருட்சம்.

என்னிடம் யோசனை கேட்கும் ஒவ்வொரு விவசாயிகளுக்கும் “நிரந்தரமான லாபம் தரக்கூடிய ஒரு மரம் உண்டெனில் அது நெல்லியைத் தவிர வேறொன்றுமில்லை” என்று சொல்வேன். ஒரு காலத்தில் ஒரு படி நெல்லிக்காய் 5 ரூபாய்க்கு விற்றது. இன்று 5 நெல்லிக்காயைக் கூறு கட்டி ஒரு ரூபாய் என்று விற்கிறார்கள். தினமும் நெல்லிக்காய் சாப்பிட்டால், நீண்ட

காலம் வாழலாம் என்பது தமிழ் மருத்துவ மரபு. ஆனால் பச்சையாகத் தின்றால் துவர்க்கும். தொண்டை கட்டும். மூன்று ஆரஞ்சுப் பழத்தில் உள்ள வைட்டமின் சி, ஒரு நெல்லிக்காயில் உள்ளது. வைட்டமின் சி–க்கு நோய் எதிர்ப்பு சக்தி உண்டு. கடந்த பத்தாண்டுகளில் நெல்லிக்காயின் அங்காடித் தேவை பெருமளவு அதிகரித்துவிட்டது. இதற்குக் காரணம் இன்று அநேகமாக ஒவ்வொரு நடுத்தரக் குடும்ப வீடுகளிலும் சியவனப் பிராச லேகியம் உண்ணப்படுவதுதான்.

நெல்லியின் மருத்துவக் குணங்கள் எவை என்று நட்கர்னியின் இந்திய மருத்துவ மூலாதார நூலைக் கவனித்தால், சகல வியாதிகளுக்கும் இது நிவாரணி என்று அறியலாம். இதன் கொழுந்து, வேர், பட்டை, காய், வற்றல், இலை எல்லாமே மருந்துகள். நெல்லியும் சஞ்சீவி மூலிகைகளில் ஒன்று. வட மொழியில் தச மூலம் (பத்து வேர்) பஞ்ச மூலம் (ஐந்து வேர்) தொடர்பான மருந்துகளில் நெல்லிக்காயின் வேர் பயனாகும். எனினும் நெல்லிக்காயில்தான் மருந்துப் பொருள் நிறைய உண்டு. பெரியவர்களுக்கும் குறிப்பாகக் குழந்தைகளுக்கு ஏற்படும் சளி, காய்ச்சலுக்குத் திரிபலா (மூன்று பழங்கள்) சூரணம் வழங்கப்படுகிறது. இது நெல்லிக்காய், தான்றிக்காய், கடுக்காய் சேர்ந்த கலவை. குழந்தைகளுக்கு வரும் வைரஸ் காய்ச்சலுக்கு எந்த இங்கிலீஷ் மருந்தும் உதவாதபோது, திரிபலா சூர்ணம் கட்டுப்படுத்தும். நெல்லியைப் போல் மனித உடலுக்கு எதிர்ப்பு சக்தியை வழங்கி சர்வரோக நிவாரணியாக விளங்கும் மூலிகைகளில் முதலிடம் நெல்லிக்குத்தான் என்பது யாராலும் மறுக்கமுடியாது. உவர் நீரை நன்னீராக மாற்ற நெல்லிவேர், நன்னாரிவேர், படிகாரம் இடலாம்.

இது ஒரு சஞ்சீவி மூலிகை என்பதால், நெல்லி முள்ளியாக (நெல்லி வற்றல்) நூற்றுக்கணக்கான சித்த, ஆயுர்வேத, யுனானி மருந்துகளில் சேர்க்கப்படுகிறது. இது தனித்தும் வேலை செய்யும், வேறு மருந்துகளுடன் கலந்தும் செயலாற்றும். நாகப்பழ விதையைப் போலவே நெல்லி விதையும் சர்க்கரை நோயைக் கட்டுப்படுத்த உதவும். இந்த விஷயத்தில் புளியங்குடியில் உள்ள அற்புதத் தோட்ட ஆசான் அந்தோணிசாமியின் சொந்த அனுபவம் சுவையானது. அவருக்கும் அவரது மனைவிக்கும் சர்க்கரை அளவு அதிகமாகி, அதைக் கட்டுப்படுத்த ஆஸ்பத்திரியில் சேர்ந்து அதன் செலவும் கட்டுக்கு அடங்காமல் போனதாம். பின்னர் அவரே, சோற்றுக் கற்றாழை, நெல்லிக்காய் ரசம் தயார் செய்து பருகியதில் ஆஸ்பத்திரி செலவு மிச்சமானதுடன், சர்க்கரை நோயும் குணமாகியதாம்.

நெல்லியின் மருத்துவம் இன்று நன்கு உணரப்பட்டுள்ளதன் வாயிலாக இன்னும் சில ஆண்டுகளில் இது முக்கிய ஏற்றுமதிப் பொருளாக மாறும்

வாய்ப்பு உள்ளது. பல்வேறு ஆயுர்வேத மருந்தகங்களில் இதன் தேவை கூடிக்கொண்டே செல்வதால், நெல்லி சாகுபடிக்கு ஒளிமயமான எதிர்காலம் உள்ளது. மத்திய அரசில் நறுமணப் பொருள்களுக்கு ஒரு வாரியம், தென்னைக்கு ஒரு வாரியம் உள்ளதுபோல், நெல்லிக்கு ஒரு வாரியம் என்றோ அல்லது நெல்லியையும் இணைத்துப் பல்வேறு இந்திய மூலிகைகளுக்கு ஒரு தனி வாரியம் உருவாக்கும் திட்டம் உள்ளது. எதிர்காலத்தில் நெல்லி வழங்கும் அற்புதங்கள் பற்பல கண்டுபிடிக்கப்படலாம்.

நெல்லியில் ஏராளமான ரகங்கள் உண்டு. நம்ம ஊர் நாட்டு நெல்லியில் காய் சிறியதாக இருக்கும். வடநாட்டு ரகங்களான பனாரசி, கிருஷ்ணா, பிரான்சிஸ், காஞ்சன், சாக்கியா ரகங்கள் நடுத்தரம். நாட்டு ரகத்தோடு ஒட்டுக்கட்டப்பட்ட பல ரகங்கள் பெரிய குளம் தோட்டக்கலைத் துறைப் பண்ணையில் கிட்டும். புளியங்குடி வேலு முதலியாரிடம் நாட்டு ரக நெல்லிக் கன்றுகள் கிட்டும். அந்தோணி சாமியிடம் ஒட்டு ரகக் கன்றுகள் (அவரே கண்டுபிடித்தவை) உண்டு. நாட்டு நெல்லி சுமார் 30 அடி முதல் 40 அடி உயரம் வளரும். வடநாட்டு ரகங்களும் உயர்ந்து வளரும். ஆனால், குட்டை ரகங்களைத் தேர்வு செய்த ஒட்டு ரகங்களில் காய்ப்பு கூடுதலாகியிருக்கும். மேற்குத் தொடர்ச்சி மலைப்பகுதி நாட்டு ரக மரங்களின் காய்களும் சிறப்பானவை. வணிக ரீதியில் நெல்லி மூலம் நல்ல லாபம் பெற ஒட்டுக் கன்றுகளைத் தேர்வு செய்வது நல்லது.

எல்லாவிதமான மண்ணிலும் 47 டிகிரி வெப்பத்தைத் தாங்கி வளரும். உவரிலும் வளரும். களரிலும் வளரும். களரில் நெல்லி சாகுபடி செய்யும்போது, குழிகளில் 5 கிலோ கல் சுண்ணாம்புடன் 5 கிலோ மணல் கூடவே 15 கிலோ மண்புழு உரம் + மக்கிய தொழு உரம் இட்டு நடலாம்.

வயது முற்றிய மரங்களில் இருந்து தேர்வுசெய்த விதைகளைக் கொண்டு நாட்டு நெல்லி மரம் உருவாக்கலாம். நாட்டு நெல்லி மருந்துக்கு மிகவும் உகந்தது. நாட்டுநெல்லி காய்ப்பதற்கு 7,8 ஆண்டுகளாகும். அதே சமயம் ஒட்டு நெல்லி 3 வருடத்தில் காய்க்கும். ஒட்டு நெல்லி சிலருக்கு ஏமாற்றமளிக்கலாம். சரியானபடி ஒட்டுக் கட்டாவிட்டால் தாய்க்கன்று தழைத்து நாட்டுக் குணம் வந்துவிடும். காய்க்கவும் காலம் கனியவேண்டும். எனினும் தரமான ஒட்டு நெல்லிக்கன்றுகள் ரூ. 15/– என்ற விலைக்கு பழனி மலைப் பாதுகாப்புக் கழகத்தின் மரப்பண்ணை – திண்டுக்கல் ஆத்தூரில் கிடைக்கிறது. முகவரியைப் பின் இணைப்பில் பார்க்கலாம். நெல்லி பயிரிட்டு ஆயுளை விருத்தி செய்வோம். வாழ்க்கை வாழ்வதற்கே.

12. மாவிலங்கம்
கல்லையும் கரைக்கும்

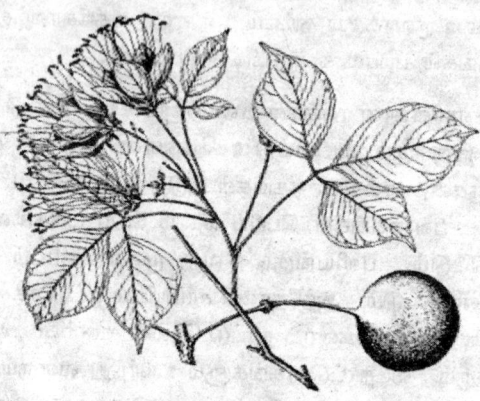

விஞ்ஞானப் பெயர்	:	Ficus Crateva religiosa (Capparidaceae) Crateva nurvala
சம்ஸ்கிருதம்	:	பஷுகாந்தா, அஜபவரணா, அஸ்மாரிக்னா
ஹிந்தி	:	பர்னா
ஆங்கிலம்	:	Three Leaved Caper

மாவிலிங்கம் என்ற இம்மரம் மாறலிங்கம் என்றும் அழைக்கப்படுவதன் காரணம் நாகலிங்கம் மலரைப்போன்று இம்மலரிலும் லிங்கம் உண்டு. சம்ஸ்கிருதப் பெயரிலேயே இதன் மருத்துவகுணம் வெளிப்படுகிறது. அஸ்மாரி என்றால் கல், விக்னம் என்றால் அகற்றுதல். ஆகவே இம்மரம் 'அஸ்மாரிக்னா' எனப்பட்டது. இம்மரத்தை அஜபவருணம் என்றும் கூறுவர். அஜபவருணம் என்ற சொல்லின் பொருள் 'மழைக்கவர்ச்சி' என்பதால் இம்மரத்தை நட்டால் மழை பெய்யும் என்ற கருத்தும் பரவலாயுள்ளது. பல்வேறு திருக்கோவில்களில் இது தலமரமாகவும் உள்ளது. சிறுநீரகத்தில் ஏற்படும் கல்லடைப்பைப் போக்கும் சிறப்பு மாவிலங்க மரத்தின் பட்டைக்கு உள்ளது. இதுவே இம்மரத்தின் சிறப்பும் கூட.

ஆயுர்வேத மருத்துவத்தில் மிகவும் அடிப்படையான இலக்கியம் "சுஷ்ருத சம்ஹிதா" இந்த நூல் திரட்டில், மாவிலங்கத்தின் பட்டை

சிறுநீர்ப்பையில் சேரும் கற்களைக் கரைத்து வெளியேற்றும் என்று மொழியப்பட்டுள்ளதைத் தொடர்ந்து, வருணாத்ய தைலம் வருணாத்ய க்ருதம், வருணாத்ய குடம் ஆகிய மருந்துகள், குறிப்பாக மேற்கு வங்க மாநிலத்தில் மிகவும் பிரபலம். தமிழில் நாம் மாவிலங்கம் என்று சொல்லும் மரம் சம்ஸ்கிருதத்தில் 'வருணம்' அதாவது மழைக்கடவுள் என்று பொருள். அரசமரத்தைப் போன்ற புனித முக்கியத்துவம் உண்டு என்பதை இதன் இலத்தீன் வழக்கில் உள்ள Religiosa என்ற சொல் விளக்க வல்லது.

சாதாரணமாக, கஷாயமாக மாவிலங்க மருந்தைத் தினமும் குடிக்கலாம். ஒரு லிட்டர் நீரில் 4 அவுன்ஸ் மாவிலங்கம் பட்டையைப் பொடித்துக் கலந்து, 700 மில்லியாக வற்ற வைத்து ஆறிய பின், வேளைக்கு 4 அவுன்ஸ் என்று ஒரு மண்டலம் சாப்பிட்டால் மூத்திரப்பை, சிறுநீரகக் கற்கள் கரைவது மட்டுமல்ல; ஜூரம், வாய்வுத் தொல்லை, வாந்தி என்று பல நோய் நிவாரணியாக இது விளங்கும். பட்டை மட்டுமல்ல; இலையும் நல்மருந்து. மாவிலங்க இலையை வாட்டிப்போட்டால் வீக்கம் குறையும், இலைக் கஷாயம் ஜூரம், அஜீரணம் எல்லாவற்றுக்கும் நல்லது. மாவிலங்க இலை – தழைகளில் பிறந்த சிசுவைப் புரட்டிவிட்டால் நோய்நொடி வராது என்ற மரபு உள்ளது.

தமிழ்நாட்டு மருத்துவமுறையில் மாவிலங்க இலைக் கஷாயத்தில் சுக்கும் சீரகமும் சேர்த்து செரியாமை, காய்ச்சலுக்கு மருந்தாக வழங்கப்படுகிறது. கடந்த நூற்றாண்டில் மாவிலங்க மரத்தின் மருத்துவக் குணம் கருதி பல மருத்துவமனைகளிலும் வளர்க்கப்பட்டதாக ஒரு தகவல் உண்டு. இதை இப்போதும் தொடரலாமே.

தமிழ்நாட்டில் திருச்சேறையென்னும் உடையார் கோவில், திருநாட்டியத்தான்குடி ஆகிய ஊர்களின் திருத்தல மரங்களாகவும் ஆலயங்களில் காணலாம். தமிழ்நாட்டை விட வடநாட்டில் குறிப்பாக வங்காளம், அசாம், ஒரிசா, மத்தியப் பிரதேசம், மகாராஷ்டிரம், கர்நாடகம் ஆகிய மாநிலங்களில் அதிகம் காணலாம்.

மாவிலங்காய் என்று அழைக்கப்படும் கனியைத் தமிழர்கள் உண்பதில்லை. மத்தியப் பிரதேசம், மகாராஷ்டிரம், கோவா பழங்குடி மக்கள் இம்மரத்தின் துளிர்களையும், பழத்தையும் உண்கின்றனர். ஒரிசாவில் இதை வறுத்து உண்கின்றனர். மாவிலங்காயின் தோலி இயற்கைச் சாயத்திற்குப் பயனாகிறது.

இது வறட்சி தாங்கி வளரும் மரம். இது 40அடி உயரத்திற்கு மேல் வளராது. நிறையப் பக்கக் கிளைகளைப் படரவிடும். இதன் பட்டை சாம்பல் நிறத்தில் இருக்கும். மரத்தை வெட்டினால் உட்பகுதி மஞ்சளாயிருக்கும். பின்னர் கறுப்பாகிவிடும். முற்காலத்தில் பீப்பாய், மரத்தொட்டி செய்யப்

பயன்பட்டது. சுமாரான கனம் உண்டு. சீப்பு, எழுதுபலகை பல தட்டு முட்டுச் சாமான்கள் செய்யலாம். இந்த மரப்பட்டையில் 'எக்டைசோன்' என்ற ரசாயனம், புழுக்களைத் தோலுரிக்க விடாது. இதை வேளாண்மையில் ஒரு பூச்சி விரட்டியாகவும் பயன்படுத்தலாம்.

மருத்துவ முக்கியத்துவமுள்ள இம்மரத்தை நகர்ப்புற அழகு மரங்களில் ஒன்றாகவும் நடலாம். இதில் உள்ள பழத்தை நாடிப் பறவைகள் வரும். பறவைகளின் எச்சத்தினால் மரங்கள் காடுகளில் பரவுகின்றன. வேரிலும் கன்று கிளம்பும். எனினும் இம்மரம் பரவ, வனத்துறை அக்கறை காட்டவேண்டும். பழங்களில் உள்ள விதைகளை எடுத்துப் பாலித்தீன் பைகளில் வண்டல் மண்ணிட்டு நாற்றுவிட்டு இளம் செடிகளாக 1 அடி உயரம் வந்த பின்னர் நடலாம். மழைக்காலம் தொடங்கும்போது நடுவது நன்று. மருந்துக்கு மருந்து; அழகுக்கு அழகு; மழைக்கு மழை; மரத்திற்கு மரம்; பக்திக்கு பக்தி – என்று பல குணங்கள் கொண்டுள்ள இந்த பாரம்பரியச் சிறப்புள்ள மரத்தை நாம் மறந்துவிடக்கூடாது.

ஒரு மரத்தின் மதிப்பு என்ன

ஒரு மரம் சராசரியாக 50 ஆண்டு காலம் வாழ்கிறது. இந்தக் காலகட்டத்தில் அது தயாரிக்கும் பிராணவாயுவின் (ஆக்ஸிஜன்) மதிப்பு சுமார் 6.4 லட்சம்

இடத்தை சுற்றியுள்ள நிலத்தை வளப்படுத்துவதில் சுமார்	ரூ 6.4 லட்சம்
மண் அரிப்பைத் தடுப்பதில்	ரூ6.4 லட்சம்
சுற்றுப்புற காற்றிலுள்ள மாசுகளை அகற்றுவதில்	ரூ 10.5 லட்சம்
பிராணிகள் மற்றும் பறவைகளுக்குப் புகலிடம் அளிப்பதில்	ரூ5.3 லட்சம்

இவை தவிர தான் வாழும்பொழுது பழங்கள், பூக்கள் என நமக்கு தருகிறது. வாழும்பொழுது இவற்றையெல்லாம் கொடுத்துவிட்டு, செத்து மடிந்த பிறகும் தன்னைக் கட்டடம் கட்டவும், நமக்குத் தேவையான மரை சாமான்கள் செய்யவும் அர்ப்பணிக்கிறது. இவற்றிற்கெல்லாம் மதிப்பே இல்லை. அப்படிப்பட்ட மரத்தை நாம் வெட்டலாமா? மாறாக தினமும் புதிய மரங்களை நட வேண்டும்.

தகவல்

M. சுந்தரராமன்
Block - 3 Flat No. 53
Sindhursea Princess
9-Coastal Road, Besant Nagar,
Chennai - 90
PH: 044-24461660

13. அத்தி
அதிசய மருந்து

விஞ்ஞானப் பெயர் :		Ficus glomerata (Moraceae)
		Ficus racemosa
சம்ஸ்கிருதம்	:	உதும்பரம்
ஹிந்தி	:	குலார்
ஆங்கிலம்	:	Gular fig, Country fig

அத்தியில் மூன்று வகை உண்டு. ஒன்று நாட்டத்தி (Glomerata) இரண்டாவது பேயத்தி (Hispida) மூன்றாவது சீமையத்தி (Carica). இவற்றில் சீமை அத்திப்பழம் மட்டுமே உலர் பழமாகப் (Dry fruit) பதனம் செய்யப்பட்டுக் கடைகளில் விற்கப்படுகிறது. நாட்டத்தியில் மட்டுமே மருத்துவக் குணம் நிறைய உள்ளது. பேயத்தியிலும் சில குணம் உண்டு. மற்ற ரகங்களைப் பற்றிப் பின்னால் கவனிப்போம். இப்போது நாட்டத்தியை கவனிக்கலாம்.

இனி குறிப்பிடும் மருத்துவக் குணங்கள் தமிழ்நாட்டில் பரவலாக உள்ள நாட்டு அத்திக்குரியவை. தமிழ்நாட்டில் மட்டுமல்ல, இந்தியா முழுவதுமே பரவியுள்ள உதும்பரம், உமார், குலார் என்று வட மொழியில் அழைக்கப்படும் இம்மரத்தின் மருத்துவப் பயன்கள் பற்றித் தென்னாட்டைவிட வடநாட்டு மருத்துவக் குறிப்புகள் சிறப்பாக உள்ளன. வாங்கசேனர் மருத்துவக் குறிப்பில் யோனியைக் கடினமாக்கும் அற்புத மூலிகை அத்தி என்கிறார். அத்திப் பழங்களுடன் பலாப்பழத்தையும் சேர்த்துப் பால், தேன் விட்டு விழுதாக அரைத்து வயிற்றின் கீழ்ப்பகுதியில் தடவவேண்டும். கர்ப்பம் கலையாது.

ராஜ நிகண்டு என்ற நூலில் அத்திப் பட்டைக்கும் இதே குணம் உண்டு என்று கூறப்பட்டுள்ளது. கிருஹ்ய சூத்திரத்திலும் கருத்தரித்த நான்காவது மாதத்தில் அத்திப் பழச்சாறை அடி வயிற்றில் தடவிக்கொள்ளலாம் என்று கூறப்பட்டுள்ளது. 19ஆம் நூற்றாண்டின் இறுதியில் வாழ்ந்த செங்கல்பட்டு டி. ரத்னவேல் முதலியார் என்ற பிரபல வைத்தியர் அத்திப் பாலிலிருந்து ஒருவகை மதுவைத் தயார் செய்து நீரிழிவு நோயைக் குணப்படுத்தி வந்ததாக நட்கர்னி இந்திய மருத்துவக் களஞ்சியத்தில் குறிப்பிட்டுள்ளார். முதலியார் அவர்கள் பாவப் பிரகாசரின் விருகத் வாங்கேஸ்வர ரசம் தயாரித்து நீரிழிவு நோய்க்கு வழங்கினார். வேரிலிருந்து எடுத்த பால், மதுவை அப்படியே வழங்கலாம் என்றும் ஜீரகம், குழவி ஜீனி கலந்து தயாரித்த ரசத்தை நாள் ஒன்றுக்கு 4 தோலா எடை வழங்கலாம் என்றும் முதலியார் குறிப்பிட்டுள்ளார். பொதுவாக கனோரியா (மேக வெட்டை) நோய்க்குரிய அதே மருந்து நீரிழிவையும் குணப்படுத்துகிறது.

கால்நடைக்கு வெக்கை நோய் வந்தால், இளம் தென்னம் பாளையில் அத்திப் பட்டையுடன் வெங்காயம், சீரகம் சேர்த்து அரைத்துப் புளித்த காடியில் கலந்து முதலியார் வழங்கியதாகவும் நட்கர்னி கூறியுள்ளார்.

சிலருக்கு எப்போதும் பசி இருக்கும். தீராத பசி உள்ளவர்களுக்கு அத்திப்பட்டைப் பொடியைத் தாய்ப்பாலில் கலந்து கொடுத்தால் நிவாரணம் பெறலாம் என்று சுஸ்ருத சம்ஹிதை கூறுகிறது. அத்தி மரத்தின் இலை, பட்டை, பழம், காய் எல்லாமே அற்புதமான மருந்துகள். கால்நடைகளுக்கு அத்தி இலைகள் மிகச் சிறந்த தழைத் தீவனம். நமது சமையலில் அத்திப் பிஞ்சைச் சேர்த்து, பலா முசுக்கறிபோல் செய்து உண்டால் வயிற்றுக் கடுப்பு, மூலக் கழிச்சல், மூலம், மூலவாயு குணமாகும் என்ற நம்பிக்கை உள்ளது.

இத்தனை சிறப்புக்கும் மேல் அத்தியும் பால் வடியும் மரம் என்பதால் மழைக் கவர்ச்சி உண்டு. இது 60 அடி உயரம் வளரும். அத்தி மரத்தில்

அடர்ந்த தழைகளுடன் சிறு விழுதுகளும் தொங்கும். அத்திப் பூ அபூர்வம் அல்ல. அத்தி நிறையவே பூத்துக் காய்கள் குலுங்கும். அத்திக்காய்களில் சொத்தை அதிகம் உண்டு.

காய்கள் கொத்துக் கொத்தாய் இருப்பதால் இம்மரத்தை ஆங்கிலத்தில் Cluster Fig என்பார்கள். இந்தப் பழத்தைப் பழங்குடி மக்கள் உண்பர். இம்மரம் அவ்வளவு வலு இல்லை. பொம்மை செய்யப் பயன்படுத்தலாம். அத்தி நூற்புழு எதிரி என்பதால் அத்திப்பட்டை, இலை, காய்களையும் வேம்பு, சோற்றுக் கற்றாழையுடன் கலந்து மூலிகைக் கரைசலை பூச்சி, பூசணத் தடுப்பாகப் பயன்படுத்தலாம்.

விருட்ச ஆயுர்வேதத்தில் உள்ள சில குறிப்புகள் வியப்பாகவும் சிறப்பாகவும் உள்ளன. **"முறிந்த மரங்களை ஒட்ட அத்தி, இச்சிப் பட்டைகளைப் பொடித்து, நெய், தேன், மதுவுடன் பால் கலந்து பிசைந்து ஒடிந்த பகுதியில் பூசிச் சேர்த்து வைக்கோல்பிரியால் கட்டவேண்டும். ஒட்டுக் கட்டியவுடன் வேர்ப்பகுதியில் புது மண்ணிட்டு எருமைப்பால் ஊற்றி நீர் விட்டால் முறிந்த பாகம் ஒன்று கூடி பலம் பெறும்"** (பாடல் 200, 201).

விண் பதியம் போடும் முறையும் ஏறத்தாழ இப்படித்தானே. வெட்டுப்பட்டு கோந்து வடியும் மரங்களுக்கு அத்திப்பட்டையையும் ஆலம் பட்டையையும் இடித்துப் பசுமாட்டுச் சாணத்தில் கலந்து நெய்யும் தேனும் கலந்து பூசவேண்டும். பத்தாம் நூற்றாண்டில் கூட மரத்தை எந்த அளவுக்கு சுரபாலர் நேசித்தார் என்று எண்ணும்போது வியப்பாக உள்ளது. இப்போது கிளை ஒடிந்தாலோ, கோந்து வடிந்தாலோ வெட்டி விறகாக்கி விடுகிறோம்.

அத்தியின் மருத்துவ நலனுக்காகவும், பிஞ்சுகளைக் கொண்டு சமையலுக்காகவும், மழைக் கவர்ச்சிக்காகவும் அத்தியை வளர்க்க வேண்டும். அத்திப் பழங்களைத் தின்று எச்சமிடும் பறவைகளினால் நாட்டு அத்தி பரவியுள்ளதைத் தவிர, நாற்றுப் போட்டுக் கன்று எழுப்பிப் பரவவில்லை. இதை நாம் செய்யலாம். ஏனெனில், **"எட்டு அத்தி மரங்களை ஒருவர் நடவேண்டும். இல்லையேல் மற்றவரை நடச் செய்யவேண்டும். அப்படிச் செய்தால் சந்திரலோகத்தில் இன்பமாய் வாழலாம்"** என்கிறது விருட்ச ஆயுர்வேதம்.

வாழ்வு தரும் மரங்கள்

14. தேனத்தி
தொன்மைச் சிறப்புள்ள முதல் மரம்

விஞ்ஞானப் பெயர்	:	Ficus carica (Moraceae)
சம்ஸ்கிருதம்	:	அஞ்சிரா
ஹிந்தி	:	அஞ்சீர்
ஆங்கிலம்	:	Fig Tree

உண்மையில் இந்தத் தேனத்தி மரம் திருதராஷ்டிர மகாராஜா ஆண்ட பாரதவர்ஷத்திற்குரியது. இன்று அப்பகுதி ஆப்கானிஸ்தானாகிவிட்டது. மதியூகி சகுனியின் சகோதரி காந்தாரி. காந்தார தேசத்திலிருந்து குருவம்சத்தினர் செய்த சம்பந்தம் அன்றே பிரச்சனை. இன்றும் கண்டஹார் (காந்தாரம்) அமெரிக்கா – அல்குய்தா யுத்தகளமாக உள்ளது. இருப்பினும் ஆப்கான் தேனத்தி உலகிலேயே முதல் தரமானது. Dry Fruits - உலர் பழத்தொழில் நுட்பத்திலும் உயர்வானது. அநேகமாக ஈரமில்லாக் காற்றும் துணை செய்யலாம். ஆப்கானிலிருந்து தொடங்கி மேற்கே மத்தியத் தரைக்கடல் நாடுகளுக்கும் – கிரீஸ், ரோம், இத்தாலி, மொராக்கோ – அதன் பின்னர் மெக்சிகோ வரை தேனத்தி பிரபலம். துருக்கி, பாகிஸ்தான், ஈரான், அரேபியா, இந்தியாவில் வடமேற்குப் பகுதிகளான குஜராத், ஹரியானா, ராஜஸ்தான், உ.பி, பிராந்தியங்களிலும் தேனத்தி உண்டு. தமிழில் சீமை

அத்தி என்றும் கூறுவார்கள். இன்று தமிழ்நாட்டிலும் சில நர்சரிகளில் தேனத்தி கிட்டும். தமிழ்நாட்டில் பல இயற்கை விவசாயிகளின் பண்ணைகளிலும் தேனத்தி மரங்கள் உள்ளன. இந்த மரத்திற்குரிய இலத்தீன் வழக்கில் CARICA என்பது மெக்சிகோவைக் குறிக்கிறது. இதன் தோற்றம் மிகத் தெளிவாக இந்தியாவை உள்ளடக்கிய மேற்கு ஆசியா என்பது தேற்றம். இம்மரத்திற்கு வைதீகக் குறிப்பு, பைபிள் குறிப்பு, குர்ரான் குறிப்பு எல்லாம் உண்டு. கலிபோர்னியாவிலும் மெக்சிகோவிலும் இம்மரங்கள் நிறைய உண்டு.

என்சைக்ளோபீடியா பிரிட்டானிகாவில் உள்ள தகவலின்படி, உலகில் தோன்றிய முதல் மரம் இதுவே. காரியா (Caria) விலிருந்து கிரீஸ் மக்கள் பெற்றுக்கொண்டதாக உலக புராணக்கதை கூறுகிறது. அநேகமாக காரியா என்பது ஆப்கானை அடுத்துள்ள பிரதேசமாக இருக்கலாம். பழைய கிரேக்க ரோமாபுரி ராஜ்ஜியங்களில் தேனத்திப்பழம் விருந்தில் இருக்க வேண்டுமென்று நியதியே இருந்ததாம். தேனத்தி ஏற்றுமதியும் தடை செய்யப்பட்டதாம். ஹோமருக்கு முற்பட்ட கிரேக்க புராணங்களில் பாக்கஸ் தெய்வத்திற்குப் படைக்கப்பட்ட பொருளாகத் தேனத்தி விளங்கியதாம்.

தேனத்திக்கு இரண்டு சிறப்பான மருத்துவ குணங்கள் உண்டு. ஒன்று இது மலச்சிக்கலுக்குரிய மருந்து. மற்றொன்று இதில் நிறைய தாதுப்புக்கள் உண்டு. அத்துடன் இதில் அமினோ அமிலம் – புரதச்சத்து, ட்ரையோசின், கிரேவின் என்சைம், சர்க்கரையைக் குறைக்கும் சர்க்கரைச் சத்து (Reducing Sugars) ஏராளமாக உள்ளது. இன்று மகாராஷ்டிரா மாநிலத்தில் தேனத்தி நிறைய விளைவதுடன் தரமும் ஏறத்தாழ பாரசீக ரகத்தை ஒத்துள்ளதாக புனே ஆராய்ச்சி அறிக்கை கூறுகிறது. எனினும் கிரீஸ் மற்றும் ஆப்கான் ரகங்களில்தான் ஈரப்பதம் குறைவு. கலிஃபோர்னியா ரகத்தில் சர்க்கரைச்சத்து கூடுதல். இந்தியாவில் நாம் இலந்தைப் பழத்தை ஏழைகளின் உணவு என்பதைப்போல் மத்தியதரைக்கடல் நாடுகளில் தேனத்தியை ஏழைகளின் உணவு என்பார்கள். இதன் விலை ஆப்பிள், ஆரஞ்சு ரகங்களைவிடக் குறைவு. குளிர்ப்பிரதேச நாடுகளில் ஆண்டுக்கு ஒரு முறை பூக்கும். மிதவெப்ப மண்டல நாடுகளில் இரண்டு முறை பூக்கும். வட இந்தியாவில் மூன்று முறை பூத்துக் காய்ப்பதும் உண்டு. மேற்குத்திசை நாடுகளில் இது மானாவாரிதான். யாரும் முறைப்படி பாசனம் செய்வது இல்லை. இதில் நிறைய ரகங்கள் உண்டு. மூன்றடியில் புதர்ச் செடிகளாகவும் காய்க்கும். 40 அடி உயர்ந்தும் பழங்களை உதிர்க்கும். மரங்களில் பழுத்துக்

கீழே கொட்டும். கீழே கொட்டும் போதே உலர்ந்த நிலையில் இருக்கும். அதை அப்படியே சற்று வெயிலில் உலரவைத்துப் பாடம் செய்யலாம். செயற்கையாகப் பாடம் செய்ய வேண்டிய அவசியம் இல்லை.

தேனத்தியின் இலை ஐந்து இணைப்புடன் கூடிய அகண்ட இலை. சாதாரண அத்தி இலை தனித்தொகுதியாகத்தான் இருக்கும். இது நல்ல மலமிளக்கி என்பதால் ஆங்கில மருந்துக்கடைகளில் (ஐரோப்பா, அமெரிக்க நாடுகளில்) 'அத்தி சிரப்' கிடைக்கும். உலர்ந்த அத்திப்பழம் சர்வதேச சந்தைப் பொருள். துருக்கி, ஆப்கானிஸ்தான், கிரீஸ், இத்தாலி, மெக்சிகோ, கலிஃபோர்னியா, போர்ச்சுக்கல் நாடுகளில் நிறைய அன்னியச் செலாவணி பெற்றுத்தரும் ஏற்றுமதிச் சரக்கு.

இந்திய மருத்துவக்களஞ்சியத்தில் தேனத்தி உண்டுவந்தால் ஈரல் நோய் வராது என்று குறிப்பிடப்பட்டுள்ளது. மூலம், வயிற்றுப்புண், வாய்ப்புண் எல்லா நோய்க்கும் அத்திப்பழமே மருந்து. அத்திப்பழம் இத்தாலியிலோ, கிரேக்க தேசத்திலோ, ஆப்கானிஸ்தானிலோ, துருக்கியிலோ ஏழைகளின் பழமாக இருக்கலாம். நம்மூர்களில் விலை அதிகம். சத்து இல்லாதவர்களுக்கும் சரி உடம்பில் சக்தியில்லாதவர்களுக்கும் சரி, ஒரு அருமையான வைத்தியம் உள்ளது. இது செலவு மிக்கது. இது பற்றிய குறிப்பு மருத்துவக் களஞ்சியத்தில் உள்ளது:

சம அளவில் பாதாம் பருப்பு, அத்திப்பழம், பிஸ்தா, முந்திரிப்பருப்பு சிறிது ஏல அரிசி, குங்குமப்பூ இவற்றை அரைத்துத் தேவையான அளவு கற்கண்டு சேர்த்து பசுநெய்யில் எட்டு நாள் ஊறவைக்கவேண்டும். இதன் பெயர் 'அஞ்சிராக்ருதம்' தினம் காலையில் வெறும் வயிற்றில் 2 தோலா சாப்பிட்டால் உடல் புஷ்டியாகும். அத்திப் பழத்தை உலரும் முன் மரத்திலிருந்து பறித்து உண்டாலும் ஆயுள் விருத்தியாகும்.

இவ்வளவு சிறப்புள்ள தேனத்தி மரம் தமிழ்நாட்டில் மிகவும் அரிதாயுள்ளது. தோட்டக்கலைத்துறை உகந்த கவனம் செலுத்தி விவசாயிகளுக்கு இந்த சீமை அத்தி / தேனத்திக் கன்றுகளை மலிவு விலையில் வழங்க முன்வரவேண்டும். வாய்ப்புள்ளவர்கள் ஆந்திரப் பிரதேசம் கர்நாடகம், மகாராஷ்டிரம், கேரளம் ஆகிய மாநிலங்களிலிருந்து கன்றுகளைக் கொண்டுவந்து மரமாக்குகின்றனர். இது பாலுள்ள மழைக்கவர்ச்சி மரம் என்பதால் தமிழ்நாட்டு விவசாயிகள் தேனத்திக் கன்றுகளைப் பெற்று மரம் வளர்த்துத் தேனும் பாலும் தமிழ்நாட்டில் ஓடவிட வேண்டும்.

15. பேயத்தி
கருவுக்குக் காப்பகம்

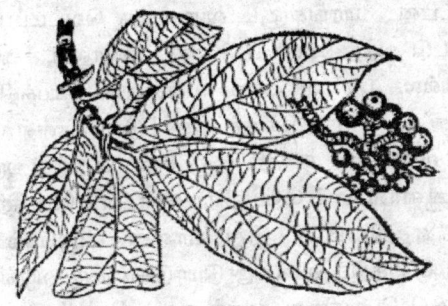

விஞ்ஞானப் பெயர் :	Ficus hispida (Moraceae)
சம்ஸ்கிருதம் :	காக்குதும்பரம்
ஹிந்தி :	கோனேதும்பர்
ஆங்கிலம் :	Rambal Tree

பேயத்தியைக் காட்டத்தி என்றும் அழைப்பார்கள். பேயத்தி மருந்து பெண்மைக்கு விருந்து. குறிப்பாகப் பேயத்தி மரத்தின் பால் கருவைக் காப்பாற்றும். இதுவும் மலமிளக்கி என்பதால் சுகப்பிரசவத்திற்கும் வழி செய்யும். பேயத்திப்பழம் குளுமை நிரம்பியது என்றும் தசைச் சுருக்கி என்றும் வெப்பத்தை அகற்றும் என்றும் நிகந்தஸ் கூறுகிறார். இது புளிப்பு நிரம்பியது. அக்குள் பகுதியில் வரும் கட்டிக்கு பேயத்திப் பட்டையைத் துவையலாக அரைத்துப் பூசினால் கட்டி உடைந்துவிடும். உடையாத கட்டியைப் பழுக்க வைத்து உடைய வைக்கும் மருந்து. மேலும் பேயத்தியைப் பற்றி நிகந்தஸ் கூறுகையில், இம்மரத்தின் பட்டை, பழம், காய் எல்லாமே குஷ்டம், கபம், பித்தம், மூலம், மஞ்சள்காமாலை, பாண்டுநோய் ஆகிய பல பிணிகளையும் அகற்றக்கூடியது என்கிறார். பேயத்திப் பழ ரசத்துடன் தேன் கலந்து சாப்பிட்டால் குருதிப்போக்கைத் தடுக்கும் என்று பாவப்பிரகாச வைத்தியம் கூறுகிறது. பொதுவாக ஆலமரத்திற்குரிய பல மருத்துவ குணங்கள் பேயத்தி மரத்திற்கும் உண்டு.

பேயத்தி மரங்கள் தென்னிந்தியாவில் பரவலாக உள்ளன. இம்மரங்களை அதிக அளவில் வங்காளத்திலும், அஸ்ஸாம் காடுகளிலும், மகாராஷ்டிரா, கர்நாடகம், கிழக்குக் கடற்கரைப் பிரதேசங்களிலும் காணலாம். தமிழ்நாட்டில் விறகுக்காக இம்மரங்கள் அழிக்கப்பட்டுவிட்டன. பொதுவாகவே அலோபதி மருத்துவம் வேரூன்றிவிட்டதால் பாரம்பரிய வைத்தியத்தில் மரங்களின் அபூர்வ வைத்திய குணங்களும் மறக்கப்பட்டுவிட்டன. மரங்களும் விறகுக்கு வெட்டப்பட்டுவிட்டன. பேயத்திப்பழம் நாட்டு அத்தியைவிடப் பெரிது என்றாலும், சீமை அத்தியைப் போல் இனிப்பு அல்ல. புளிப்புச் சுவை உள்ளதால் பேயத்திப் பழங்களை ஜாம் செய்து ரொட்டி, சப்பாத்திக்குத் தொட்டுக்கொள்ளலாம். புளிப்பு ஆப்பிளை ஜாம் செய்து உண்பதைவிட நஞ்சில்லா பேயத்தி ஜாம் உடம்புக்கு நல்லதாயிற்றே. ஆனால் யார் செய்து தருவார்கள்? பேயத்தி பற்றிய ஒரு சிறப்புச் செய்தி எதுவெனில், இது யானை விரும்பும் தீவனமாம். வடமாநிலங்களில் பேயத்தித் தழை ஆடுமாடுகளுக்கு வழங்கப்படுவதால் நோய் எதிர்ப்பு சக்தி பெறுகிறது. பால் சுரந்துகொண்டு கட்டுப்படாமல் உள்ள பசுக்களுக்குப் பேயத்திப் பழத்தை உலர்த்திப் பொடி செய்து கொடுத்தால் அவ்வாறு சுரப்பது நிற்கும். இம்மரத்தில் இலுப்பை மரத்திற்குள் காணப்படும் கிருமி நாசினி நுண்பொருள்கள் கொண்ட சப்போனின் உள்ளதால் இதன் சாரத்தைப் பயிர் நோய்ப் பாதுகாப்பு மருந்தாகவும் பயன்படுத்தலாம்.

நாட்டு அத்தியைப் போல் பேயத்தி அதிக உயரம் வளர்வதில்லை. 20 முதல் 30 அடி உயரம் வளரும். காபி, மிளகு, வெற்றிலை போல் நிழலில் வளரும் பயிர்களுக்கு நிழல் கட்டவும் பேயத்திகளைக் காபித் தோட்டங்களில் வளர்க்கலாம். சாம்பல் நிறத்தில் மரப்பட்டை இருக்கும். பேயத்திப் பட்டை அருமருந்து என்று முன்பே கவனித்தோம். நாட்டு அத்தியைவிடப் பேயத்தி மரத்தின் இலைகள் சற்று அகலமாகவும் நீண்டும் நுனித்தண்டுகளில் எதிர் ஒழுங்காகவும் இருக்கும். எல்லாப் பகுதிகளிலும் பேயத்தி பூத்துக் காய்க்கும். வேர்ப்பகுதியிலும் காய்கள் வரும். நாட்டு அத்தியைப் போல் கொத்துக் கொத்தாகக் காய்கள் ஏற்படாது. பேயத்தி மரங்களில் பறவைகளும் குரங்குகளும் வரும். இதைச் சாலை மரமாக நடுவது நல்லது. இது நிழலிலும் முளைத்துத் தலை தூக்கும். மரத்தை வெட்டினாலும் வேரிலிருந்து புதுத்தளிர் வரும். மரத்தின் அடியில் சிங்கக்கன்றுகள் உருவாகும். அதை வேறு இடங்களில் எடுத்து நடலாம். பேயத்தியைப் பரவலாக்கக் குச்சி (போத்து) நடலாம். பேயத்தியும் மழைக்கவர்ச்சி மரமே. தோப்புகளில் காற்றுத் தடுப்பியாக செயல்பட வேலிப்பயிராகவும் நடலாம்.

அரிஸ்டாட்டில்

பல்லுயிர் பெருக்கம் பற்றிய சிந்தனை வனத்துறை அறிஞர்களுக்கு வளர்வது நல்லது. பூக்கும் மரங்களுக்கும் அந்நிய மரங்களுக்கும் தரும் முக்கியத்துவத்தை உள்ளூரிலேயே அதிக மருத்துவ குணமுள்ளதும், பழங்குடி / ஆதிவாசி மக்கள் உணவாகப் பயன்படுத்தக்கூடிய பேயத்தி போன்ற பழவகை மூலிகை மரங்களின் விதைகளைச் சேகரித்துக் கன்று எழுப்பி விவசாயிகளுக்கு வழங்க வேண்டும். சாலைகளில் நடவேண்டும். பேயத்தி மரங்களை ஏரிக்கரை ஓரத்திலே மண் அரிப்பு ஏற்படாதபடி நடலாமே. வேலிக்காத்தானையும், கருவேல மரத்தையும் நட்டுப் பல்லுயிர் வளத்தைக் குறைத்து நஞ்சாக்கும் நிலை என்று மாறுமோ? நெஞ்சு பொறுக்கவில்லை. இந்நிலைகெட்ட மனிதர்களின் நெறிகெட்ட பார்வைகள் மெள்ள மெள்ள இம்மண்ணில் வளமிழக்கச் செய்யும் செயல்களுக்கு முற்றுப்புள்ளி வைக்கப் போகிறவர்கள் யார்?

எனினும்கூட, இன்று தமிழ்நாட்டில் அமரரான அறந்தாங்கி - இராசேந்திரபுரத்தின் ஊராட்சி மன்றத்தலைவர் மு.சண்முகநாதன், மரநடேசன், சங்கீதமங்கலம் ஓட்டுநர் கருணாநிதி, சட்டையில்லா சாமியப்பன், அன்பு சுந்தரானந்தா, நகரம் தங்கசாமி போன்ற நல்ல உள்ளங்கள் இதற்கு முற்றுப்புள்ளி வைக்கும்.

தமிழ்நாட்டில் அறந்தாங்கி வட்டாரத்தில் மரம் நடுவதில் பெரும்பங்கு வகித்த அமரர் மு.சண்முகநாதன் (சிலைவடிவில்) அதற்கு ஊன்றுகோலாயிருந்த பொறியாளர் ராஜேந்திரனுடன் நூலாசிரியர்.

வாழ்வு தரும் மரங்கள்

16. மா
மாமருந்து

விஞ்ஞானப் பெயர்	:	Mangifera indica (Anacardiaceae)
சம்ஸ்கிருதம்	:	அம்ரா, அம்பா
ஹிந்தி	:	ஆம்
ஆங்கிலம்	:	Mango

"கனிகளிலே அவள் மாங்கனி" - என்று கவியரசர் பாட்டு எழுதும் முன்பே, "ஹிந்துஸ்தான் தோட்டத்துக்கு அழகூட்டும் மரம் மா, வழங்குவதோ அற்புதக்கனிகள்; எல்லாக் கனிகளையும் விட அதுவே சுவையானது" என பாபர் அந்தக் காலத்திலேயே கவிதை எழுதிவிட்டார்.

கி.பி. 1525இல் பாரசீக மொழியில் எழுதப்பட்ட 'பாபர் நாமா' புத்தகத்தில் இக்கவிதை உள்ளது. மாம்பழத்துக்கும் மொகலாயர்களுக்கும் நிறைய தொடர்பு உண்டு. ஹிமாம் பசந்த், ஹுமாயூன், ஷாஜகான், ஜஹாங்கீர் என்று மன்னர்களின் பெயர்களில் பழங்கள். இவற்றை உத்தரப்பிரதேசத்தில் சுவைக்கவேண்டும். அங்கிருந்து வந்த பனிஷான் இங்கு பங்கனப்பள்ளி என்றும் சப்பட்டை என்றும் பெயரானது. மிகவும்

அரிஸ்டாட்டில்

சுவையான பழங்களில் பங்கனப்பள்ளியும் ஒன்று. மல்கோவா, அல்ஃபோன்சாவும் அப்படியே.

உலக அளவில் இந்தியா என்றால் மாம்பழம்; மாம்பழம் என்றால் இந்தியா என்ற பெயர் உள்ளது. இன்று உலக நாடுகள் பலவற்றிலும் இந்திய மாம்பழங்களுக்கு கிராக்கி உள்ளது. பிலிப்பைன்ஸ், மெக்ஸிகோ போன்ற நாடுகளில் மாம்பழம் முக்கிய ஏற்றுமதிச் சரக்கு. அமெரிக்காவில் ஃபுளோரிடா மாகாணத்துக்கு நம்ம ஊர் மல்கோவா சென்று வேர்பிடித்து, அங்கிருந்து மெக்ஸிகோவுக்குப் பயணித்துள்ளது. இதற்குக் கைமாறாக நமக்குத் தர்பூசணியை வழங்கியுள்ளனர்.

மாம்பழ உற்பத்தியிலும் நுகர்விலும் இந்தியாவுக்கே முதலிடம். இந்தியாவில் மாம்பழச் சாகுபடியில் முதல் மாநிலம் ஆந்திராதான். ஆந்திர மாநிலத்தில் மொத்த உற்பத்தியில் மூன்றில் ஒரு பங்குதான் தமிழ்நாட்டில் விளைகிறது. இரண்டாவது இடம் உத்தரப்பிரதேசத்துக்கு. மூன்றாவது இடத்தில் பீகாரும் நான்காவது இடத்தில் கர்நாடகமும் உள்ளன. ஐந்தாவது இடத்தில் மேற்கு வங்கமும் ஆறாவது இடத்தில்தான் தமிழ்நாடும் உள்ளது. தமிழ்நாடு இந்தியாவின் மொத்த மாம்பழ உற்பத்தியில் 5 சதவீதத்தை மட்டுமே அளிக்கிறது. இருந்தாலும் உலகப் பொதுமொழி வழக்கான லத்தீனில் மாமரத்தை 'மாங்கிஃபெரா இண்டிகா' என்கின்றனர். இதில் மாங்கி என்ற தமிழ்ச்சொல் ஏற்கப்பட்டுள்ளது. ஆங்கிலத்திலும் மாங்கோ என்ற சொல்லாட்சியின் வேர் தமிழ்.

இயற்கையின் பல அதிசயங்களில் மாம்பழமும் ஒன்று. சன் ஸ்ட்ரோக் வராமல் உடலைப் பாதுகாக்க மாம்பழ ஜூஸ் உதவுகிறது. மாம்பழத்தில் உப்பு, வெல்லம், சீரகம் போட்டு 'பன்னா' தயாரிக்கப்பட்டு உணவாகிறது. ஆந்திராவின் ஆவக்கா, உத்தரப்பிரதேசத்தின் கடுகு மாங்காய் ஊறுகாய் (படேக்கர்) ஏற்றுமதிக்கு உரியவை. மாம்பழத்தில் பால் கலந்து அருந்துவது ஆரோக்கியமானது. இதில் வைட்டமின் 'ஏ' உள்ளது. உடலைப் பளபளப்பாக்கும் குணம் மாம்பழத்துக்கு உண்டு. மலச்சிக்கலுக்கு அருமருந்து. ரத்த அழுத்தம், சர்க்கரை நோய் நிவாரணியாக பதப்படுத்தப்பட்ட மாம்பழ அல்வா பயனாகிறது. பொதுவாகவே பழமோ, பானமோ, ஊறுகாயோ, மாவடுவோ தெற்கு – வடக்கு பேதமில்லாமல் சராசரி இந்தியர்களின் உணவில் ஏற்கப்பட்டுள்ளது.

நான் சிறுவனாக இருந்தபோது, மாம்பழத்துக்கு மருத்துவம் மாம்பருப்பு என்பார்கள். காலம் சென்ற எனது தாயார், மாம்பழம் அதிகம் சாப்பிட்டால்,

வயிறு வலிக்கும்; அதை நிறுத்தக் கொட்டையை உடைத்துப் பருப்பைச் சாப்பிட்டால் சரியாகிவிடும் என்பார்கள். மருத்துவக் களஞ்சியத்தைப் புரட்டிப் பார்த்தால், மாம்பருப்பு மா மருந்து என்று கூறுகிறது. வயிற்றுப்போக்கு மட்டுமல்ல, பெண்களின் மாதவிடாய்க் காலத்துக் குருதிப் போக்கையும் மாம்பருப்பு நிறுத்தும். கொட்டையிலிருந்து பருப்பை எடுத்து உலர்த்தி வைத்துக்கொண்டு பின்னர் பொடி (சூரணம்) செய்து வேளைக்கு 20 அரிசி எடை அல்லது 30 அரிசி எடை, தேனில் குழைத்து 3 வேளை சாப்பிட்டால், சீதபேதி, ரத்தபேதி, மூலப்போக்கு, குருதிப் போக்கு, ஆஸ்துமா ஆகியவற்றுக்கு நிவாரணம் கிட்டும்.

மாம்பழத்தில் வைட்டமின் சி–யும் அதிகம். எல்லாச் சத்தும் உள்ள ஊட்ட உணவு இது. மாம்பழத்துடன் பால் சேர்த்து உண்டால் மகப்பேறு கிட்டும். குருதிப் போக்குக்கு மற்றொரு மருந்தும் கூறப்படுகிறது. மாம்பட்டை, மருதம்பட்டை, நாவல் மரப்பட்டை சம அளவு கலந்த தூள் வயிற்றுப்போக்கை நிறுத்தும். மாவிலை, மாவின் கொழுந்து ஆகியவையும் மருந்தே. மாங்குச்சியில் பல் துலக்கலாம். நல்ல கிருமிநாசினி, வேளாண்மையில் பூச்சி விரட்டிக்கு மாவிலைச் சாறையும் பயன்படுத்தலாம்.

மாம்பழச் சாகுபடியில் தருமபுரி, திண்டுக்கல் மாவட்டங்கள் முன்னணியில் உள்ள காரணம் செவ்வல்; அத்துடன் கல்பூமி, மணற்பாங்கான செங்கை, தென்னாற்காடு, வேலூர் மாவட்டங்களிலும் மாம்பழச் சாகுபடி உண்டு. திருச்சி, தஞ்சை வண்டல் பூமியிலும் சிறப்பாக விளைகிறது. நத்தத்தில் செந்தூரா, மாயவரத்தில் பாதிரி, வத்தலக்குண்டு நீலம் என ஊருக்கு ஊர் நிறையச் சிறப்புகள் உண்டு. எல்லா ரகங்களையும் ஒட்டுக் கன்றாகவும் கொட்டைக் கன்றாகவும் நடலாம். கொட்டைக் கன்றுகள் நல்ல பலன் தரும். உயரமாக வளர்ந்து நிறையப் பக்கக் கிளைகளை உருவாக்கும்.

வீட்டுக்குத் தேர்வு செய்யக் கொட்டைக் கன்று. வணிகத்துக்கு ஒட்டுக் கன்று. ஒட்டுக் கன்று உயராது. நிறையப் பக்க கிளைகளுடன் நல்ல மகசூல் தரும். கொட்டைக் கன்றை அவரவர் உருவாக்கலாம். மாம்பழம் சாப்பிட்டதும் கொட்டைகளை ஊன்றி நாற்றெடுக்க வேண்டும். ஒட்டு ரகத்துக்கு மாவட்டந்தோறும் உள்ள தமிழ்நாடு தோட்டக்கலைத் துறை நர்சரிகளை அணுகலாம். மாமரம் (நாட்டு ரகம்) உறுதியான பலகைகள் தரும். கட்டுமானத்துக்கு ஏற்றது. முற்றிய மாங்காய்களைப் பழுக்க வைக்க கார்பைட் கல் (விஷம்) பயன்படுத்துவது சட்டப்படி குற்றம். கடந்த ஆண்டு நெல்லை, திண்டுக்கல் மாவட்டங்களில் இதுபோல் பழுக்கவைத்த மாம்பழங்கள்

அரிஸ்டாட்டில்

பறிமுதல் செய்யப்பட்டு குப்பைக் கிடங்கில் கொட்டப்பட்டன. அதேபோல் எல்லா மாவட்ட ஆட்சித் தலைவர்களும் நடவடிக்கை எடுப்பது அவசியம்.

மாமரத்துக்கு பூச்சி மருந்து தெளிப்பதும் செயற்கை உரம் போடுவதும் அதன் சுவையைப் பாதிக்கும். விஷப்பொருள் பழத்தில் எஞ்சும் வாய்ப்பு உள்ளது. இப்போது ஏற்றுமதிச் சந்தைக்குப் பயிரிடுவோரும் உள்ளூர் இயற்கை வழிச் சந்தைக்குப் பயிரிடுவோரும் பெருகிவிட்டனர். இயற்கை வழியில் பஞ்சகவ்யம், குணபம், மண்புழு உரம் போன்ற நுட்பங்களைக் கையாண்டு செங்கல்பட்டு முகுந்தன், மொரப்பூர் பழனிவேல் ஆகியோர் வெற்றிக் கனிகளைக் குவித்துள்ளனர். மாம்பழத்தில் உள்ள பால் வாசனை போக வேண்டுமானால் பழுக்க வைக்கும் மாங்காய்களைக் குளிர்ந்த நீரில் சில மணி நேரங்கள் அமிழ்த்தி வைக்கலாம். பின்னர் துடைத்துவிட்டுக் கூடைகளில் வைக்கோல்களில் பழுக்க வைக்கவேண்டும். அதிகமாகக் காய்கள் இருந்தால் பழைய நியூஸ் பேப்பர்களை விரித்து அதன்மீது பரப்பலாம்.

தமிழ்நாட்டில் மிகப் பெரிய அளவில் மாங்கன்று குறிப்பாக அல்ஃபோன்ஸா, இமாம் பசந்த் போன்ற ரகங்களில் ஒட்டுக்கன்றுகள் உற்பத்தி செய்யும் திரு. கன்னையா ஒரு பிகாரி. அவர் முகவரி:

கிசான் நர்சரி
சாந்தூர் – கிராமம், போச்சம்பள்ளி (வழி)
கிருஷ்ணகிரி மாவட்டம் – 635 206,
செல் எண்: 944434 81064 போன்: 954343 – 248437

இயற்கை விவசாயத்தில் மா.சாகுபடி செய்யும் அரியன்னூர் ஜெயச்சந்திரன் - ஊராட்சிமன்றத் தலைவர் - மரத்தைச் சுற்றி பல தானிய விதைப்பு செய்து மடித்து உழப்பட்டுள்ளது.

அட்டவணை

மாம்பழ சாகுபடியில் ரகவாரியாக குண இயல்புகள்

ரகம் – மரத்தின் இயல்பு, பூத்துக் காய்க்கும் தன்மை	பழத்தின் தன்மை, விற்பனை வாய்ப்பு
1. செந்தூரா – வருடா வருடம் நிறையக் காய்க்கும், பருவத்தின் முதலில் பூத்து முதலில் அறுவடைக்கு வரும்.	நடுத்தர பருமன், மேல்பகுதி சிவப்பு, கீழ்ப்பகுதி பச்சை, காம்புப் பகுதியில் சின்னக்குழி – நல்ல சுவை, நார் இல்லை.
2. நடுச்சாலை (அ) பீத்தர் (அ) ரஸ்புரி – ஒரு வருடம் விட்டு மறுவருடம்தான் காய்க்கும். பருவத்தின் முதலில் செந்தூராவுக்கு அடுத்து அறுவடைக்கு வரும்.	நடுத்தர பருமன், மூக்கு அகலமாக, எடுப்பாக, கூர்மையாக, ஓரளவு அதிக சாறு.
3. அல்போன்சா (அ) காதர் (ஆ) குண்டு (அ) பாதாமி – மானாவாரியில் சுமாராகவும், பாசனத்தில் அதிகமாயும் காய்க்கிறது. உரமிட்டு, நீர்பாய்ச்சி பராமரிக்கும் தோட்டங்களில் ஆண்டுதோறும் காய்க்கிறது.	நடுத்தர பருமன், காம்பு குழிக்குள், மூக்கு தட்டை, நார் இல்லை, அதிக சதை, நல்ல சுவை, ஏற்றுமதிக்கும், மாம்பழச்சாறு ஆலைக்கும் ஏற்றது. (டன் ரூ. 8000 முதல் 1800 வரை)
4. காலேபாடு (அ) கருநீலம் நடுத்தரமான உருவமுள்ள மரம். வீட்டுத் தோட்டத்திலும் வளர்க்கலாம். சுமாராகக் காய்க்கும்.	நடுத்தர பருமன், காம்பு பகுதியில் குழி இல்லை, அடியும் தட்டை மூக்கும் தட்டை, நார் இல்லை, அதிக சதை, அதிக சுவை, மணக்கும்படியும், தோலோடு சாப்பிடலாம்.
5. பங்கனிப்பள்ளி (அ) பனோசான் (அ) ராஜபாளையம் சப்பட்டை. சுமாராகக் காய்க்கும். பருவத்தின் நடுமத்தியில் பழம் கிடைக்கும்.	பெரிய பழம், நீண்ட முட்டை வடிவம், அடிப்பகுதி தட்டை, மூக்கு இல்லை, காம்பு பகுதியில் குழி இராது. நார் இல்லை, அதிகச் சாறு, அதிக சுவை.
6. மல்கோவா – பெரிய பூங்கொத்து, குறைவாகவே காய்க்கும் விஜபி ரகம்.	பெரிய உருண்டை, அதிக எடை, காம்பு பகுதியில் குழி, தட்டையான மூக்கு, மூக்குக்கு மேல் சின்னக்குழி, கனமான தோல், சின்னக் கொட்டை, லேசாக நார், அதிக சாறு, அதிக சுவை, நீண்ட நாள் கெடாது.

7. இமாம்பசந்த் (அ) இமாயுதீன். சுமாராகவே காய்க்கும், விஜபி ரகம், புளிப்புத் தன்மையே இல்லாத மாங்காய், காயாகவே சாப்பிடலாம்.	பெரிய பழம், நீண்ட முட்டை வடிவம், அடிப்பகுதி தட்டை, மூக்கு இல்லை, காம்பு பகுதியில் குழி இராது. நார் இல்லை, அதிகச் சாறு, அதிக சுவை.
8. பெங்களூரா (அ) கல்லாமை (அ) கிளிமூக்கு (அ) தோத்தாபுரி வறட்சியைத் தாங்கி வளரும், வருடா வருடம் நிறையக் காய்க்கும்.	நீண்ட வடிவம், காம்பு பகுதி கூம்பு, அடிப்பகுதி உருண்டை, கூரான மூக்கு, மேல் வளைவு, நார் இல்லை, கெட்டி, அதிக சாறு பழச்சாறு ஆலைகளுக்கு ஏற்றது (டன் ரூ. 3000 முதல் ரூ. 6000 வரை)
9. மல்லிகா – ஒட்டு வீரிய ரகம், கொத்துக் கொத்தாகக் காய்க்கிறது, நீலத்தைப் போலவே பருவத்தின் கடைசியில் காய்ப்பு, நீலத்தை விட அதிக மகசூல்	அதிக மகசூல், அதிக சுவை, விரைவில் கெடாது. பருவத்தின் கடைசிக் காய்ப்பு ஆகிய அனைத்தும் சேர்ந்து லாபகரமான ரகமாக உருவெடுத்துள்ளது.
10. நீலம் (அ) காசா லட்டு வருடா வருடம் நிறையக் காய்க்கும், பருவத்தின் கடைசியில் அறுவடை. ஆகவே அதிக விலை.	நடுத்தர பருமன், காம்பைச் சுற்றி குழி இராது. சின்னப் புள்ளியாக மூக்கு, ஓரளவு நார், அதிக சாறு, அதிக சுவை, அறுவடைக்குப் பின் பழம் வற்றும், ஆனால் கெடாது.
எந்த மாதத்தில் எந்த ரகம் அறுவடைக்கு வரும் சித்திரையில் – செந்தூரா மட்டுமே வைகாசியில் – அல்போன்சா, நடுச்சாலை ஆனி முதலில் – மல்கோவா, இமாம் பசந்த், பங்கனப்பள்ளி ஆனி 15க்கு பின்பு – மல்லிகா, பெங்களூரா, நீலம் ஆடியில் – பெங்களூரா, நீலம் ஆடி 15–30 – நீலம் மட்டும்	**வருடா வருடம் நிறைய காய்க்கும் ரகங்கள்** செந்தூரா, நடுச்சாலை, பெங்களூரா, நீலம் **பழச்சாறு ஆலைகளுக்கு சப்ளை செய்திட** அல்போன்சா, பெங்களூரா **விஜபிகளுக்கு பரிசுப் பொருளாக வழங்கிட** இமாம் பசந்த், மல்கோவா
ஆகவே, உங்கள் தோட்டத்தில் முன்பருவம், நடுப்பருவம், பின்பருவம் என பல்வேறு பருவங்களிலும் காய்க்கும் ரகங்களைத் தெரிந்தெடுத்து தனித்தனியாக நட்டுப் பராமரித்தால் ஆண்டுதோறும் அதிக வருவாய் பெறலாம்.	

வாழ்வு தரும் மரங்கள்

17. தில்லை
பாலுணர்வு மரம்

விஞ்ஞானப் பெயர்	:	Excoecaria agollocha (Euphorbiaceae)
சம்ஸ்கிருதம்	:	உகாடு, கங்க்வா
ஹிந்தி	:	கங்கிவா, தைஜ்பலா
ஆங்கிலம்	:	Tiger's milk tree, Blinding Tree

திருக்கோயில் என்றாலே அது சிதம்பரத்துக்கு மட்டுமே உரித்தான சிறப்புப் பெயர். தில்லை வனத்தில், சிற்றம்பலத்தில் ஆனந்த நடனம்புரிந்த தில்லை அம்பல நடராசப் பெருமான் சகளத் திருமேனியில் காட்சி தருவதை நாம் அறிவோம். தில்லை மரமே சிதம்பரத்தின் தல விருட்சம் என்பதைப் பலரும் அறியமாட்டார்கள். இன்று அம்பலத்தில் நடராஜர் ஆடுகின்றார். ஆனால் தில்லை மரம் அம்பேல் ஆகிவிட்டது. ஒரு காலத்தில் தில்லை மரங்கள் சூழ்ந்திருந்த சிதம்பரத்தில், சிறப்பு இருந்தது.

தில்லையும் மழைக்கவர்ச்சி செய்யும் பால் மரமே. இம்மரத்தின் எல்லாப் பாகங்களில் இருந்தும் பால் வடியும். இரண்டு அரிசி எடை அளவு—ஒரு

தில்லைவனம் - சிதம்பரம் கோயில் தலவிருட்சம்

சொட்டுப் பாலில் நீர் கலந்து சாப்பிட்டால் மலச்சிக்கல் தீரும். சிறுநீர் பெருகும். தில்லை இலையை நீரில் கொதிக்க வைத்து, வடிகட்டிப் புண்ணைக் கழுவினால் ஆறிவிடும். இந்த மரத்தை வெட்டும்போது, இதன் பால் கண்ணில் தெறித்தால் பார்வை இழப்பு ஏற்படும், உடம்பில் பட்டால் கொப்புளம் ஏற்படும். இதில் நிறைய மருத்துவக் குணங்கள் உண்டு. கடுமையான கழிச்சலை ஏற்படுத்தும். கர்ப்பச்சிதைவை ஏற்படுத்தும் சக்தியும் இதற்கு உண்டு. ஒரு கிராம் விதையைப் பால்விட்டு அரைத்துக் கலக்கிக் கொடுத்தால் சிறு நஞ்சுகள், பெரு நஞ்சுகள், திபிர் வாயு, கபம், கோழை, குட்டம் குணமாகும் என்று தமிழ் மருத்துவக் குறிப்பு உண்டு.

நட்கர்னி மருத்துவக் களஞ்சியத்தில் கவனிக்கத்தக்க ஒரு குறிப்பு உள்ளது. இந்தி மொழியில் இந்த மரத்தின் பெயர் தேஜபலம், இம்மரத்தின் அடிப்பாகம் அல்லது வேரிலிருந்து எடுக்கப்படும் ஒரு விதமான சிவப்பு மொழுக்கு தேஜபலம். அந்தத் தேஜபலம் பாலுணர்வைத் தூண்டும் வயாக்ரா. பாம்பு கடி விஷத்துக்கு மருந்தாகக் கூறப்படும் பல மூலிகைகளில் தில்லையும் ஒன்று. இந்தியக் காடுகளில், குறிப்பாகக் கேரள நாட்டில் தில்லை மரங்கள் நிறைய உண்டு. ஒருவகையில் இதுவும் அலையாத்தி – மாங்குரோவ் போல் கடல் அரிமானம் உள்ள உவர் சதுப்புகளில் வளரக்கூடியது. இதை விஷமரம் என்று கருதி யாரும் சாகுபடி செய்வது இல்லை. இதன் மருத்துவக் குணங்களையும், உவர் தாங்கும் சக்தியையும் கவனித்து அலையாத்திக் காடுகளில் தில்லை மரங்களையும் வளர்க்க வேண்டும். அலையாத்திக் காடுகளில் இது காணப்படும்.

பர்மாவில் இம்மரத்திலிருந்து சரும நோய்க்கு ஒரு மருந்து தயாரிக்கப்படுவதாகக் கூறப்படுகிறது. இம்மரம், பசிபிக் – இந்து மகா சமுத்திரத் தீவுகளில் அலையாத்தியோடு வளர்கிறது. பிஜித் தீவுகளின் பழங்குடிகள் தில்லை மரத்திலிருந்து ஒருவகை மருந்து தயாரித்துப் பெரு நோய்க்கு சிகிச்சை அளித்து வருவதாகவும் நூல் குறிப்புகள் உள்ளன.

ஆங்கிலத்தில் தில்லை மரத்துக்குப் புலிப்பால் மரம், அதாவது Tiger's Milk Tree என்றும் பெயர் உண்டு. புலிப்பால் ஒரு அரு மருந்து. யாரால் கறக்க முடியும்? இதற்கு Blinding Tree என்றும் பெயர் உண்டு. அதாவது இதன் பால் கண்ணைக் குருடாக்கும் என்றாலும் இதிலிருந்து ஆல்கஹால் பெறும் வாய்ப்பு உண்டு. தில்லை மரத்தூளை நீர்த்த கந்தக அமிலத்தில் கரைத்தால், 40 சதவீதம் சர்க்கரை கிட்டும். 70 சதவீதம் நொதிக்கும்.

தில்லை வனம் அழியக் காரணம் வெட்டி விறகானதுதான். இதன் விறகுப் பயன் மிகவும் சிறப்பானது. நல்ல கங்குடன் எரியும். வெப்பத்திறனும் அதிகம். தில்லை மரம் 25 அடி வளரும். 4 அடி விட்டம் அடிமரத்தில் தேறும்.

தில்லை மரங்களில் உள்ள பூக்கள் நறுமணம் உள்ளவை. சிறிய பூங்கொத்தில் சின்னச் சின்ன மஞ்சள் பூக்கள் உண்டு. பெண் மரத்தில் பூங்கதிர் இன்னமும் சிறிது, சிறிய விதைக் காய்களும் தோன்றும்.

கடற்கரை ஓரங்களில் உள்ள சதுப்பு நிலங்களில் வேலிக்காத்தானுக்கு மாற்றாகத் தில்லையை நடலாம். ராமநாதபுரம், புதுக்கோட்டை மாவட்டங்களில் உள்ள உவர் நிலங்களில் தில்லை மரங்களைப் பயிரிடலாம். இவை தவிர அலையாத்தி மரங்களை ஒட்டி, தில்லை மரங்களையும் வளர்த்து கடற்கரைப் பகுதிச் சுற்றுச்சூழலை மேம்படுத்தலாம். தவிரவும், இன்றுள்ள எரிசக்தி நெருக்கடிக்குத் தில்லை மரம் வழங்க வல்ல அதிசக்தி சாராயம் (Power Alcohol) அருமையான வரப்பிரசாதம் அல்லவா?

அரிஸ்டாட்டில்

18. அலையாத்தி
சுனாமிக்கு எமன்

விஞ்ஞானப் பெயர்	:	Rhizophora apiculata
		Avicinniah officinalis
		A. Marina
		Ceriops decandra
ஆங்கிலம்	:	Mangrove
தமிழ்	:	கண்டல், வெள்ளைக் கண்டை
		நரிக்கண்டை, சொரப்புன்னை

அலையாத்தி என்பது பொதுப்பெயர். சொரப்புன்னை, கண்டல், வெண்கண்டல், நரிக்கண்டை, நல்லமாடா என்று பலவகை மரங்கள் உள்ளன. தமிழ்நாட்டில் பரவலாயுள்ள ரகம் அவிசின்னியா ஆஃபிசனலிஸ் என்ற நரிக்கண்டை.

கடந்த ஆண்டு டிசம்பர் 26ஆம் தேதி ஞாயிற்றுக்கிழமை பௌர்ணமி நாளில் சுனாமி என்ற ஆழிப் பேரலை இந்தோனேஷியா, இலங்கை, இந்தியா, தாய்லாந்து கடற்கரைப் பகுதிகளில் லட்சக்கணக்கான மக்களை விழுங்கிவிட்டது. அலையாத்திக் காடுகள் இருந்திருந்தால் இந்த அளவுக்கு மனிதர்கள் மடிந்திருக்கமாட்டார்கள். பாதிப்புற்ற இடங்களில் ஒரு காலத்தில் அலையாத்திகள் இருந்தன. அவை அழிந்த இடத்தில் இறால் பண்ணைகள் வந்தன. அலையாத்தி அழிந்த இடத்தில் மீண்டும் அவற்றையே

உருவாக்காமல் இறால் ஏற்றுமதி செய்து பணக்காரர்களாகத் திட்டமிட்டதால், இன்று மீனவர்கள் அழிந்தனர். கிராமங்கள் காணாமல் போய்விட்டன.

சுனாமி அழிவுக்கு நிரந்தரப் பரிகாரம் அலையாத்திகளைப் பயிரிடுவதுதான். அலையாத்திகள் மிகுந்துள்ள முத்துப்பேட்டையிலும் பிச்சாவரத்திலும் அழிவு இல்லை. பவழப்பாறைகள் நிறைந்த ராமேஸ்வரத்திலும் அழிவு இல்லை. இவ்வாறே, அலையாத்தி அடர்ந்துள்ள கார் நிக்காபார் தீவுகளில் உள்ள காடுகள், பவழப்பாறைகள் ஆயிரக்கணக்கான மீனவர்களைக் காப்பாற்றியதாகச் செய்திக் குறிப்பு உள்ளது.

மாங்குரோவ் என்பதும் அலையாத்தி என்பதும் ஒன்றே. கடலில் அலைகள் ஏற்படுத்தும் சக்தியையும் நீரோட்ட விசையையும் அலையாத்தி மரங்கள் கட்டுப்படுத்துவதால்தான் இவற்றுக்கு இப்பெயர். இந்தச் சக்தி இம்மரங்களில் சுவாச வேர்களுக்கு உண்டு. இந்தியாவின் நீண்ட கடற்கரையில் பல நூற்றுக்கணக்கான ஆறுகள் சங்கமம் ஆகின்றன. இவ்வாறு சங்கமம் ஆகும் கழிமுகங்களில் அலையாத்தி மரங்கள் வளர்கின்றன. இவை இயற்கை வழங்கிய வரப்பிரசாதங்கள். இவை அழிக்கப்படாத வரையில் கடல் கொந்தளிப்பாலும் புயலாலும் ஏற்படும் சேதங்கள் குறைவாக இருந்தன. கடல் நீர் கரை கடந்து, நில அரிப்பு

சுவாச வேர்

ஏற்படாமல் அலையாத்தி மரங்கள் மக்களைக் காப்பாற்றும். சுனாமி உயிர்ச் சேதத்தைத் தடுத்து நிறுத்தும். கடந்த நூற்றாண்டுக்கு முன்பு சென்னையிலிருந்து குமரி வரை ஒரிசா, ஆந்திரத்திலும் கூட கிழக்குக் கடற்கரைப் பகுதிகளில் அலையாத்திக் காடுகள் இருந்தன.

காலப்போக்கில் கடலில் சங்கமம் ஆகும் ஆற்றுப் படுகைகளில் தூர்படிந்து சாக்கடையாகிவிட்டன. சென்னையில் கூவம், அடையாறு இதற்கு எடுத்துக்காட்டு. கூவம், அடையாறு சங்கமப் பகுதிகளில் ஒரு காலத்தில் அலையாத்தி மரங்கள் இருந்தன. இப்போது இல்லை. அலையாத்தி அழிந்து மழையும் குறைந்து, இன்று வறட்சியே மேலோங்கியுள்ளது. அலையாத்தி மரங்களில் பலவகைகள் உண்டு. ஃபுளோரிடா, சுந்தரவனம் (வங்காளம்) அந்தமான்–நிகோபார் பகுதிகளில் அலையாத்தி நிலப்பரப்பு மிகவும் அதிகம். தமிழ்நாட்டில் முத்துப்பேட்டையிலும் பிச்சாவரத்திலும் மட்டுமே அலையாத்தி மரங்கள் எஞ்சியுள்ளன. இவை சற்று உயரம் இல்லாதவை. அலையாத்தியின் பின்புலத்தில் பூவரசு, இலுப்பை, தேக்கு, ஓக், மகோகனி, தோதகத்தி, குமிழ் எல்லாமே செழிப்பாய் வளரும். நல்ல உயரமாய் வளரும் ஃபுளோரிடா மங்கல் என்பது சிவப்புப் பட்டையுள்ள மரம். இது இந்தியாவில் அரிது. இங்குள்ள அலையாத்தி கருப்பும் வெள்ளையும் ஆகும். சிவப்பு மாங்குரோவ் அலையாத்தி மரங்களில் விழுதுகளே விதையாகி அடிமரமாகி ஆலமரம்போல் வளரும். இந்திய மாங்குரோவ் மழைக்காலத்தில் கடலிலும் கழி முகத்திலும் நீர் மட்டம் உயரும்போது, நெற்றுக்கள் உதிர்ந்து மரங்களாகும். கடற்கரைப் பகுதிகளில் ஆறுகள் சங்கமமாகும் பகுதிகளில் அலையாத்தி விதைகளை நட்டு வளர்க்க அரசு முயற்சி செய்தால் நலம். அலையாத்தியின் முக்கிய நன்மை, அதன் வேர்கள் உவர் நிலத்தில் நன்னீர் நிலமாக மாற்றும். இதனால் சவுக்கு, சில்வர் ஓக், ஆல், மருதம், பூவரசு, இலுப்பை, தேக்கு, மகோகனி, தோதகத்தி நடலாம். இரண்டாவதாக, அலையாத்தியின் சுவாச வேர்கள் தான் – குறைந்தளவு நன்னீரும் உள்ள நீர்தான் பவழப்பாறைகள், ஏராளமான மீன்களின் புகலிடம். இயற்கை இறால் இங்குதான் முட்டையிடும். நண்டுகளின் புகலிடமும் இதுவே. அளவிட முடியாத இயற்கைச் செல்வமே அலையாத்தி மர வேர்களில் உள்ளது. வளர்ச்சிப் பாதை என்ற பெயரில் கடல் பகுதியில் உள்ள கழிமுகத்துக்கு நன்னீர் வராதபடி வேளாண்மைக்கும் இறால் வளர்ப்புக்கும் கால்வாய்கள் திருப்பி விடப்படுவதால், அலையாத்தி – மாங்குரோவ் மரங்கள் அழிந்துவிட்டன. சுனாமியால் அதிகம் பாதிப்புற்ற இந்தோனேசியா, தாய்லாந்து பகுதிகளில் அலையாத்தி மரங்கள் முற்றிலும் அழிந்துவிட்ட காரணம் கவனிக்கத்தக்கது. அலையாத்திகளை அழித்துவிட்டு அங்கெல்லாம் இறால் பண்ணைகள் உருவாகியுள்ளன. சென்னையே ஒரு காலத்தில் அற்புதமான மாங்குரோவ் வனமாக இருந்தது. நகர வளர்ச்சி என்ற பெயரில் கூவமும் அடையாறும்

நகரக் கழிவுகள் கலக்கும் சாக்கடை ஓட்டமாக மாறியதால் அலையாத்திகள் அழிந்தன. சுனாமிப் பேரழிவு நிகழ்ந்தது. வேதாரண்யக் காடுகள் அழிந்ததால், நாகையில் அழிவு. கெடிலம் ஆறு கலக்கும் கழிமுகம் சாக்கடையானதால், கடலூர், பாண்டியிலும் சுனாமி அழிவு. மீண்டும் அலையாத்தி அரண்களை உருவாக்கி சுனாமி ஆபத்திலிருந்து விடுதலை பெறுவோம்.

காவிரியின் கழிமுகச் சூழல்

கடல் உண்ட புகார் நகரம் நெய்தல் நிலச் சிறப்பை எடுத்துக்காட்டும். காவிரிப்பூம்பட்டினத்தின் சிறப்பைப் பட்டினப்பாலை கூறும். இன்று வளம் நிறைந்த சதுப்பு நிலக்காடுகளை அழித்துவிட்டு, அங்கே கடல் நீரை நிரப்பியுள்ள ரசாயன இறால் குளங்கள் காட்சி தருகின்றன. கழிமுகங்களில் தூர்படிந்து அலையாத்தி (மாங்குரோவ்) மரங்கள் அழிந்துவருகின்றன.

மாங்குரோவ் என்பது நெய்தல் நிலச் சிறப்புள்ள அலையாத்தி மரங்கள். இவை கழிமுகச் சூழல்களின் முக்கிய சக்தி. உப்பு நிலத்தை உவரற்ற நன்னிலமாக மாற்றும் இயல்புள்ளவை. நதிகளின் நீர் கடலில் சங்கமமாகும் கழிமுகங்களில் இருமருங்கிலும் பசுமை கூட்டும் மரங்கள் இவை. இப்பசுமை மரங்களின் சிறப்பு, வெளியே தெரியும்படி நீரில் துணை வேர்களில் (Prop Roots) உற்பத்தி. இது மூச்சுவேர் என்றும் கூறப்படுகிறது. சேற்றில் வளரும் இத்துணைவேர்கள் அந்நிலத்தை நன்னிலமாக்குவதுடன், மாங்குரோவின் பின்புலமாயுள்ள சதுப்பு நிலக்காடுகளில் ஓங்கி உயரமாக வளரும் மரங்களின் வளர்ச்சிக்கும் உதவுகின்றன. அத்துடன் கடலில் அலைகள் ஏற்படுத்தும் சக்தியையும், நீரோட்ட விசையையும் அலையாத்தி மரங்களின் சுவாச வேர்கள் கட்டுப்படுத்திப் புயலின் வேகத்தை மட்டுப்படுத்துகின்றன.

இந்தியாவில் மாபெரும் மாங்குரோவ் – சதுப்பு நிலக்காடுகள் கங்கை நதி சங்கமமாகும் சுந்தரவனம். அதன்பின் அந்தமான். மூன்றாவது முக்கியத்துவமுள்ள மாங்குரோவ், காவிரியின் கழிமுகச் சூழல். உண்மையில் காவிரியின் கழிமுகம் புகார் என்றாலும், இன்று அது கீழையூர் வருவாய்த்துறை கிராமத்தில் அடங்கும் தர்மகுளத்திற்கு அருகே கடலில் மூழ்கிவிட்டது. கடல்கொண்ட புகார் அருகே நெய்தல் வாசல் என்ற கிராமத்தில் நெய்தல் என்ற பெயர் மட்டும் எஞ்சியுள்ளது. நெய்தல் பண்பாடு தொலைந்து போனது. நெய்தலில் மருதம் நுழைந்தது. பின் மருதமும் மறைந்து காவிரியின் கடல்புறச் சூழலை மாசாக்கும் செயற்கை இறால் பண்ணைகளே இன்று எஞ்சியுள்ளன. எனினும், காவிரியின் கிளை நதி

வெண்ணாறு, நீடாமங்கலத்தில் பாமணியாகப் பிரிந்து, முத்துப்பேட்டையில் கோரையாறாகிப் பின் ஓர் ஏரியில் கலந்து சங்கமமாகிறது. இந்த உவர்

முத்துப்பேட்டை - அலையாத்திக்காடு

ஏரியில்தான் மாங்குரோவ் என்ற அலையாத்தி பிரசித்தம். ஆனால் ஏரியில் நன்னீர் வரத்து இல்லை. தூர்ந்து வருகிறது. இரண்டாவதாகக் கொள்ளிடத்தின் கிளையான உப்பனாறு சங்கமமாகும் பகுதியில் பிச்சாவரம் உள்ளது. இங்கும் மாங்குரோவ்கள் உள்ளன. இவையும் அழிந்துவருகின்றன. மாங்குரோவ்களின் சுவாச வேர்களில்தான் லட்சக்கணக்கான மீனினங்கள், இறால், நண்டுகள் இனப்பெருக்கம் செய்யும். அவற்றின் இயல்பான இனப்பெருக்கத்திற்கு முழு உப்புள்ள கடல் நீர் உதவாது. கடல் நீரும் நதி நீரும் சங்கமமாகும் உப்புக் குறைந்த நீரில்தான் குஞ்சுகள் உயிர்வாழும். பெரிதானதும் கடலுக்குள் வாழ்ந்துகொள்ளும் இயல்புள்ளவை. காவிரியில் நீர் வர முதலில் கர்நாடகம் தயவுகாட்ட வேண்டும். கர்நாடகத்தின் தயவு பெற்றபின் விவசாயத்திற்கு மட்டுமே முழுமையாகப் பயனுறாமல் கழிமுகச் சூழல் வளர்ச்சிக்கும் நதிநீர் வந்து கடலில் கலக்கவேண்டும். அப்போதுதான் மாங்குரோவ் சூழலில் வாழும் பல லட்சக்கணக்கான உயிரினங்களின் இனப்பெருக்கம் இயலும்.

நதி நீரோட்டம் இல்லாமல் சென்னை மாநகரத்தில் உள்ள கூவம் போல் தமிழகத்தின் கழிமுகங்கள் எல்லாமே கூவங்களாக மாறிவருகின்றன. சொல்லப்போனால் 18, 19ஆம் நூற்றாண்டுகளில் கூவம் ஒரு புனித நதியாக இருந்தது. இன்று கூவத்தில் தண்ணீர் ஓட்டம் இல்லாத காரணம், சென்னை மாநகரைச் சுற்றியுள்ள ஏரிகளில் கட்டடங்கள் வந்துவிட்டதால் ஏரிகள் வழியே வழிந்தோடும் நன்னீர் கூவத்திற்கு வரவில்லை. நீர் நிலைகளைப் பாதுகாக்காமல், அவற்றின் மீது கட்டடங்கள் கட்டி வளர்ந்த

சென்னை நகரம், இன்று குடிநீர் வசதியில்லாமல், இயற்கை வழங்கியுள்ள தண்டனையால் அவதிப்படுவதைக் கண்கூடாகப் பார்க்கிறோம். இதே நிலை இன்னும் சில ஆண்டுகளில் காவிரியின் கழிமுகத்திற்கு வராது என்பது என்ன நிச்சயம்?

1970-களிலிருந்தே காவிரி நதி நீர்ப்பிரச்சனை ஏற்பட்டு கழிமுகப் பகுதிகளில் போதிய நதிநீர் வராத காரணத்தினால், சீர்காழி வட்டத்தின் கடற்கரைக் கிராமங்களில் நிலம் உவராகி, நெல் சாகுபடி செய்ய இயலாமல் போனது. நீர்வரத்து இல்லாமல் பலர் நிலத்தைத் தரிசாகப்போட்டனர். பின்னர் இறால் பண்ணை வரவால் தரிசு நிலத்திற்கு மதிப்பு வந்தது. நெல் சாகுபடி செய்யாமல் இறால் பண்ணைகளுக்கு நிலம் விற்கப்பட்டது. இன்று இறால் பண்ணைகளினால் உவர் பிரச்சனையுடன் விஷப் பிரச்சனையும் சேர்ந்துகொண்டது. இறால் பண்ணைகளின் விஷமான கழிவு நீர், சுத்திகரிப்புச் செய்யப்படாமல் கடலில் கலந்து கடல் வாழ் உயிரினங்களுக்கும் ஆபத்து சூழ்ந்து வருகிறது. கழிமுகப் பகுதிக்கு நதிநீர் வரத்து இல்லாமல் ஒரு பக்கம் நிலம் உவராகிறது. மாங்குரோவ் அதாவது சதுப்பு நிலத் தாவரங்கள் அழிவதால், அதை நம்பி இயங்கும் கடல்வாழ் உயிரினங்களும் அழிந்துவருகின்றன. தஞ்சை மாவட்டத்தில் வயலுக்கே நீர் இல்லாதபோது, காவிரியின் கழிமுகங்களுக்குரிய கடற்கரைச் சூழல் மேம்பாட்டுக்கு நன்னீர் கிட்டும் நாள் எந்நாளோ?

காவிரியில் தண்ணீர் என்பது கனவாகிப்போய்விட்ட சூழ்நிலையில் தஞ்சை மாவட்ட விவசாயிகள் தங்களை மாற்றிக்கொள்ள வேண்டிய தருணம் வந்துவிட்டது. இந்தியாவில் இன்று அரிசி உற்பத்தியில் முதலிடம் வகிக்கும் ஆந்திரப்பிரதேச மாநிலத்திலிருந்து அரிசி தமிழ்நாட்டில் மலிவாகக் கிடைக்கும்போது, வணிக ரீதியாக நெல் சாகுபடியால் நமக்கு லாபமும் இல்லை. தஞ்சை விவசாயிகள் தங்கள் தேவைக்கு இயற்கை வழியில் நெல் சாகுபடி செய்து எதுவும் மிஞ்சினால் நஞ்சில்லா அங்காடிகள் மூலம் நல்ல விலைக்கு விற்க முயற்சி எடுக்கலாம். மக்காச்சோளம், இயற்கை வழியில் பருத்தி, தினை, வரகு சாமை, வேர்க்கடலை, தீவனப்புற்கள், மூலிகைப்பயிர்கள், தட்டைப்பயறு, பாசிப்பயறு, உளுந்து, துவரை, மொச்சை, குச்சிக்கிழங்கு போன்ற மாற்றுப் பயிர்களைச் சாகுபடி செய்யலாம்.

இறுதியாக ஒன்று. கோவலனும், கண்ணகியும், உலவி வந்த சிலப்பதிகாரச் சூழலை மீட்டுயிர்க்க பூம்புகார், வேதாரண்யம், முத்துப்பேட்டை,

பிச்சாவரம் போன்ற இடங்களில் கடற்கரைக் கழிமுகச் சூழல் மேம்பாட்டைக் காரணம் காட்டி, கர்நாடக அரசைப் பணியவைத்து, காவிரிக்கு நீர் கொண்டு வர அனைத்து முயற்சிகளையும் மத்திய – மாநில அரசுகள் எடுக்க வேண்டும்.

நன்றி: தினமணி 03–02–2004

நெய்தல் வனங்களே நிரந்தரத் தீர்வு

கடந்த 2004 டிசம்பர் 26, ஞாயிறு பௌர்ணமி நன்னாளில் நிகழ்ந்த சுனாமிப் பேரழிவு அந்த நாளைக் கரிநாளாக்கிவிட்டது. பல்லாயிரக்கணக்கில் உயிர்ப்பலி ஒருபுறம். மீனவர் சமுதாயம் இழந்த சொத்துக்கள், உடமைகள், வலைகள், படகுகள் காரணமாக அவர்கள் வாழ்வு நிலைகுலைந்துவிட்டது. கடற்கரைச் சூழல் வளம் பிரச்சனையாகிவிட்டது. பல கிராமங்களில் விவசாய நிலத்தில் உவர் படிந்துவிட்டது. குடிநீர் பிரச்சனையாகிவிட்டது.

வரலாறு காணாத அளவில் சுனாமி உதவி கோடி கோடியாகக் குவிந்து வருவதால் சுனாமி அலையில் சுறாமீன்கள் சில தடுப்புச் சுவர், கடலில் கான்கிரீட் என்று யோசனைகள் கூறி நிதியைச் சுடும் ஒப்பந்தம் செய்வதில் ஆர்வமாயுள்ளன.

இதற்கு மாறாத நீண்டகால அடிப்படையில் மீனவர்களுக்கு மட்டுமல்ல; விவசாயிகளின் எதிர்கால நலன்களுக்கும் சேர்த்து நெய்தல் வனம் நிர்மாணிப்பதே சிறந்தது. நெய்தல் வனம் என்பது அலையாத்தி வகைகளை மட்டுமல்லாமல் உவர் தாங்கி வளரும் பல மரங்களையும் வளர்ப்பதாகும்.

தஞ்சை, நாகப்பட்டினம், திருவாரூர் மாவட்டங்களில் இயங்கி வரும் வன விரிவாக்க மையங்களின் பணிகள் நிஜமாகவே விரிவாக வேண்டும். தவிரவும் காஞ்சிபுரம், கடலூர், புதுக்கோட்டை, ராமநாதபுரம், திருநெல்வேலி, கன்னியாகுமரி மாவட்ட வன விரிவாக்க மையங்களும் இணைந்து திட்டமிடுவது அவசியம். பழனி மலைப் பாதுகாப்புக் கழகம் விரைவில் வனத்துறையுடன் இணைந்து கடற்கரைப் பகுதிகளில் சில மரப்பண்ணைகளை உருவாக்கி விவசாயிகளுக்கு இலவசமாகவும், குறைந்த விலைக்கும் மரக்கன்றுகளை வழங்கும் முன்னோட்டமாக இந்தியாவின் இதர மாநிலங்களிலிருந்தும் கோடிக்கணக்கான மர விதைகளைப் பெறும் முயற்சியில் இறங்கியுள்ளது. ஆனால் போதிய நிதி உதவியில்லாமல் அம்முயற்சி வீணாகிவிட்டது. கடற்கரைக்கு சமீபமாயுள்ள கிராமங்களில் ஒவ்வோர் ஊரிலும் ஐந்து ஏக்கர் நிலத்தைப் பெற்று, ஏக்கருக்கு 1000 மரங்கள்

என்ற கணக்கில் ஐந்தடி அல்லது ஆறடி இடைவெளியில் கன்றுகளை நட வேண்டும். களர் திருத்தவும், உவர் திருத்தவும் மரப்பயிர்களே நிரந்தரத் தீர்வு அளிக்கும்.

தமிழ்நாட்டில் கடலில் கலக்கும் 33 ஆறுகளிலும் நன்கு தூர் எடுத்து, ஆக்சிஜன் அளவைப் பெருக்கிக் கரைகளில் அலையாத்தி வகைகளான கண்டல், வெண்கண்டல், நரிக்கண்டல், சொரப்புன்னை, தில்லை போன்ற மரங்களைப் பயிரிட்டுப் பின்புலமாக வேறு எல்லாவகையான மரங்களையும் வளர்க்கலாம். நட்ட மரங்களைக் காப்பாற்றித் தண்ணீர் ஊற்றுதல், ஆடு மாடுகள் கடிக்காமல் கூடு கட்டுதல், மரம் நேராகச் செல்லுதல் போன்ற விஷயங்களில் அதிகம் கவனம் தேவை.

சுனாமி அலைகளால் விளைநிலங்களில் கடல்நீர், பல கிணறுகளில் கலந்துவிட்டது. இதற்கு ரசாயனத்தீர்வு ஆபத்தானது. நமது சாத்திரங்களில் "பசு (கோமாதா) பூமியைச் சுத்தி செய்கிறது" என்று கூறப்பட்டுள்ளது. ஓர் ஏக்கர் நிலத்திற்கு 1000 லிட்டர் அமுதக்கரைசல் 10% தெளிக்கலாம். அல்லது பசு மூத்திரத்துடன் சாணி கலந்து வைத்து அதில் வேப்பிலையை ஊறவைத்து தெளிக்கலாம். நல்ல நிலத்தில் கடல்நீர் உப்பு மேலாகப் படர்ந்துள்ளது. இதற்கு உவர் / வளர் நீக்கும் ஜிப்சம் உத்தி ஆபத்தானது. ஓர் அங்குலம் மேல் மண்ணை வழித்துவிட்டு இயற்கை உரங்களை வழங்கினால் போதும். பின்னர் பல தானிய விதைப்பு (தக்கைப் பூண்டு, சோளம்) செய்து மடக்கி உழலாம். பிளீச்சிங் பவுடர் மண்ணை மலடாக்கிவிடும்.

படிகார உப்பு பரவாயில்லை. இது இயற்கையாகக் கிட்டும் ரசாயனம். இரண்டு சல்பேட் உப்பு அடங்கிய சோடியம் அலுமினேட் என்பதுதான் படிகாரம். பாசன நீரில் உள்ள உவரையும் கலங்கலையும் எடுக்க பண்டைய நாள்களில் படிகாரம் பயன்பட்டது. இன்று திறமி நுண்ணுயிர் என்ற E.M. வந்துள்ளது. பாண்டிச்சேரி ஆரோவில் இயற்கைப் பண்ணையில் E.M. அதிக அளவில் கிடைக்கும். இதையும் பிளீச்சிங் பவுடருக்கு மாற்றாகப் பயன்படுத்தலாம். சுனாமி பாதிக்கப்பட்ட இடங்களில் சுத்திகரிப்புக்கு ஈ.எம். பயன்பட்டும் வருகிறது. பாசன நீரைத் தெளிய வைக்க ஈ.எம். பயன்படுத்தலாம். கடற்கரைப் பகுதி விவசாயிகள் தம் நிலத்தில் குறைந்தது 25 சதவீதம் மரப்பயிர் சாகுபடிக்கு ஒதுக்கலாம். அது அவர்களுக்குரிய இன்சூரன்ஸ் போல் 15,20,30 ஆண்டுகளில் ஒவ்வொரு மரமும் பலன் தரும். ஒரு அவசரச் செலவுக்கு ஒரு மரத்தை வெட்டி ரூ. 20 ஆயிரம் முதல் 1 லட்சம் வரை பல ஆண்டுகள் காத்திருந்து சம்பாதிக்கலாம். 1000 மரங்களை

அரிஸ்டாட்டில்

வளர்த்தவர்கள் 100 மரங்களை வெட்டலாம். 900 மரங்களை விட்டு வைக்கலாம் அல்லவா? எப்படிப் பார்த்தாலும் சுனாமிக்கு நெய்தல் வனங்களே நிரந்தரத் தீர்வு என்பதில் மாற்றுக் கருத்து இல்லை.

நன்றி: **தினமணி** 07-04-2005

அலையாத்தி

தில்லையும் அலையாத்தியில் ஒருவகை

வாழ்வு தரும் மரங்கள்

19. செஞ்சந்தனம்
அணுக்கதிர் எதிர்ப்பு

விஞ்ஞானப் பெயர்	:	Pterocarpus santalinus (Papilionaceae)
சம்ஸ்கிருதம்	:	ரக்தசந்தனா
ஹிந்தி	:	லால் சந்தன்
ஆங்கிலம்	:	Red Sanders
தமிழ்	:	சந்தன வேங்கை (மறு பெயர்)

ஒரே மொழியில் ஒரே மரத்துக்குப் பல பெயர்கள் உண்டு. பல மரங்களுக்கு ஒரே பெயர் உண்டு. ஆகவேதான் உலகப் பொதுமொழியாக தாவரவியல் பாடத்துக்கு லத்தீன் மொழி வழக்கு கையாளப்படுகிறது. இதன் மூலம் தமிழ் விஞ்ஞானியும் இந்திய விஞ்ஞானியும் லத்தீன் பொது வழக்கைக் கொண்டு சரியான தாவரத்தை அல்லது மரத்தைச் சரியானபடி அடையாளம் கண்டுகொள்ள எளிதாகிறது. செஞ்சந்தனத்தின் லத்தீன் தாவரவியல் பெயர் டிரோகார்ப்பஸ் சந்தாலினஸ் (Pterocarpus santalinus)

கன்று விற்பவர்கள் செல்வம் கொழிக்கும் செஞ்சந்தனம் என்று விளம்பரம் செய்து, ஒரு கன்று ரூ. 100 என்று கூட விற்று விடுவதுண்டு.

சித்தையன்கோட்டை ஆத்தூர் ராமசாமிக்கு சந்தன வேங்கை என்றால் புரிகிறது. செஞ்சந்தனம் என்றால் புரியவில்லை. இரண்டும் ஒன்றுதான். அவர் ரூ. 5/–க்குக் ஒரு கன்றை வழங்குகிறார்.

பழைய பைபிள் கதையில் அழுக்காயிருந்த சினாய் ஏரியில் மோசஸ் ஒரு கம்பை வீசியெறிந்து நீர் தூய்மையானதாகச் சொல்லப்பட்டிருக்கிறது அல்லவா? மோசஸ் கையில் இருந்த அந்த அபூர்வமான அதிசயக் கம்பு செஞ்சந்தனமாகும். இதில் அப்படி என்ன அதிசயம்? அம்மரம் அணுக்கதிர் வீச்சை எதிர்தாங்கிக் கொள்ளும். இது அணுயுகம். இந்த மரம் தென்னாட்டில் மட்டுமே அதிகம்.

அபின், கஞ்சா கடத்துவது போல் சித்தூர், செங்கல்பட்டு, வேலூர், திருவண்ணாமலை, கர்நூல், கடப்பா பிராந்தியங்களில் உள்ள மலைப் பகுதிகளில் ஒரு காலத்தில் மிகுந்து விளங்கிய முதிர்ந்த மரங்கள் எல்லாம் வெட்டிக் கடத்தப்பட்டுவிட்டன. கடத்தியவர்கள் எல்லாம் கோடீஸ்வரர்களாகிவிட்டனர். ஜப்பானில் உள்ள பெரிய அணு உலைகளில் நம்மூர் சந்தன வேங்கை மரத்துக்கு இவ்வளவு கிராக்கி ஏற்பட்டுள்ளது.

இன்று இந்தச் செஞ்சந்தனம் என்ற சந்தன வேங்கை அரிதாகி விட்டாலும் விரைவில் பணக்காரராகிவிடலாம் என்ற எண்ணத்தில் பல விவசாயிகள் கூடுதல் விலை கொடுத்துக் கன்று வாங்கி நட்டுள்ளனர். இவர்கள் அறியவேண்டிய விஷயம் என்னவெனில், சந்தனத்தைப் போல் இது வேகமாக வளராது. வேங்கையைப்போல் அடிமரமும் வேகமாகப் பெருக்காது.

அன்பளிப்பாக எனக்குக் கிடைத்த ஒரு மரத்தை நட்டு நான்கு வருடமாகிறது. உடன் நட்ட சந்தனம் 20 அடி உயரம் வளர்ந்துள்ளது. இதுவோ 9 அடிதான் வளர்ந்துள்ளது. இதன் இயல்புப்படிதான் இது வளரும். நன்கு முதிர்ந்த மரம் கூட 3 அடிக்கு மேல் பருமன் வராது. உயரம் 40 அடி வளர்த்தால் பெரிய காரியம். இந்த மரத்தின் சிறப்பு இதன் கடினத்தன்மை. ஒரு கன மீட்டர் மரத்தின் எடை 1 டன் வரும். வைரப்பகுதி அதிகம். ஆகவே இதன் விலையும் வைரம்போல் விற்கலாம். காயக்காய இதன் கடினத் தன்மை கூடுவதால் இது அணுக்கதிர் வீச்சை உள் வாங்கினாலும் மரம் பழுதுபடாதாம். கரையான் அரிக்காது. ஒலி அலையைத் தடுக்கும் திறன் கொண்டது. வெப்பத்தைக் கடத்தாது. வறண்ட புதர்க்காடுகளில் இது சிறப்பாக வளர்கிறது.

இம்மரத்தூளை நைஸாக அரைத்து, நறுமணமூட்டிகளாகத் துணிப்பையில் 50 கிராம் போட்டு வைத்தால், பூச்சி வராது. சந்தனத்துக்குரிய குணம், மணம் எல்லாம் சந்தன வேங்கைக்கும் உண்டு. இது சந்தன மரத்தை விடக் கடினமானது.

இவ்வளவு விஷயங்கள் இந்த மரத்தில் இருப்பினும் கூட, மாவட்டம் தோறும் உள்ள வன விரிவாக்க மையங்களில் விசாரித்தால், சைமா ரூபா தருகிறேன், சிசு தருகிறேன் என்பார்கள். சந்தனம் இருக்காது. செஞ்சந்தனம் இருக்காது. தனியார் நர்சரிகளில்தான் வைத்துள்ளனர். இருப்பினும் செஞ்சந்தன மரம் விநியோகிக்கும் கருணாநிதி மட்டும் ஒரு கன்று 10 ரூபாய்க்குத் தருவார். சிலருக்கு இலவசமாகவும் மரம் வழங்கும் கருணாநிதி விழுப்புரம் தமிழக அரசுப் போக்குவரத்துக் கழகத்தில் ஓட்டுநர். இவரிடம் செஞ்சந்தனம் தவிர, வேறு பலவகை ராசிச் சிறப்பு – நட்சத்திரச் சிறப்புள்ள அரிய மரங்களும் கிட்டும். பிப்ரவரி, மார்ச் மாதங்களில் செஞ்சந்தன நெற்று கிட்டும்.

மலைப்பகுதிகளில் சில முதிர்ந்த மரங்களை விட்டு வைத்துள்ளார்கள். சில வனத்துறை அலுவலர்களிடம் அனுமதி பெற்று விதைகளைச் சேகரித்து நாற்றுப் போடலாம். சந்தன வேங்கையின் கீழ் கன்றுகளும் வரும். மனம் இருந்தால் மார்க்கம் உண்டு.

தமிழ்நாட்டில் கல்பாக்கம் அணுஉலை அச்சுறுத்தல் உள்ளது. கூடவே கூடங்குளமும் பயமுறுத்துகிறது. செஞ்சந்தன மரங்களை வளர்த்து நம்மை நாமே காப்பாற்றிக்கொள்ளவேண்டிய கட்டாயமும் உள்ளது. சந்தன மரத்துக்குச் சொல்லப்பட்ட எல்லா மருத்துவக் குணங்களும் இதற்கும் உண்டு. செஞ்சந்தன மரக்கன்று கிடைக்கும் முகவரி:

திரு. ராமசாமி
பழனி மலைப் பாதுகாப்புக் கழகம், மரப்பண்ணை நர்சரி
கன்னிவாடி – அஞ்சல், திண்டுக்கல் மாவட்டம் Cell: 9865437876

வனப்பஞ்சாயத்துச் சட்டம்

'கானகம் காப்போம்' (21–2–05) துணைக்கட்டுரை கண்டேன். வீரப்பன் ஒற்றை மனிதர் காவல்படையாக இருந்து வனக்காவல் புரிந்தான் என்பதில் ஓரளவு உண்மை இருப்பினும், கொள்ளையர்களையே காவலர்களாகக்க முடியாது. கள்ளர்கள் காவலர்களான வரலாறு உண்டு. காவலர்களே கள்வர்களாகிய சீரழிவும் உண்டு. இன்று பல்லுயிர்ப் பெருக்கத்திற்கு (பயோடைவர்சிட்டி) கானகம் காப்பாற்றப்பட வேண்டும். அதற்குக் காவல் வேண்டும்.

இந்த விஷயத்தில் சிப்கோ இயக்கத் தலைவரும் மகசேசே விருதுபெற்ற காந்தியவாதியுமான சாந்திப்பிரசாத் பட் கூறும் யோசனையே சிறந்தது.

அரிஸ்டாட்டில்

முந்தைய சென்னை ராஜதானி (பிரிட்டிஷ்) ஆட்சியில் வனப்பஞ்சாயத்துச் சட்டம் இருந்தது. அதன்படி காடுகளைப் பாதுகாக்கும் பொறுப்பு மக்களிடம் இருந்தது. 1947ஆம் ஆண்டு இந்தச் சட்டம் விலக்கிக் கொள்ளப்பட்டு அரசின் கண்காணிப்பில் வந்தபோதுதான், எண்ணற்ற வீரப்பன்கள் அரசியல் மேல்மட்டத் தொடர்புடன் மரங்களை வெட்டிக் கடத்தியதன் விளைவுதான், தமிழ்நாட்டில் செஞ்சந்தன மரங்கள் காணாமல் போய்விட்டன. காடுகளைச் சார்ந்தவர்கள் இதைச் செய்வதில்லை.

உத்ராஞ்சல் மாநிலத்தில் சிப்கோ வெற்றியால் (மரங்களைக் கட்டிப்பிடித்துக்கொண்டு ஒப்பந்தக்காரர்களை மரம் வெட்ட விடாமல் மக்களே தடுக்கும் இயக்கம்) இன்றளவும் அங்கு பஞ்சாயத்துச் சட்டத்தால் வனங்கள் பாதுகாக்கப்படுகின்றன. இங்கு நாம் அரசை எதிர்பார்க்காமல் மக்கள் இயக்கத்தை வனப்பகுதிகளில் உருவாக்கித்தான் காடுகளைப் பாதுகாக்க முடியும் என்று தோன்றுகிறது.

நன்றி: **தினமணி** 01-03-2005

உயிர் வேலிக்குரிய முள்ளுமுருங்கை

20. கடுக்காய்

வாழ்வு தரும் தரு

விஞ்ஞானப் பெயர்	:	Terminalia chebula (Chombretaceae)
சம்ஸ்கிருதம்	:	அபயாவயஸ்தா, பீஷகப்ரியா
ஹிந்தி	:	ஹரரரா, ஹர்தா, பீலஹர்தா, பால ஹர்தா
ஆங்கிலம்	:	Chebulic Myrobalan

திரிபலா என்ற மூன்று பழங்களில் முதன்மையானது கடுக்காய். பின்னர்தான் நெல்லி, தான்றி. இம்மூன்றிலும் வைட்டமின்கள் மிக அதிகம். எல்லா நோய்களுக்கும் அடிப்படையான நோய் எதிர்ப்பு சக்திகொண்ட சிறந்த மருந்து. முற்கால ரண சிகிச்சை மருத்துவத்தில் திரிபலாக் களிம்பும் பயனாகிற்று. இந்திய இயல் மரபில் வெளிவந்த பல்வேறு சம்ஸ்கிருத மருத்துவ நூல்களில் "பல நோய்களுக்கும் பயமில்லாமல் வழங்கலாம்" என்றெல்லாம் அடைமொழிகள் உள்ளன.

இந்த மரத்தின் விதை (கடுக்காய்) குறித்த மருத்துவக் குறிப்பு கிரீஸ், ரோம், அராபிய நாடுகளுக்கு வரலாற்றுக் காலத்திலேயே (சரகசம்ஹிதை) கொண்டு செல்லப்பட்டுள்ளது. ஐரோப்பாவின் நாடக ஆசிரியர் பென் ஜான்சன் எழுதிய "The Alchemist" (ரசவாதி) கதாநாயகன், 'ஒரு

பெண்ணின் முத்தம், மிகவும் லேசாகிக் கடுக்காயைப் போல் அவள் உருகிவிட்டாள்' என்று வர்ணிக்கிறான். மலையாளத்தில் **"ஆயிரம் கடுக்காய் உண்டால் ஆனைபலம்"** என்பார்கள்.

கடுக்காய் மரம் ஆனைபோல் பெரிதாக இருக்கும். நிலப்பகுதியில் மருதமரத்தைப் போல் ஓங்கி உயர்ந்து வளரும் மரம். தமிழ்நாட்டில் குறிப்பாக சேலம், தர்மபுரி, ஈரோடு மலைப்பகுதிகளில் அதிகம் காணப்படும் கடுக்காய் மரங்களே உயர்ந்த தரம் வாய்ந்தவை. தமிழ்நாட்டில் வளர்ந்துள்ள மரங்கள் அளவில் வட இந்திய மரங்களில் உயரம் இல்லை. விதையும் சிறிது. கடுக்காய் மரங்களை வெட்டத் தடை உண்டெனினும் தாளவாடிப்பகுதியில் வீரப்பர்கள் எவ்வளவு விட்டுவைத்துள்ளனர் என்பது புலனாகாத விஷயம். இது சுமார் 100 அடி உயரம்கூட வளரும். கட்டிப்பிடிக்க முடியாத அளவில் அடிமரம் கனமானது. அதிக மதிப்புள்ள, தேக்கு, சந்தனம், மகோகனி, வேங்கை, தோதகத்தி போல் மரமே மதிப்புள்ளது. விதையும் மதிப்புள்ளது. கிளைகளையும் பரப்பியவண்ணம் அடர்ந்த கிளைகளுடன் ஓங்கி உயர்ந்து அழகிய காட்சி தரும் மரம் இது. இது இலை உதிர்ந்து பிப்ரவரி – மார்ச் புதிய துளிர்களுடன் பளபளப்புடன் காட்சி தரும். மார்ச் – ஏப்ரல் மாதங்களில் இலைச்சந்துகளில் பூங்கொத்துகள் தோன்றும். பிஞ்சுகள் பச்சையாக இருக்கும். காய் முதிர்ந்து பழமாக ஆறுமாதங்கள் ஆகலாம்.

கடுக்காய்களில் பல ரகங்கள் உண்டு. கருங்கடுக்காய், செங்கடுக்காய், வரிக்கடுக்காய், பால் கடுக்காய் என்று பல உண்டு. மருத்துவக் குணங்களும் வேறுபடும். கடுக்காய் முக்கிய ஏற்றுமதி மூலிகை மருந்தும் கூட. கடுக்காய் மலர்களில் தேன் உற்பத்தியும் உண்டு. தேன் பெட்டி வைக்கலாம். வடக்கில் சுர்வரி, ரங்கரி, பால என்று வகை பிரிக்கிறார்கள். அதுபோல் பிஞ்சுக்கடுக்காய்க்கு ஒரு பலன், முற்றிய கடுக்காய்க்கு ஒரு பலன் உண்டு.

கடுக்காயின் தாவர விஞ்ஞான வழக்கு Terminalia chebula ஆகும். ஆங்கிலத்தில் Myrobalan சம்ஸ்கிருதத்தில் 'அபயம்' ஒரு காரணப் பெயர். எந்த நோய் வந்தாலும் வாழ்வளிக்கும் காரணத்தால் அபயம் எனப் பெயர் பெற்றது. ஹிந்தியில் ஹர்தா (பச்சை) பீலி ஹர்தா (மஞ்சள் பச்சை) என்பர்.

ஆயுர்வேத வைத்தியத்தில் கடுக்காய் ராஜமூலிகையாகப் போற்றப்படுவதைப் போல் மரத்திலும் இது ராஜவம்சமுள்ள கம்பீர நாட்டை. கடுக்காயினால் தீரும் நோய்களின் எண்ணிக்கை கணக்கில் அடங்காது. குலை நோய், மூலம், அஜீரணம், அழலை, உஷ்ணவாயு, கபம், இளைப்பு, வாய்ப்புண், வயிற்றுக்கட்டி, பெருவயிறு, நீரிழிவு, குட்டம், உடல்வலி, வயிற்றுப் பொருமல், ஆண்மையின்மை, பாண்டுநோய், மார்புநோய், மூத்திரவாதம் – இத்தியாதி, இத்தியாதி...

திருக்குறுக்கை, வீரட்டம் திருக்கோயிலின் தல மரமாகக் கடுக்காய் மரம் உள்ளது. நரசிம்ம கர்ணம், பத்யாதிக்வாதா, ப்ரணாதிகுடிகா, திரிபலசூர்ணம் போன்ற மருந்துகளில் கடுக்காயின் பங்கு உண்டு. சுருக்கமாகக் கூறினால் நூற்றுக்கணக்கான ஆயுர்வேத மருந்துகளில் கடுக்காய் இடம்பெறுகிறது. ஈறுகளின் உறுதிக்கு உறுதுணை. இவ்வளவு சிறப்பு இருந்தும் கடுக்காய்க் கன்றுகள் கிடைப்பது அரிதாக உள்ளது.

மலைசார்ந்த மேட்டுப்பகுதிகளில் கடுக்காய் சிறப்பாய் வளரும். மற்ற இடங்களில் சுமாராக வளரும். நன்கு முதிர்ந்த உலர்ந்து விழுந்த பழங்களின் விதைகள் நல்லது. தோலை எடுத்துவிட்டு 48 மணி நேரம் பஞ்சகவ்யத்தில் விதை நேர்த்தி செய்து விதைகளைப் பையில் ஊன்றிக் கன்று வளர்க்கலாம். அல்லது மேட்டுப்பாத்திகளில் விதைத்து ஓராண்டுகள் வளர்ந்த கன்றை எடுத்து நடவேண்டும்.

விதைகள் வனத்துறை அலுவலர்களிடம் கிட்டும். தர்மபுரி, சேலம், சத்தியமங்கலம் பகுதிகளில் உள்ள வனத்துறை அலுவலர்களிடம் படையெடுத்துக் கன்று கேட்டு நச்சரித்தால் அவர்களும் ஆர்வம் காட்டுவார்கள்.

மரங்களின் சிறப்புகள்

வனங்களில் பல மரங்கள் வளர்க்கப்பட்டிருந்தாலும்
(வழிப் போக்கர்களுக்கு) என்ன பயன்?
அறமும் பொருளும் அறியாத புத்திரர்களால்
தந்தைக்கு என்ன பயன்? ஆனால்
சாலை ஓரத்தில் நடப்படும் ஒரு மரத்தால்
நிழல் வழங்கிக் களைப்பாற உதவமுடியும்.

பத்து புத்திரர்களைப் பெற்று
அவர்கள் செய்யும் தந்தைக் கடன்களை விட ஐந்து
மரங்களை நட்டு அவை வழங்கும்
இலை, மலர், கனிகள், மேலானவை.
(குறிப்பு: தந்தைக் கடன் (Oblations) பித்ருக்களுக்கு வழங்கப்படும் சாதபிண்டம் எள், தீர்த்தம்)

பத்து கிணறுகள் ஒரு குளத்திற்குச் சமம்
பத்து குளங்கள் ஒரு ஏரிக்குச் சமம்
பத்து ஏரிகள் ஒரு புத்திரனைத் தருவதற்குச் சமம்
பத்து புத்திரர்கள் ஒரு மரத்திற்குச் சமம்.
(எனவே ஒரு மரம் நடுவது பத்தாயிரம் கிணறுகள் வெட்டுவதற்குச் சமம்)

சுரபாலரின் 'விருக்ஷ ஆயுர்வேதம்'

21. கமலா

குங்குமத்தின் சங்கமம்

விஞ்ஞானப் பெயர்	:	Mallotus philippensis (Euphorbiaceae)
சம்ஸ்கிருதம்	:	கபிலா, ரெச்சனகா, கம்பா
ஹிந்தி	:	கமலா, கம்பிலா
தென்னிந்திய மொழிகள்	:	குங்குமம், கோமதி, சந்திரஹிந்து செந்தரி
ஆங்கிலம்	:	Monkey Face Tree

இம்மரத்தின் தாவர இயல் பெயரில் பிலிப்பைன்ஸ் இருந்தாலும் இந்தியாவின் பாரம்பரியம் மிக்க மரம் என்பதற்கு நவீன் பட்நாயக் சுவாரசியமாக விளக்கம் தருகிறார். கமலா மரத்தின் பழம் உலர்ந்து குங்குமமாகக் கொட்டுமாம். இந்த மரத்தின் பழம் சிவப்பாயிருக்கும். அதில் ஏராளமான மயிரிழைகள் உண்டு. இப்பழத்தின் விதைகளிலிருந்தும் மேலே நீண்டுள்ள இழைகளின் தூளே அசலான குங்குமம். இருப்பினும் தமிழ்நாட்டில் மஞ்சளிலிருந்து குங்குமம் தயாரிப்பதையும் நாம் அறிவோம். மஞ்சள் குங்குமம் உற்பத்தி மிகவும் பிற்கால வழக்காயிருக்கலாம். நவீன் பட்நாயக் (The Garden of Life) – மணமான பெண்களுக்கு 'தேவி' என்ற மரியாதை இந்தக் குங்குமத்தை வகிட்டுப் பொட்டில் அணிவதாலேயே என்கிறார். இத்துடன் இவர் மேலும் ஒரு கருத்தைக் கூறுகிறார். பொதுவாக மணமான பெண்கள் பெயருடன் தன் கணவர் பெயரை இணைத்துக் கொள்வது இக்கால மரபு. முற்காலத்தில் மணமான பெண்கள் 'தேவி' என்றுதான் சேர்த்துக்கொள்வார்களே தவிர, கணவன் பெயரைச் சேர்த்துக் கொள்வது இல்லையாம். உதாரணமாக கமலா தேவி, சாரதா தேவி என்று

அழைக்கப்படுவதைப் பார்க்கிறோம். வட இந்தியாவில் குறிப்பாக ஒரிசா, வங்காளம், ராஜஸ்தான், சத்தீஸ்கர், பீகார் மாநிலங்களில் இந்த மரத்தை தேவியின் வடிவமாகப் போற்றுகின்றனர். இம்மரத்திலிருந்து தயாரிக்கப்படும் குங்குமமே இந்த அந்தஸ்தை வழங்குகிறது. தமிழ்நாட்டில் இம்மரம் அரிது.

மலைப்பகுதிக் காடுகளில் உள்ள மரங்கள் 30 முதல் 40 அடி உயரம். நடு மரத்தின் மேற்பகுதியில் கிளைகள் உருவாகும். பருமன் 2 அடி அல்லது 3 அடிக்குள் இருக்கும். இலைகள் ஈட்டிபோல் சற்று நீண்டு காணப்படும். இது இலை உதிர்ப்பது குறைவு. எந்த வறட்சியிலும் பசுமை மாறாது. ஆண்டில் இரு முறை பூக்கும். ஜூன் முதல் ஆகஸ்டு வரை ஒரு சீசன். பின்னர் ஜனவரி முதல் ஏப்ரல் வரை. இதிலும் ஆண் மரம், பெண் மரம் உண்டு. ஆண் மரத்தில் பூங்கொத்துப் பெரிதாயிருக்கும். காய் வராது. பெண் மரத்தில் சின்னச் சின்னப் பூக்கதிர்களும் காய்களும் ஏற்படும்.

பச்சை நிற இலைகளின் இடையே 1 செ.மீ. அளவில் செங்காய்கள் உருவாகும். இவற்றின் மேல் சிவப்பு நிறப் பிசினுடன் மென்மையான மயிரிழைகள் உண்டு. இவை நுண்ணிய பொடியாக உதிர்ந்து கொண்டிருக்கும். நெற்றுகளைத் தொட்டால் செந்தூரம் ஒட்டிக்கொள்ளும். இதனால் செந்தூரம் என்றும் இதற்குப் பெயர் வந்தது.

இந்த மரத்தின் சிறப்பு அம்சம் இது வழங்கும் செந்தூரமே. இது பசைபோல் இருக்கும். இதற்கு ராட்லிரின் (Rottlerin) என்று பெயர். இதன் நான்கு வகையான பென்சீன் கரு (Benzene Nuclei) உண்டு. இதிலிருந்து மருந்துச்சத்தைப் பிரிக்கலாம். இது தண்ணீரில் கரையாது. வெந்நீரில் மட்டும் லேசாகக் கரையும். இந்த அசல் செந்தூரத்திற்கு வாசமும் இருக்காது. ருசியும் இருக்காது. காரக்கரைசல், சாராயம், ஈத்தர் ஆகியவற்றில் கரையும். அடர்த்தியான கார அமிலத்தில் இது கரைந்து மிதில் ப்ளோரோ குளூசின் (Methly-phloro-glucin) வழங்குகிறது. இந்தச் செந்நிற அடர்வைக் குறைக்க துத்தநாகத்தூளைச் சேர்க்கலாம். நேர்த்தியான இயற்கைச் சாயம் கிட்டும்.

வடநாட்டில் முதிர்ந்த நெற்றுகளைச் சேகரித்துத் தூளாக்கி பொடி சேகரிப்பார்கள். தூய்மையான முறையில் தயாரிக்க நெற்றுகளில் நீர்விட்டுப் பிசைந்து கலக்கினால் நீரின் அடியில் பொடி வண்டல் சேர்வதை வடிகட்டி உலர்த்தி எடுப்பார்கள். இப்படி எடுக்கப்பட்ட பொடி அருமையான இயற்கை சாயம். இதில் அருமையான ஆரஞ்சு நிறம் பெறலாம். இந்தச் சாயத்தூள் ஏற்றுமதி மதிப்புள்ளது. நெற்றுகளிலிருந்து சுமார் 2 சதவீதம் சாயப் பொருளைப் பெறலாம். நஞ்சில்லா நிறப்பொடி, தின்பண்டங்களைக் கெட்டுப் போகாமல் காப்பாற்றும் குணம் உண்டு. நெய்யை நாற்றம் வராமல்

அரிஸ்டாட்டில்

பாதுகாக்கும் ஓர் இயற்கைக் காப்புப் பொருள். இது நாடாப் புழுக்களை வெளியேற்றும். 2 முதல் 3 அவுன்ஸ் கமலாப் பொடி திரவத்தைப் பாலிலோ, மோரிலோ கலந்து சாப்பிட வேண்டும். இது கொழ கொழவென்று இருக்கும். ஒருவேளை மருந்து சாப்பிட்டாலே நாடாப் புழு வெளியே வந்துவிடும். இந்த மயக்க உணர்வுதான் நாடாப் புழுவை வெளியேற்றுகிறது. இந்தக் களிம்பைச் சொறி, சிரங்குக்குத் தடவலாம். கால்நடைகளுக்குப் புழு நீக்கம் செய்யும் மருந்தாகவும் பயன்படுத்தலாம். தீவனத்தில் அல்லது நீரில் கலந்து கால்நடைகளுக்குக் கொடுக்கலாம். கமலா விதையில் மசகு எண்ணெய் கிட்டும். சால்வன்ட் எக்ஸ்ராக்ஷன் மூலம் 35 சதவீத எண்ணெய் பெறலாம். இதை வார்னிஷ், பெயிண்ட் கம்பெனிகள் பயன்படுத்தும். ஆளி விதை எண்ணெயுடன் கலந்து தயாராகும் ப்ரியோல், வார்னிஷ், பெயிண்ட் ஆகியவற்றை வேகமாக உலர்த்தவும் பளபளப்புக் கூட்டவும் பயன்படுகிறது.

இந்த மரத்தில் கிட்டும் அரிய மருத்துவம் மற்றும் இயற்கை நிறப் பொருள்களைக் கொண்டு நமது தொழில் வளத்தையும் பெருக்கலாம். ஆகவே, தமிழ்நாட்டில் அரிதாகிவிட்ட அல்லது அருகிவரும் இம்மரங்களை வளர்க்க வட தேசங்களிலிருந்து மரவிதைகளைப் பெறவேண்டும். ஏராளமான கமலா மரக்கன்றுகளை எழுப்பி விவசாயிகளிடம் வழங்க வனத்துறை முன்வருமா?

சண்டி, துர்க்கையின் ஓர் அம்சம் இந்தியச் சிற்பம்

22. அசோக மரம்
காதலோ? காதல் பிரிவோ?

விஞ்ஞானப் பெயர்	:	Saraca asoca (Caesalpiniaceae) Saraca indica
சம்ஸ்கிருதம்	:	அசோகா, கண்டபுஷ்பம்
ஹிந்தி	:	அங்கனப்பிரியா
ஆங்கிலம்	:	Ashoka Tree

"நமது பாரம்பரிய இழப்புகளில் அசோக மரமும் ஒன்று" என்று மத்திய அரசின் முன்னாள் செயலாளர் எம்.எஸ். ராந்தவா I.C.S. மிகவும் மனம் நொந்து 'அழகிய மரங்களும் தோட்டங்களும்' என்ற நூலில் குறிப்பிட்டுள்ளார். இவர் வனஇயல் வல்லுனரும் ஆவார். சொல்வதோடு நில்லாமல் பல அசோக மரங்களைக் கண்டுபிடித்து வட இந்தியாவில் வளர்த்தும் உள்ளார்.

அசோகமரம் பற்றிய குறிப்பு சங்க இலக்கியத்திலும் உண்டு. தமிழ்நாட்டில் நெட்டிலிங்க மரத்தையே அசோக மரம் என்று நம்பிக்

கொண்டுள்ளோம். நிஜமான அசோகமரமும் அவ்வளவு எளிதாகப் பூத்து விடாது. அசோக மலர் மலர்வதற்கு சுரபாலரும் காளிதாசரும் ஒத்துப் போகின்றனர். **“மன்மதனுடைய மலர்க்கணையில் உள்ள அசோக மலரினால் காதல் வசமான அழகு மங்கையர் ‘கலீர்’ ‘கலீர்’ என்று ஒலி எழுப்பும் அழகிய சிலம்புகள் அணிந்த செந்நிறப் பாதங்களினால் மிருதுவாகவும் நளினமாகவும் உதைக்க அசோகம் மலர்ந்து பூச்சொரிந்தது.”** (வி.ஆ. 149) காளிதாசனின் ‘மாளவிகா அக்னிமித்ரா’ என்ற காவியத்தில், மன்னன் அக்னிமித்ராவைக் காதலிக்கும் மாளவிகா ஒரு அசோகமரத்தின் நிழலில் ஆடும்போது, **“என்னுடைய பாதம் படுவதற்குத் துடிக்கும் அசோக மரமா இது”** என்று கேட்கிறாள். **“பச்சைப் பட்டில் பதித்த செம்பவழங்கள்”** என்று ரிது சம்ஹாரத்தில் வர்ணிக்கும் அசோக மலர்கள் சிவப்பாகவும் அழகாகவும் காதலின் அடையாளமாகவும் விளங்கக் காரணம், மன்மதனுடைய மலர்க்கணையில் உள்ள ஆறுமலர்களில் இதுவும் ஒன்று.

அசோகமரத்தின் பூவும் பட்டையும் நல்ல மருந்துகள். அசோக மலர்களை அரைத்து நீரில் கலந்து ரசமாகக் குடித்தால் ரத்தக்கழிச்சலுக்கு நல்லது. இந்திய மருத்துவ நூலில் அசோகமரத்தின் பட்டை பல நோய்களுக்கு நிவாரணி. குறிப்பாகப் பெண்களுக்கு ஏற்படும் கர்ப்பப்பைக் கோளாறு, சூதகவலி போன்ற பிரச்சனைகளுக்கு நான்கு அவுன்ஸ் முதிர்ந்த பட்டையைத் தூள் செய்து, நான்கு அவுன்ஸ் பசும்பால், 16 அவுன்ஸ் தண்ணீர்விட்டு வற்றிய கஷாயத்தை மீண்டும் பால் சேர்த்து, மூன்று வேளை தரவேண்டும் என்று சக்கரதத்தா நூல் கூறுகிறது.

‘அசோக க்ருதம்’ என்ற மருந்து அரிதாகவே கிட்டும். அசோகப் பட்டைக் கஷாயத்தில் நெய் சேர்த்துக் காய்ச்ச வேண்டும். வேறு நறுமணப் பொருள்களும் சேர்த்து இதை மாதவிடாய் ஏற்பட்ட 4ஆம் நாளிலிருந்து சாப்பிட்டு வந்தால், ரத்தப் போக்கை நிறுத்தும். காந்திகிராமம் லெட்சுமி சேவா சங்க சித்த ஆயுர்வேத மருந்தகத்தில் **அசோகாதி வடி** மாத்திரை வடிவில் கிடைக்கிறது. நிஜமான அசோகப்பட்டை கிட்டுவது அரிதாயுள்ளது. ஏனெனில் மரங்களே அரிதாயுள்ளது.

அசோகம் பட்டையென்று நெட்டிலிங்கம் பட்டையையே சில மருந்தகங்களில் பயன்படுத்துகின்றனர். ஏறத்தாழ இப்பட்டைக்கும் சற்று மேலே குறிப்பிடப்பட்ட நோய்களுக்கு நிவாரணம் தருவதாகவும் கூறப்படுகிறது. எனினும் இது விரும்பத்தக்கது அல்ல.

வாழ்வு தரும் மரங்கள்

இராவணன் சீதையை ஒளித்துவைத்த இடம் அசோக வனம். இது இலங்கையில் உள்ளது. சிவப்பாகப் பூப் பூக்கும். இலங்கையில் அசோக மரம் உள்ளதாகச் சொல்லப்படுவது உண்மையென்றால், தமிழ்நாடு வனத்துறை முயன்று விதைகள் பெற்று நாற்று எடுத்து, நிஜமான அசோகமரத்தை வழங்கவேண்டும். நெட்டிலிங்கக் கன்றைக் கொடுத்து ஏமாற்றக் கூடாது.

வடக்கிலிருந்தும் – சீதை வாழ்ந்த அயோத்யா, மிதிலை, சாவத்தி, சாகேதம் ஆகிய இடங்களில் இருக்க வாய்ப்புண்டு. சீதையின் காதலைப் பெற இராவணன் அசோக மரங்களை இலங்கையில் பயிரிட்டான். அயோத்தியிலிருந்து பெண்ணைக் கடத்தாமல் மரத்தையாவது (விதை, நாற்று) கடத்தி வருவோர்க்குப் பரிசு தரலாமே. சங்க இலக்கியங்களிலும் அசோக மரம் பற்றிய குறிப்புகள் உண்டு.

கேரள மாநிலத்தில் நிஜமான அசோகமரம் உள்ளனவாம். கேரளத்திலிருந்தும் அசோக மரங்களை நட்டுச் சங்கத்தமிழ்க் குறிப்புகளை மெய்ப்பிப்பது தமிழர்களின் கடமை இல்லையா?

அசோக வனத்தில் சீதையின் சிறைவாசம்

அரிஸ்டாட்டில்

23. மருதம்
இருதயநோய் நீக்கும் மரம்

விஞ்ஞானப் பெயர்	:	Terminalia arjuna (Combretaceae)
சம்ஸ்கிருதம்	:	அர்ஜுனா, குகுபா (சிவப்பு) ரக்தார்ஜுனா
ஹிந்தி	:	அர்ஜுன், கஹூ
ஆங்கிலம்	:	Arjuna Myrobalan

நமது பாரம்பரிய மர வகைகளில் அதிகப் பருமனும் உயரமும் உள்ள மருத மரம், மருத நிலத்தில் குறிப்பாக, ஆற்றோரமாக வளரும்போது 30 அடி சுற்றளவும் 180 அடி உயரமும் கொண்டிருக்கும். முல்லையிலும் குறிஞ்சியிலும் 10 அடி சுற்றளவும் 100 அடி உயரமும் வளரும். களர் நிலமானாலும் கல்நிலமானாலும் பனியானாலும் வெப்பமானாலும் மருதம் தழைக்கும். இது தென்னாட்டில் மட்டுமல்ல; இமயமலை அடிவாரம், வங்காளம், பீகார், மகாராஷ்டிரம், ஜார்க்கண்ட், மத்தியப்பிரதேச வனப்பகுதிகளிலும் 'அர்ஜுனமரம்' என்றழைக்கப்படும் மரமும் இதுவே. தமிழில் பலவகை மருத மரங்கள் உண்டு. 'வெள்ளை மருது' மட்டுமே அசல் அர்ஜுன், காவிரி பல

கிளைகளாகப் பிரிந்துசெல்லும் கழிமுகப் பகுதி தவிர அக்னி ஆறு, அம்புலி ஆறு, நரியாறு என்ற பல காட்டாறுகளும் பட்டுக்கோட்டை வட்டாரத்தில் எந்தத் தடுப்பு அணைகளும் இன்றுவரை கட்டப்படாமல் கரைபுரண்டோடும் மழைக்காலங்கள் உண்டு. இதுபோன்ற மருத நிலத்துக் காட்டாறுகளின் கரைகளிலும் ஓங்கி உயர்ந்த மருத மரங்களைப் பார்க்கலாம்.

ஆயிரம் ஆண்டுகளுக்கு முன்பே மருதம்பட்டை, இருதய நோய்க்கு மருந்தாகப் பயன்பட்டு வந்துள்ளது. பழங்குடி மக்கள் வயிற்றுப் போக்கு, சீதபேதி, தேள்கடி போன்ற பிரச்சனைகளுக்கும் பயன்படுத்தினர். எனினும் முதல் முறையாக வாகபட்டரே நெய்யுடன் கலந்து கிருதமாகவும், பாலில் வற்றவைத்தும் இதய நோய்களுக்கு வழங்கினார்.

சக்கரதத்தாவின் குறிப்பில் மருதம்பட்டைத்தூள் கால் தோலா எடை, கரும்புச் சர்க்கரை அரை தோலா, பசும்பால் 8 அவுன்ஸ், அதாவது 8 அவுன்ஸ் பாலைக் கொதிக்கவைத்து மேற்கூறிய மருதம்பட்டைத் தூளையும் சர்க்கரையையும் கலந்து வெறும் வயிற்றில் ஒரு வருஷம் குடித்தால் இருதய நோய்கள் எல்லாமே பறந்துவிடும். மருதம் பட்டைத் தூளுடன் சம அளவு சிவப்பு சந்தன மரத்தூளையும் சர்க்கரையில் குழைத்து சூர்ணத்தை வடித்த கஞ்சி அல்லது கொதி கஞ்சியிலும் கலந்து குடிக்கலாம் என்றும் சக்ரதத்தா கூறுகிறார். பொதுவாக ஆயுர்வேத வைத்தியர்கள் கபம், வாதம், பித்தம் ஆகிய மூன்று ரோகங்களுக்கும் மருதம்பட்டை நல்மருந்து என்று கூறுகின்றனர். மருதம்பட்டைச் சாரம் அலோபதி வைத்திய முறையிலும் இருதயக் கோளாறுகளுக்கு வழங்கப்படும் டானிக் மருந்தில் சேர்க்கப்படுகிறது. சுஸ்ருத சம்ஹிதையிலும் மருதம் பட்டையின் சாரம் இருதய வலியை நிறுத்துவதாகக் குறிப்பு உண்டு. மருதம்பட்டைத்தூளை ஆட்டுப்பாலுடன் கலந்து வழங்கும் அனுபானம் ரத்தபேதியை நிறுத்தும். பெண்களுக்கு வெள்ளைப்படுதல் – பிறவி உறுப்பில் வரும் புண்களுக்கு சுஸ்ருதர் மருதம்பட்டைத் தூளுடன் சமஅளவு வெண் சந்தன மரத்தூள் கஷாயத்தில் சர்க்கரை போட்டுக் குடிக்கச் சொல்கிறார். அல்லது பாலில் நீர்விட்டுக் காய்ச்சும்போது விட்ட நீர் வற்றும் வரை காய்ச்சி அனுபானத்திலும் மருதம்பட்டை மற்றும் வெண்சந்தன மரத்தூள் கலந்து குடிக்கலாம். இலைத் தூளிலும் புண்ணாற்றும் குணம் உண்டு. களிம்பாகவும் வெளிப்பூச்சுக்கும் பயன்படுத்தலாம்.

அரிஸ்டாட்டில்

விருட்ச ஆயுர்வேத நூலில் மொத்தம் ஏழு இடங்களில் மருத மரம் பற்றிய குறிப்பு உள்ளது. ஒன்று விதை நேர்த்தி பற்றியது. "இயல்பாகவே நன்கு பழுத்த பழத்தின் விதை எடுத்து அழிஞ்சி, மருத எண்ணெய்யில் ஊற வைத்து இளநீர் தெளித்த மண்குவியலில் ஊன்றி முளைப்பது அதிசயம் இல்லை" (பாடல்-227).

மற்றொன்று மழைக்கவர்ச்சி பற்றியது: "மாமரம் மகிழ்ச்சிக்கும் சேரான்கொட்டை பயத்திற்கும் பனைமரம் உடல்நலத்திற்கும் வன்னியும் கள்ளியும் பஞ்சத்திற்கும் மருதம் மழைப் பொழிவிற்கும் அடையாளங்கள்" (பாடல்-323).

சுமார் 200 அடி உயரம் வரை வளரக்கூடிய மருதமரம் மழையைக் கவர்வது அதிசயம் இல்லை. மருத மரக்கன்று எல்லா வனத்துறை விரிவாக்க மையங்களிலும் கிட்டும். இல்லாவிட்டால், மருத மரத்தின் கீழ் உதிரும் நெற்றுக்களைப் பெற்று, விதையை குளோரின் கலக்காத தண்ணீரில் ஊறவைத்து, பாலித்தீன் பைகளில் மண் நிரப்பி நாற்றுவிட்டும் வளர்க்கலாம்.

திருவிடைமருதூரின்
தலமரம் - மருதம்   மருதம்

24. சந்தன மரம்

பட்டால்தான் வாசனை

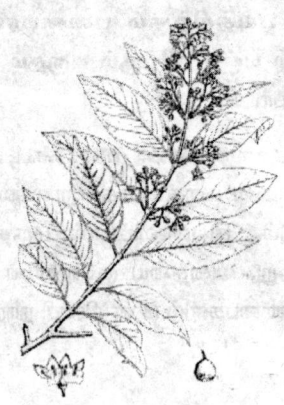

விஞ்ஞானப் பெயர்	:	Santalum album (Santalaceae)
சம்ஸ்கிருதம்	:	ஸ்ரீகாந்தம், ஸ்வேதசந்தனா
ஹிந்தி	:	சபேத்சந்தன்
ஆங்கிலம்	:	White Sandal Wood Tree

தமிழ்நாட்டுக்கும் கர்நாடகத்துக்குமுள்ள பிரச்சனைகளில் காவிரி நீர்ப்பங்கீடு ஒன்று; சந்தன மரக்கடத்தல் இரண்டு. ஏனெனில் இந்தியாவிலேயே அதிக அளவில் சந்தன மரங்கள் காவிரி உற்பத்தியாகும் குடகு மலைப் பகுதிகளில்தான் நிறைந்துள்ளன. வீரப்பன் ஒளிந்து வாழ்ந்த மலைப்பகுதியில் ஒரு பகுதி தமிழ்நாடு, ஒரு பகுதி கர்நாடகம். இந்தியாவில் உள்ள 100 சதவீத சந்தன மரங்களில் 60 சதவீதம் கர்நாடகத்திலும் 40 சதவீதம் தமிழ்நாட்டிலும் உள்ளன.

சந்தன மர விதைகளைப் பாவும்போது, உடன் சவுக்குக் கன்று இருக்கும். சவுக்குமரக் கன்று வேரிலிருந்து சந்தன மரத்தின் வேர் தனக்கு வேண்டிய சத்தை எடுத்துக்கொள்ளும். சந்தனத்தை நிலப் பகுதிகளில் வளர்க்க வேண்டுமானால் இதன் சார்பு மரங்களாக வேம்பு, ஈட்டி, சிசு, மூங்கில், கல்யாண முருங்கை, ஆவாரை, மகிழம், தேக்கு, வாகை, கொன்றை

ஆகியவற்றில் சிலவற்றை அருகில் வைக்கவேண்டும். நிழல் விழும் இடத்திலும் வளரும். சந்தனம் ஒரு சிறு மரமாகும். சுமார் 8 மீட்டர் உயரமே வளர்ந்து படராத பக்கக் கிளைகள் மேலே பந்தை உருட்டிவைத்தது போல் காட்சி தரும். இதை இன்று யார் வேண்டுமானாலும் சாகுபடி செய்யலாம். தடை ஏதும் இல்லை.

பட்டதால்தான் சந்தனம் வாசனை தரும் என்பது பழமொழி. மரம் முதிர்ந்து வெட்டும்போது, அரசு அனுமதி பெறவேண்டும். இது தமிழ்நாட்டுச் சட்டம். கர்நாடகத்தில் யார் வேண்டுமானாலும் சந்தன மரம் வளர்க்கலாம். ஆனால் மரம் அரசுக்குச் சொந்தம். அரசாங்கமே வெட்டி, ஏலத்தில் விற்றுச் செலவுபோக மீதித் தொகையை மரம் வளர்ப்பவர்களுக்கு வழங்கும். தமிழ்நாட்டில் யாரும் 5 கிலோவுக்கு மேல் சந்தனக் கட்டை வைத்திருக்க அனுமதி இல்லை என்பதால், வெட்டும்போது, வனத்துறை அனுமதி வேண்டியுள்ளது. எனினும் கூட தமிழ்நாட்டில் உள்ள விதிமுறைகள் தெளிவாக இல்லை. தமிழ்நாட்டில் உள்ள செம்மண் சமவெளிப் பகுதிகளில் சந்தனம் நன்கு வளரும். மேட்டுப்பாளையம் வனத்துறைக் கல்லூரியிலிருந்து நான் சந்தன மரக் கன்றுகள் பெற்றுச் சில இடங்களில் வழங்கியுள்ளவை நன்கு வளர்ந்துள்ளன. அம்பாத்துறையில் என் வீட்டிலும் ஒரு மரம் சிறப்பாக வளர்ந்துள்ளது. சந்தன மரத்துக்குரிய மதிப்பு அதன் வைரம் பாய்ந்த கட்டையில்தான். அக்கட்டையிலிருந்துதான் சந்தனத் தைலம் எடுக்க முடியும். மரத்தில் வைரப்பகுதி நட்ட 20ஆம் ஆண்டில்தான் வைரப் பகுதி வரத் தொடங்கும். சுமார் 50 வயதுள்ள மரத்தை வெட்டினால்தான் லாபம். ஒரு கிலோ ரூ. 500 என்றால் கூட ஒரு முழு மரம் பல லட்சம் ரூபாய் வருமானத்தைத் தரும்.

சந்தனத்தின் மருத்துவக் குணங்கள் சிறப்பானவை. சந்தனத்தை அரைத்து உடலில் பூசினால் வேர்க்குரு மறையும். தீராத தாக நோய்க்கு, இளநீரில் சந்தன மரத்தூள் போட்டுக் கலக்கிக் குடிக்கலாம். கல்லில் இரண்டு தோலா எடைக்குச் சந்தனத்தை அரைத்து, அதை ஆறிய வடித்த கஞ்சியில் கலந்து சற்றுத் தேன் விட்டுக் குடித்தால் சீதபேதி, ரத்த பேதி குணமாகும் என்று சக்கரதத்தா மருத்துவக் குறிப்பில் உள்ளது. கலப்படமில்லாத சந்தன எண்ணெய் ஒரு சொட்டுடன் இரண்டு சொட்டு கடுகு எண்ணெயைக் கலந்து தடவினால் மூக்கில் வந்த பரு ஆறிவிடும்.

சந்தன எண்ணெய்களில் முதல் தரமுள்ளவையாக குடகுச் சந்தன மரஎண்ணெய்கள் மதிக்கப்படுகின்றது. ஆஸ்திரேலியா, ஆப்பிரிக்கா சந்தன மர எண்ணெய் இரண்டாம் தரமானது. சிந்தெடிக் சந்தன எண்ணெய் மலிவாயுள்ளது. அது மருந்தாகாது. நிஜமான சந்தன எண்ணெயில்கூட

வாழ்வு தரும் மரங்கள்

10 சதவீதம் தேவதாரு மர எண்ணெய், வாசம் நீக்கிய ஆமணக்கு எண்ணெய் கலப்படம் செய்யப்படுகிறது.

ஆகவே, சந்தன எண்ணெய்யை நம்புவதை விட, சந்தனக்கட்டைகளை நம்பலாம். நெற்றியில் பொட்டு வைத்துக்கொள்வதிலும், நாமம் போட்டுக் கொள்வதிலும் பொருள் இருக்கலாம். ஆனால் தலைவர்கள் இறந்தால், சிதையில் மதிப்பு மிக்க சந்தன மரக்கட்டைகளைப் போட்டு எரிப்பதில் நியாயம் இருப்பதாகத் தெரியவில்லை.

இப்போது வனத்துறை அலுவலகங்களிலிருந்தோ வேறு வழியாகவோ சந்தன விதைகள் பெறுவதில் சிக்கல் இல்லை. என்னுடைய மரத்தில் விதைகள் வந்துவிட்டன. கருவேப்பிலைப் பழம் போல்தான் சந்தனப் பழம் இருக்கும். ஒரு மரம் நட்டுவிட்டால் பழத்தைப் பறவைகள் தின்று பரவும். விதைகள் மரத்தடியில் விழுவதால் பெரிய மரங்களின் கீழ் ஏராளமாகக் கன்றுகள் கிளம்பும். சங்கீத மங்கலம் கருணாநிதியிடம் நிறையவே சந்தனக் கன்றுகள் உண்டு. அவரே வீட்டுக்குக் கொண்டுவந்து நடுவார். விலைக்கும் அவரிடமே கிடைக்கும். கோவை மேட்டுப்பாளையம் வனத்துறை நர்சரி / கல்லூரியில் சந்தனக் கன்றுகள் கிடைக்கின்றன.

கோட்டூர் மலையாண்டிப் பட்டணத்தில் மது ராமகிருஷ்ணனின் சந்தோஷ் பண்ணையில் ஆயிரக்கணக்கான மரங்கள் உண்டு ஆசிரியரிடமிருந்து சந்தனக்கன்று வாங்கி நடும் காட்சி.

25. குமிழ் மரம்
ஐந்தில் ஒன்று

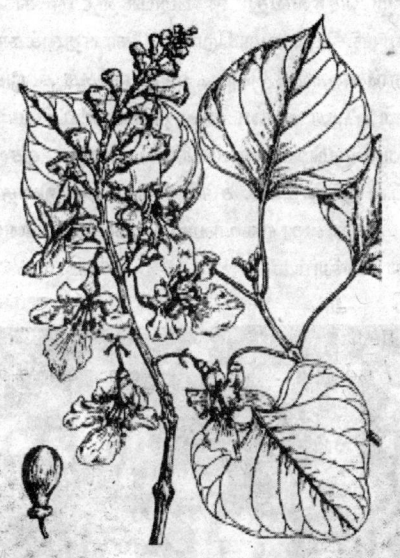

விஞ்ஞானப் பெயர்	:	Gmelina arborea (Verbenaceae)
சம்ஸ்கிருதம்	:	ஸ்ரீபர்ணம், சர்வதோபத்ரம்
ஹிந்தி	:	கஸ்மாரி, காம்பார்
வேறு பெயர்கள்	:	குமிடி, கும்புலம், குமடுதேக்கு, பெருங்குமிழ்
ஆங்கிலம்	:	Gumbhar Tree

இது ஐந்தில் ஒன்று. அதாவது பஞ்சமூலம் – என்று கூறப்படும் ஐந்தில் ஒன்று. மற்றவை – வில்வம், பாதிரி, முன்னே, வாங்கம். தமிழ்நாட்டில் ஒவ்வொரு விவசாயியும் தங்கள் தோட்டத்தில் பயிர் செய்யவேண்டிய ஒரு அருமையான மூலிகை மரம் குமிழ் மரம். இது மூலிகை மட்டுமல்ல, தேக்கு மரத்துக்கு நிகரான மர வேலைகளுக்கும் இது பயன்படும். நன்கு பராமரித்தால் வெண்தேக்கு மூலம் கிட்டாத பருமனைக் குமிழ் மரம் நட்டுப் பெறலாம். நிலப் பகுதியில் இரண்டேகால் அடி விட்டமும் 100 அடி உயரமும்

வளரக்கூடியது. குமிழ் மரத்தின் இலை, வேர் மற்றும் பழம் (விதை) எல்லாமே மருந்தாகப் பயன்பட்டுவருகிறது.

புதுக்கோட்டைக்கு அருகில் மாத்தூர் அன்னதானத் திருச்சபை ஸ்ரீ சுப்பிரமணியசுவாமி திருக்கோயில் சார்ந்த நந்தவனங்களை உருவாக்கும் தொண்டினைச் செய்துவரும் அன்பு சுந்தரானந்தா இதை அற்புதமான சஞ்சீவி மரம் என்று சொல்வதுடன் பழங்களுடன் கூடிய விதைகளை விவசாயிகளுக்கு வழங்கியும் வருகிறார். கேரளத்துக்காரர்கள் வேரைத் தோண்டி எடுக்க மரங்களையே வெட்டி விடுவதாகக் கூறுகிறார். இதற்குப் பூரண நவம் என்றும் பெயர் உண்டாம். நட்கர்னியின் மருத்துவ மூலிகை ஆதார நூல் குறிப்பில் குமிழ் பஞ்சமூலத்தில் ஒன்று. தசமூலத்தில் ஒன்று. சித்தர்களின் குறிப்பில் பூர்ணநவம். சம்ஸ்கிருதத்தில் இதை 'சர்வதோ பத்ரம்' என்று கூறுவார்கள். அதாவது எல்லா மருந்துகளும் பூர்ணமாயுள்ள தாவரம் என்று பொருள் கொள்ளலாம்.

குமிழ் விதை வழங்கும் அன்பு சுந்தரானந்தா

பஞ்ச மூலம் என்றால் அதில் குமிழுடன் வில்வம், பாதிரி, முன்னே, வாங்கம் ஆகியவை அடங்கும். இந்த ஐந்துடன் அக்னி மந்தம் என்ற தழஞ்சி, மருதம் பட்டை, முள் கத்திரி, சிறு நெருஞ்சில், பேரிலை சேர்த்தால் தசமூலம். அதே சமயம் ஐந்தில் உள்ள சக்தியும், பத்தில் உள்ள சக்தியும் குமிழுக்கு உண்டாம். இதன் சிறப்பை அறிந்த பின்பு, வனத்துறை உதவியுடன் நடத்தப்படும் நர்சரிகளில் குமிழ்க் கன்றை வாங்கிப் பலருக்கு வழங்கிவரும் பணியினையும் செய்யும்போது, இதில் ஒரு பிரச்சனை இருப்பதையும் கவனித்தேன். ஒரு இடத்திலிருந்து மறு இடத்துக்கு

மாறும்போது, இலைகள் வாடினாலும், நுனியில் உள்ள குமிழ் வாடாமல் புதிய துளிர்களை விட வாய்ப்பு அளிக்கின்றது. வறட்சியைத் தாங்கி வளர்கிறது. சற்று நீர் வசதி இருப்பின் இதன் வளர்ச்சி துரிதமாகும். எதிர்பார்த்த பருமன் வரும். எதிர்பார்க்காத பருமனும் வரும்.

பாம்பு, தேள் போன்ற கொடிய விஷங்களை இது முறிக்கும். வேரின் கஷாயம் காய்ச்சலை நிறுத்தும். அஜீரணத்துக்கும் மருந்து. இதன் வேர்ப்பட்டையைத் தூள் செய்து கூடவே எள், அஸ்பேரகஸ் என்ற தண்ணீர் விட்டான் கிழங்கு (சதாவரி) மற்றும் மஞ்சிஸ்தா என்ற தாமரைவள்ளி ஆகியவற்றையும் பொடித்து உண்டால், இளமாத கர்ப்பம் கலையாது. இதுவும் நல்ல தாய்ப்பால் பெருக்கி, இதன் விஞ்ஞானப் பெயர் மெலினா ஆர்போரியா. 18ஆம் நூற்றாண்டில் வாழ்ந்த ஜோஹான் ஜார்ஜ் மெலின் என்ற ஜெர்மானிய இயற்கை விஞ்ஞானியின் நினைவாக மெலினா என்ற முதல் பெயர் சூட்டப்பட்டுள்ளது. கோண்ட் என்ற ஆதிவாசிகள் (திராவிடப் பழங்குடி) குமிழம் பழத்தை உண்பார்கள். மான்களுக்குப் பிடித்தமான பழமாம். ஆகவே வீடுதோறும் குமிழ் மரங்களை வளர்த்துக் கூடவே மான்களையும் வளர்ப்போமா?

குமிழ் மரக்கன்றுகள் பழனிமலைத் தொடர் பாதுகாப்புக் கழகத்தின் நர்சரிகளிலும், வனத்துறை விரிவாக்க மையங்களிலும் கிட்டும்.

மறக்க முடியாத மர நடேசன் - விஜயம் தம்பதி. அய்யர்கண்டிகையில் ஆயிரம் காரனோடையில் ஆயிரம் என்று மரவளர்ப்பு. குமிழ் நாற்றும் கிட்டும்.
போன் - 044-26330316

26. பனை மரம்

பழங்குடித் தமிழ் வேந்தர்களின் சின்னம்

விஞ்ஞானப் பெயர்	:	Borassus flabellifer (Arecaceae)
சம்ஸ்கிருதம்	:	தளம், தளா
ஹிந்தி	:	தள், தட்
ஆங்கிலம்	:	Palmyra, Brab Tree

கல்தோன்றி மண் தோன்றாக் காலத்தின் முன்தோன்றிய மூத்தகுடியாக நாம் பெருமைப்பட்ட காலத்தில், நம்மை ஆண்ட பூர்வகுடித் தமிழ் மன்னர்களின் சின்னமாகப் பனைமரம் விளங்கி வந்ததைச் சங்க இலக்கியம் கூறுகிறது. பழங்குடித் தமிழர்களின் குலச்சின்னம் பனை என்பதால் "பனைமர மதுவை" அய்யனாருக்குப் படைக்கும் "மதுக்குடம்" என்ற திருவிழா இன்னமும் புதுக்கோட்டை, சிவகங்கை, ராமநாதபுரம் மாவட்டங்களில் கொண்டாடப்படுகிறது. சங்க இலக்கியங்கள், புத்த இலக்கியங்கள், வைதீக இலக்கியங்கள் எல்லாமே சுவடிகளில் எழுதப்பட்டவை. பேப்பர் தோன்றும் காலம் வரை மக்களின் அறிவுப் பசியைத் தீர்த்து வைத்தது பனை ஓலைகளே. 1942ஆம் ஆண்டு நான் கிராமத்தில் அரிச்சுவடி கற்றது கூட பனைஓலையிலும் எழுத்தாணியிலும்தான். அப்போதும் கூட கிராமங்களில் கரும்பலகையோ, காகிதமோ கிடையாது.

பழந்தமிழர் வாழ்வில் பனைமரமே பொருளியல் முக்கியத்துவம் பெற்றிருந்தது. கி.பி. 2ஆம் நூற்றாண்டில்தான் தென்னையே அறிமுகமானது. கேரள நாட்டின் சின்னம் தென்னை என்றால் தமிழ்நாட்டின் சின்னம் பனை. இந்தியாவின் மொத்தம் 8.6 கோடி பனை மரங்கள் உண்டு. இவற்றில் தமிழ்நாட்டில் மட்டுமே 5.2 கோடி பனைமரங்கள் உள்ளன. இது ஏறத்தாழ 60 சதவீதம். பத்து சதுர மீட்டர் நிலத்தில் வளர்ந்துள்ள பனைமரங்களிலிருந்து ஆண்டுக்கு 180 லிட்டர் பதனீர், 10 கொத்து ஓலைகள், 1.4 கிலோ தும்பு, 2.27 கிலோ ஈர்க்கு, 6 கிலோ எரிதும்பு, 20 கிலோ நார்கள், 24 கிலோ கருப்புக்கட்டி அல்லது 16 கிலோ சீனி எடுக்கலாம். ஏழைகளின் உணவாகப் பனங்கிழங்கு, கோடையில் நுங்கு, போதைக்குக் கள் கிடைக்கிறது.

பழந்தமிழர் வாழ்வில் பனைமரமே கற்பக விருட்சம். தவிரவும் வெல்லம் என்ற சொல் பழந்தமிழில் இல்லை. கருப்புக்கட்டி என்ற சொல் உண்டு. எனவே, பனையின் பயன் கூடுதலாகவும் கரும்பின் பயன் குறைவாகவும் விளங்கியது தெளிவாகிறது. வீரர்களுக்கு மன்னன் கலங்கல் அதாவது பனங்கள் கொடுத்த விவரம் புறநானூற்றில் உண்டு.

"கள்ளின் வாழ்த்திக் கள்ளின் வாழ்த்தி காட்டொடுமிடைத்த சீயாமுற்றில்" புறநானூறு (316) படைவீரர்கள் கள்ளை வாழ்த்திப் பாடிப் பருகினார்கள். இன்றைய நிலை என்ன? கலப்பட சீமைச் சாராயம், மொலாசஸ்ஸிலிருந்து பிரித்தெடுக்கப்படும் ஆல்கஹாலில் அடர்த்தியைக் குறைத்துக் கொராமல் என்ற சர்க்கரைக் கலவைச் சாயத்தின் உதவியால் விஸ்கி, பிராந்தி கூடத் தயாராகிவிடுகிறது. விஸ்கி, ஜின் இரண்டும் தானிய மால்ட்டிலிருந்து பெறவேண்டும். பிராந்தி ஒயினிலிருந்து (திராட்சை ரசத்திலிருந்து) பெறவேண்டும். தமிழ்நாட்டில் எல்லாமே மொலாசஸ் கலவைதான். ரம் மட்டுமே கரும்பிலிருந்து பெறலாம். இதெல்லாம் அனுமதிக்கப்பட்ட மோசடி. குடிப்பவனுக்கு மெய்மறக்க வேண்டும், அது நல்ல சரக்கா? கலப்படமா? என்று கேட்கமுடியாது. அதே சமயம், உடலுக்கு நன்மை தரும் பனங்கள் தமிழ்நாட்டில் மட்டும் அனுமதிக்கப்படுவதில்லை. பாண்டி, கேரளம், கர்நாடகம், ஆந்திரம் இங்கெல்லாம் பனங் கள்ளுக்குத் தடை இல்லை. மருத்துவக் களஞ்சியத்தைப் புரட்டினால் பனங்கள்ளைப் பற்றிய நோயாற்றிகள் வியப்பாயுள்ளன. மிகவும் நோஞ்சானாக உள்ளவர்களைப் பருமனாக்கும் குணம், சுவாசகோச நிவாரணி, நீரிழிவு நிவாரணி, கள்ளை இறக்கியவுடன் குடித்தால் நிறைய வைட்டமின் சத்துக்கள் கிட்டுவதுடன் வயிற்று நோய் தீரும். மலச்சிக்கல் மாயமாய் மறையும். அதே சமயம் கள்ளில் ரசாயனம் சேர்த்து வழங்கியதைக் குடித்தால் ஈரல் – கல்லீரல் பாதிப்புறும். கள்ளில் நிறைய உயிரிகள் Microbes உள்ளதால் பஞ்சகவ்யத்தில் சேர்த்தால்

திறமி நுண்ணுயிராக ஈ.எம். கிட்டும். வேளாண்மையில் உரச் செலவை குறைக்கப் பனங்கள் மிகவும் உதவும்.

செருவாவிடுதி கிராமத்தில் பனைமர உயிர்வேலி

சோழன் நலங்கிள்ளியின் படைவீரர்களில் **முன்னால் சென்றோர் நுங்கு உண்டதையும் இடையில் சென்றோர் பனம்பழம் உண்டதையும்** புறநானூறு 225வது பாடல் குறிக்கிறது. மற்றொரு பாடலில், **"வீரனின் ஒரு கையில் ஈட்டி, கரிய குடுமியில் வெள்ளைப் பனை ஓலை ஊசிகள்"** என்ற குறிப்பு உண்டு. இன்று குறவர் – குறத்திகளின் கொண்டையில் பனை ஓலைச் சொருகல்கள் உண்டு. பழங்காலத் தமிழர்கள் எல்லாருக்குமே குடுமி உண்டு. விருட்ச ஆயுர்வேதப் பாடல்களில் பனங்கள் மண்ணுக்கு உரம் என்றும், தேங்காய் பருமனாக வளரப் பனங்கள் ஊற்ற வேண்டும் என்றும், பொதுவாக மனிதநல வாழ்வுக்குப் பனை மரங்களை நடவேண்டும் என்று 323வது பாடல் கூறுகிறது. தமிழர்களின் பண்பாட்டுச் சின்னமான பனைமரங்களை வளர்க்கவேண்டும் என்று விவசாயிகளிடம் கூறும்போது அவர்கள் தெரிவித்த விவரங்களை நாம் கருத்தில் கொள்ள வேண்டும். "முன்பெல்லாம் கிராமங்களில் நாடாவி என்ற சாணார் இருந்தனர். அவர்கள் பனைமரங்களைக் குத்தகைக்கு எடுத்தனர். எங்களுக்கு நல்ல கள் கிடைத்தது. கூடவே வருமானமும் கிட்டியது. இன்று மதுவிலக்குச் சட்டம் பிராந்தி, விஸ்கி உற்பத்தி மீது பாயாது. பனங்கள் மீதுதான் பாய்கிறது. கள் இறக்கும் நுட்பம் தெரிந்த பனை ஏறிகளான நாடாவிகள் இதனால் பாதிப்புற்று இத்தொழிலைச் செய்வதில்லை. வருமானம் இல்லாததால் நாங்கள் மரத்தை வெட்டிச் செங்கல் சூளைக்கு வழங்கிவிட்டோம்" எனத் தெரிவித்தனர்.

பனைமரங்கள் அழிவதால் மண்வளமும் மனித வளமும் கெடுகிறது. வைரம் பாய்ந்த பனைமரத்தின் மதிப்பு தேக்கைவிட உயர்வானது. பனைமரம் வெட்டப்படாமல் இருக்கப் பனைமரங்களைப் பயன்படுத்தவேண்டும். இருப்பதை விட்டு விட்டுப் பறப்பதைப் பிடிக்கத் திட்டமிடும் நிபுணர்கள், வெனிலாக் கனவில் சஞ்சரித்து இனிப்புச் சோளம், சர்க்கரை பீட்டு என்று பறந்து, அள்ளித் தெளிக்கும் மானியத் துளிகள் பனை மீதும் சிறிது தெளித்தால், கருப்புக்கட்டி, பனஞ்சீனி விலைகளையும் குறைக்கலாம். பனைமரத்தை நம்பியுள்ள பல்வேறு குடிசைத் தொழிலை வளர்ப்பது நம் கடமைதானே.

ஒரு அரசிடம் இல்லாத கடமை உணர்வு திண்டிவனம் அருகில் குச்சிக்குளத்தூர் என்ற கிராமத்தில் வசிக்கும் மணிக்கவுண்டருக்கு உள்ளது. அந்த ஊர் பஞ்சாயத்துக்கு பனைநுங்கு விற்பனை மூலம் நிறைய வருமானம் வருகிறதாம். கள்ளை மறந்து நுங்கை நினைத்து இதுவரை பல்லாயிரக்கணக்கான பனைமரங்களை விழுப்புரம் மாவட்டத்தில் நட்டுள்ளாராம். யாருக்கு வேண்டுமானாலும் வீட்டுக்கு வந்து பனை நடுவதையே சேவையாகக் கொண்டுள்ளார்.

பனங்கள்ளும் அருமருந்து
ஒரு புராதன ஓவியம்

27. மகிழம்

பூர்வீக வயக்ராவோ?

விஞ்ஞானப் பெயர்	:	Mimusops elengi (Sapotaceae)
சம்ஸ்கிருதம்	:	பகுளம், சிம்ஹகேசரம், கேசரம்
ஹிந்தி	:	பகுல், முல்ஸார்
ஆங்கிலம்	:	Bakul Tree, Bullet wood

மரத்தின் பெயரிலேயே மகிழ்ச்சி இருக்கிறது. இம்மகிழ்ச்சியின் பொருள் வயகராதான். உலர்ந்த மகிழம் பூக்கள் 50 கிராமை, 300 மி.லி. நீரில் போட்டு, 100 மி.லி. யாகக் காய்ச்சி, பனங்கற்கண்டு இட்ட பசும்பாலில் கலந்து, தினமும் ஆண், பெண் இருவரும் குடிக்கலாம். பூ மட்டும் அல்ல விதைப் பருப்பை வேளைக்கு 5 கிராம் அரைத்துப் பசும்பாலில் கலந்து சாப்பிட்டால், ஆண்களுக்குத் தாது விருத்தி, பெண்களுக்குக் கர்ப்பம் பிடிக்கும். மகிழமரம் நிறையப் பூத்துக் காய்க்க, மதுரசத்தில் கோரைக்கிழங்கு, முள்ளு முருங்கை, நத்தியாவட்டை இலைகளில் சாறைக் கலந்து நீர் ஊற்றி, மலர்ந்தவுடன் அதே மலர்களை இட்டுப் பின் கொழுப்பு, பால், கோஷ்டம், கலந்து நீர் ஊற்ற புன்னை, நன்னாரி, மகிழம் ஆகியவற்றின் இயல்பு மணம் கூடும்.

மகிழம்பூவில் மணம் பெருக மேற்படி யோசனையைக் கூறும் சுரபாலர், விருட்ச ஆயுர்வேதத்தில் 147 வது பாடலில் **"ஒரு வாய் மதுவை, ஓர் இள மங்கை வாயில் ஊற்றிக்கொண்டு கொப்பளித்து வேரில் விட்டால் மகிழம் நிறையப் பூக்கும்"** என்று வர்ணித்துள்ளதைக் கவனித்தால், ஈ.எம். திறன் மிக்க நுண்ணுயிரி பற்றிய 'பழங்குடி அறிவு' புலப்படுகிறது. மது, கள் ஆகியவை உயிரி உரங்களாகப் பயன்பட்டுள்ளது புலனாகிறது. ஆகவே, வேளாண்மை உற்பத்தி உயரக் காவல் துறையின் மதுவிலக்குப் பிரிவைச் செயலற்றதாக்கிவிட்டால், மகிழம் பட்டையிலிருந்து தரமான மது (சாராயம்) உற்பத்தி செய்யலாம். வயகராவுக்கு அசுவகந்தா (அமுக்குரான்), வெள்ளை முசலி, கோலியஸ் ஆகியவற்றின் மீது கவனம் செலுத்திவரும் ஏற்றுமதியாளர்கள் இந்த வரிசையில் இனி மகிழத்தின் மீதும் கவனம் செலுத்தலாம். முன்னாளில் பஞ்சாபில் மகிழம்பட்டை கருத்தரிக்கச் செய்யும் மருந்துகளில் இடம் பெற்றிருந்ததினால் பல ஊர்களில் பட்டைகள் உரிக்கப்பட்டு மரங்கள் பட்டுப்போவதாக ஜார்ஜ் வாட் (1890) குறிப்பிட்டுள்ளார்.

மகிழம்பூவை உலர்த்திப் பொடி செய்து முகர்ந்தால், மூக்கிலிருந்து சளி வெளியேறித் தலைவலி நீங்கும். மகிழம்பட்டைத் தூள் பல்வேறு ஆயுர்வேதப் பற்பொடிகளில் உள்ள கலவைகளில் ஒன்று. மகிழம்பூக்களிலிருந்தும் வாசனை எண்ணெய் தயாரிக்கலாம். வேரை அரைத்துத் தடவினால் புண்கள் குணமாகும், பேதி நின்றவுடன் முதிர்ந்த மகிழம்பழம் வயிற்றுப்புண்ணை ஆற்றிவிடுவதுடன் பாம்பு விஷத்தையும் முறிக்கும் என்று நம்பப்படுகிறது. இவை எல்லாம் அறிந்துதான் இது பல திருக்கோவில்களில் தலமரமாகவும் உள்ளது. மகிழமரம் புதுக்கோட்டையில் நிறைய உண்டு. புதுக்கோட்டை அரண்மனை இன்று மாவட்ட ஆட்சித் தலைவர் அலுவலகமாயுள்ளது. அங்கே ஏராளமாக மகிழ மரங்களைப் பார்க்கலாம்.

300 வயதுள்ள ஒரு மகிழ மரத்தை இதே மாவட்டத்தில் ஆலங்குடியில் இருந்து வடகாடு செல்லும் வழியில் மேலாத்தூர் நாடியம்மன் கோவிலில் நான் கண்டுபிடித்துள்ளதை முன்பக்கத்தில் உள்ள படத்தில் காண்க. 10 நிமிடம் அங்கு சுவாசித்த சுத்தமான காற்று பயணத் தலைவலியை இருந்த இடம் தெரியாமல் போக்கிவிட்டது. அங்குள்ள வளத்தையும் மரங்கள் அடர்ந்த கரைகளைக்கொண்ட குளத்தையும், குறிப்பாக, நீர் வடிபகுதி மேம்பாட்டுத் திட்ட வேளாண்மைப் பொறியாளர்கள் கவனித்தால் பல புதிய விஷயங்களைப் பெறலாம்.

மகிழ மரம் பற்றி விருட்ச ஆயுர்வேதம் குறிப்பிட்டுள்ளதைக் கவனித்தால் இம்மரம் கங்கைச் சமவெளி, இமயமலைக் காடுகளிலும் நிறைய உண்டு. ஒரு குறிப்பின்படி, இது மேற்குத் தொடர்ச்சி மலைப்பகுதிகளில் நிறைய

வாழ்வு தரும் மரங்கள்

இருந்தாலும், சமவெளிப் பிரதேசங்களில் இதன் நன்மை கருதி வளர்க்கப்பட்டது. நான் பார்த்த 300 வயது மகிழ மரத்தின் உயரம் சுமார் 70 அடியாகும். ஏப்ரல் முதல் டிசம்பர் வரை பூச்சொரியும். பூக்கள் நட்சத்திர வடிவில் சிறியதாக வெளிர்ப் பச்சையும் இனிய மணமும் கொண்டிருக்கும். மே-ஆகஸ்டு மாதங்களில் காய்கள், செப்டம்பரிலிருந்து கனிகள் கிட்டும். இனிப்பான இப்பழத்தை நாடி வரும் பறவைகளும் அதிகம். இலைகளை கால்நடைத்தீவனமாகவும் பயன்படுத்தலாம். ராஷ்டிரபதிபவன் உள்ள மொகலாய மன்னர்களின் காலத்து அரண்மனைத் தோட்டங்களிலும் நந்தவனங்களிலும் மகிழம் விரும்பி வளர்க்கப்பட்ட ரகசியம் மன்மத லீலை தானோ? அழகு தரும் இம்மரம் இல்லற சுகத்திற்காக எல்லா வீடுகளிலும் இடம்பெற வேண்டும். புதுக்கோட்டை வனவிரிவாக்க மையத்தில் மகிழ மரக்கன்றுகளுக்குப் பஞ்சம் இருக்காது. இதுபோன்ற மரங்களை மட்டுமல்ல, மரக்கன்றுகளை வழங்கும் கடமை வனத்துறைக்கு உண்டு. அந்தந்த மாவட்டங்களில் உள்ள வன விரிவாக்க மையங்கள் மூலம் மரக்கன்றுகளைப் பெறலாம். திண்டுக்கல், ஆத்தூர் - கன்னிவாடி நர்சரிகளில் மகிழங்கன்று மலிவாகக் கிடைக்கிறது.

சம்ஸ்கிருதத்தில் இம்மரத்திற்கு சிம்ஹ கேசரம் என்று ஒரு பெயர் உண்டு. அதாவது சிங்கத்தின் பிடரி என்று பொருள். சிங்கத்தை வீட்டில் வளர்க்க முடியாது. சிங்கத்தின் பிடரி - அதுவும் ஆண் சிங்கம் என்பதால் மகிழத்தை வளர்ப்போம். சிங்கத்தைப் போல் வீரனாகவும் வீராங்கனையாகவும் வாழ்வோம்.

28. சரக்கொன்றை
பொன்னிறத்துப் பூச்சரமே

விஞ்ஞானப் பெயர்	:	Cassia fistula (Caesalpinioideae)
சம்ஸ்கிருதம்	:	ஸ்வர்ணகம், ராஜவிருக்ஷம் அர்க்வாதா, நிருபத்குமா
ஹிந்தி	:	அமால்தஸ்
ஆங்கிலம்	:	Indian Laburnam

"பொன்னார் கொன்றையிரு வடங் கிடந்து" என்று திருஞான சம்பந்தரும் "மின்னார் செஞ்சடை மேல் மிளிர் கொன்றை அணிந்தவனே" என்று திருநாவுக்கரசரும் தேவாரம் பாடியதெல்லாம் ஸ்வர்ணகம் என்று வடமொழியில் வழங்கப்படும் இந்தச் சரக்கொன்றையைப் பற்றியது. சம்ஸ்கிருதத்தில் இதற்கு ராஜ விருட்சம் என்ற பெயரும் உண்டு. கொன்றையில் பல வகைகள் இருந்தாலும் சரக்கொன்றையே பாரம்பரியம் மிகுந்த இந்திய மரம். வறட்சி தாங்கி வளரக்கூடிய இந்த மரம் மருத்துவக் குணம் மிகுந்ததும் கூட. சரக்கொன்றையின் பூ, முதிர்ந்த காய்களில் உள்ள இயற்கையான ஜெல்லி, வேர், பட்டை எல்லாமே அருமருந்துகள்.

சரக்கொன்றையின் அழகு அதன் பொன்னிறப் பூச்சரமே ஆகும். இது வெப்பத்தைத் தணிக்கும். கேரள மக்களின் விஷு என்ற வருடப் பிறப்பு தினத்தில் சரக்கொன்றை பெறும் சிறப்பு, தமிழர்கள் அதே நாளில் வேப்பம் பூவுக்குத் தரும் சிறப்புக்கு நிகரானது.

சாதாரணமாக குல்கந்து ரோஜா மலர்களிலிருந்து செய்யப்படுகிறது. ஆனால், ரோஜாவின் மீது விஷமான பூச்சி மருந்தைத் தெளித்து சாகுபடியாவதால் விஷம் கலக்காத சரக்கொன்றை மலர்களிலிருந்து குல்கந்து செய்யலாம். கிடைக்கும் மலர்களுக்குச் சம எடை கல்கண்டுடன் தேன் சேர்த்து வெயிலில் பதப்படுத்த குல்கந்து கிடைக்கும். இதை காலை, மாலை இருவேளையும் 2 கிராம் பசும்பாலுடன் சேர்த்துக் குழந்தைகளுக்கு வழங்கினால் மெலிந்த உடல் தேறுவதுடன் உள்ளுறுப்புகள் பலப்படும். சரக்கொன்றையின் நெற்றுக்கள் நீண்ட உருட்டுக் குச்சி வடிவில் மரங்களின் கீழ் உதிர்ந்து கிடக்கும். இதன் நீளம் 1 அடி முதல் 3 அடி வரை இருக்கும். அதைப் பிளந்து பார்த்தால் கெட்டியான கரும்பசை (ஜெல்லி) 40 முதல் 100 விதைகள் அப்பசையில் மூழ்கியிருக்கும். கர்ப்பமுற்ற தாய்மார்களுக்கும் வைத்தியர்கள் வழங்குவதுண்டு.

இதைச் சென்னா விதையுடன் கலந்து வழங்கப்படும் காசியா பல்ப்பை அளவோடு தரவேண்டும். 2 முதல் 4 வெள்ளி எடை கிட்டத்தட்ட அரைக்கால் முதல் கால் அவுன்ஸ் என்று மருத்துவக் களஞ்சியம் கூறுகிறது. சென்னாவைச் சேர்க்காமல் புளியுடன் சேர்த்தும் சரக்கொன்றைப் பிசினை மலச்சிக்கல் நோய்க்குத் தரலாம். இதன் இலைக் கொழுந்தை வதக்கித் துவையலாக உண்டாலும் மலச்சிக்கல் தீரும். இதன் இலைக் கொழுந்துடன் பிசினை அரைத்துப் பூசினால் சொறி, சிரங்கு, படர் தாமரை மாயமாய் மறையும்.

பூக்களைப் பாலுடன் காய்ச்சி உண்டாலும் மெலிந்தோர் வலிமை பெற வாய்ப்புண்டு. இப்பூக்களுக்கு உள்ளுறுப்புகளை வலுப்படுத்தும் ஆற்றல் உண்டு. சரக்கொன்றையின் வேர், பட்டை கொண்டு தயாரிக்கப்படும் சூரணத்துக்கு ஜுரம், ஈரல் நோய், கழிவு அகற்றி ஆகிய குணம் உண்டு. யுனானி, அராபிய மருத்துவத்தில் மேற்படி குணம் கண்டறியப்பட்டுள்ளது. இப்போது மலச்சிக்கலுக்கு சாத்துக்குடி ஜூஸ் வழங்கப்படுவதைப் போல், அன்று உலகளாவிய நிலையில் சரக்கொன்றை விதைப் பிசினே பயன்பட்டு வந்துள்ளது.

சரக்கொன்றை மரங்கள் இந்தியா, பர்மா, இலங்கை நாடுகளில் பரவலாக எல்லாப் பகுதிகளிலும் வளரக்கூடியவை. மேற்குத் தொடர்ச்சி

மலைப் பகுதிகளில் குறிப்பாக கேரள மாநிலத்தில் அதிகம் தென்படும். தமிழ்நாட்டிலும் இப்போது நிறையப் பரவிவருகிறது. சுமார் 50 அடி உயரம் வளரக்கூடிய இந்த மரத்துக்கு மரப் பயனும் உண்டு. தோப்புகளில் உயிர் வேலியாக இம்மரங்களை நட்டுக் காற்றின் வேகத்தைக் குறைத்துப் பறவைகளை வரவேற்கலாம். பன்றி, கரடி, குரங்கு ஆகிய மிருகங்கள் இதன் விதைப்புளிக்கு ஆசைப்பட்டு உண்டு கழித்த விதைகளில் இருந்து காடுகளில் இம்மரங்கள் பரவியது. மாவட்டம் தோறும் உள்ள வன விரிவாக்க மைய நர்சரிகளில் இக்கன்றுகள் கிடைக்கும். ஆத்தூர் அணைக்கட்டு மரப் பண்ணை நிர்வாக ராமசாமியையும் அணுகலாம். உங்கள் வீட்டுக்கு அருகில் சரக்கொன்றை மரங்களைப் பார்த்தால் நீண்ட கழிபோல் தொங்கும் முற்றிய நெற்றைச் சேகரித்து விதைகளைத் தனியே பிரித்தெடுத்த பின்பு ஐந்து நிமிடம் கொதி நீரில் வைத்திருந்து பின் குளிர் நீரில் 24 மணி நேரம் ஊறவைத்துப் பின் நடலாம். 10 நாள்களில் முளைப்பு ஏற்படும். சிவத் தலங்களில் சரக்கொன்றை நந்தவனத்தில் இருக்க வேண்டும். வன்னி மரத்துக்கு அடுத்தபடியாக அதிகமான கோயில்களில் இது தல மரமாயுள்ளது. திருத்துறையூர், திருப்பந்தணைநல்லூர், திரு அச்சிறுப்பாக்கம், திருக்கோவிலூர் போன்ற 10 அல்லது 15 திருக்கோயில்களில் சரக்கொன்றை தலமரமாக உள்ளது. இந்த ஊர்களில் விதை நாற்று கிடைக்க வாய்ப்புண்டு.

கேரள மாநிலத்தில் வீட்டுக்கு வீடு பலாவும் சரக்கொன்றையும் உள்ளதைக் கவனிக்கலாம். அப்பரும் சம்பந்தரும் பாடியுள்ள சரக்கொன்றையை நட்டால் சிவபெருமான் மனம் குளிர்ந்து வேண்டியதை அருள்வார். குறைவின்றி வாழ்ந்து வளம் பெறக் கொன்றை மரங்களை நடுவோமாக.

மரம் நடும் முறையும் நந்தவனம் அமைத்தலும்

பாலினி (வெற்றிலைப்பட்டை), அசோகம்,
புன்னை, வாகை, வேம்பு என்ற ஐந்தும்
தெய்வீகமானவை;
நோய் தீர்ப்பவை;
உயிர் காப்பவை;
அவற்றை முதலில் நடுக.

கிழக்கில் பெருங்களா, மூங்கில்
தெற்கே அரநெல்லி
வடக்கே இலந்தை, விளா,

நெல்லியையும் நடுவது நன்று.
சல்லிவேர் மரங்களையும்,
உயர்தர, நடுத்தர, கடைத்தர மரங்களையும்
பாகுபடுத்தி கிரமத்துடன் ஊடாக
வேலி ஓரங்களில் நடுவது நன்று.

மண்டபம், நந்தியாவர்த்தம், ஸ்வஸ்திகம்,
சதுரஸ்ரம், சர்வதோபத்ரம்,
விதி, நிகுஞ்சம், புஞ்சகா என்று
வனம் வடிவமைக்கப்படுகிறது.

மண்டபம்	:	வனம் நடுவே மனிதர் உட்காரவும் உரையாடவும்
நந்தியாவர்த்தம்	:	செவ்வகத்தில் மேற்கு வாயில்
ஸ்வஸ்திகா	:	மதச் சிறப்புள்ள தாந்ரீக வடிவம் (ஜெர்மனியின் சின்னம்)
சதுரஸ்ரம்	:	சதுரம்
சர்வதோபத்ரம்	:	சதுரத்தில் வட்டம்
விதி	:	நேர் வரிசை
நிகுஞ்சம்	:	புல்வெளிப் பூங்கா
புஞ்சகா	:	அடர்ந்த மரக் கூட்ட அடவியாக– தனித் தனிக்கூட்டங்கள்

சுரபாலரின் 'விருக்ஷ ஆயுர்வேதம்'

300 வயதுள்ள மகிழ மரத்தின் தண்டு பாகம்
(மேலாத்தூர் நாடியம்மன் கோவில்)

29. பாரிஜாதம்

பாமா, ருக்மணி இருவருக்காக

விஞ்ஞானப் பெயர்	:	Nyctanthes arbortristis (Oleaceae)
சம்ஸ்கிருதம்	:	பாரிஜாதம், செபாலிகம், ரஜனிகசம்
ஹிந்தி	:	ஹர்சிங்கார்
வேறு பெயர்	:	பவழ மல்லி
ஆங்கிலம்	:	Night Jasmine, Weeping Nyctanthes

நமது மண் மீது பாரிஜாதம் வந்த புராணம் சுவையானது. தேவர்களும் அசுரர்களும் திருப்பாற்கடலைக் கடைந்தபோது, தோன்றிய பல அதிசயங்களில் பாரிஜாதமும் ஒன்று. இதைப் பெற்றுக்கொண்ட இந்திரன் தனது அமராவதி தோட்டத்தில் பயிர்செய்து வனமாக்கினான். இந்த வனத்திலிருந்து உதிர்ந்த மலர்களை மாலையாகத் தொடுத்து நாரதர் பூமிக்கு வந்தபோது புன்னகை மன்னன் பூவிழிக் கிருஷ்ணனிடம் கொடுக்க, அதை அவர் ருக்மணிக்கு வழங்கியதும், சத்தியபாமாவிடம் நாரதர் கலகம் செய்ய, கிருஷ்ணனுடன் பாமா சண்டை போட, இதனால் எழுந்தது கிருஷ்ணா – இந்திர யுத்தம். இந்திரனை வென்று வேருடன் பறித்த பாரிஜாத மரத்தைப் புன்னகை மன்னன் பூமிக்குக் கொண்டுவந்து பாமாவைச் சமாதானம் செய்தாராம். இதன்பின், பாரிஜாத மலர் ஆராதனைக்குரியதாயிற்று.

தமிழில் பாரிஜாதம் பவழ மல்லிகை என்றும் அறியப்படுகிறது. இந்த மலரின் மணம் 100 அடி வரை வீசும். இனிக்கும் இன்ப இரவை வாவென்று அழைத்து இரவில் மணம் வீசும் இம்மரத்திற்கு Night Jasmine – இரவு மல்லிகை என்று ஆங்கிலத்தில் பெயர் வந்தது. இந்த மணம் தெய்வீகமானது. இம்மலரை மகளிர் தலையில் சூடிக்கொள்வது அபூர்வம். பூஜைக்கும் ஆராதனைக்கும் பயன்படும். திருக்காழி, திருக்களர், திருக்கோட்டாறு, திருநாரையூர், திருக்கடிகை, திருவைகுண்டம் போன்ற பல தலங்களின் தல மரம். பொதுவாகக் கோவில் நந்தவனங்களில் பவழ மல்லிகையும் நந்தியாவட்டமும் கட்டாயம் இருக்கும். இந்தச் சின்னஞ்சிறு மலரின் காம்பு சிறியது. இது செம்பவழம் போல் இருப்பதால் இந்த மலர் மாலையை ஆண்டவனுக்குச் சாற்றினால் பவழ மாலை போட்டது போலவே தோன்றும். இவ்வளவு தெய்வீக உணர்வுகளைக்கொண்ட இம்மரம் நிறையவே மருத்துவக் குணமுள்ளது. மல்லிகை மலர்களைப் போலவே, பாரிஜாத மலர்களில் இருந்தும் சென்ட் தயாரிக்கப்படுகிறது. இலைகள், பட்டையில் நைக்காந்தைன் மருந்தைப் பிரித்தெடுத்தால் வாதம், பித்தம், கபம் நோய் தீரும். வட இந்தியாவில் இல்லங்களில் பான் பீடாவில் வெற்றிலை பாக்குடன் பாரிஜாத மரப்பட்டைத் தூளும் சேர்த்து மென்று தொண்டையில் கட்டியுள்ள நாள்பட்ட சளியை எடுப்பார்கள். இலைக் கொழுந்தை இஞ்சியுடன் அரைத்து இருவேளை உண்டால் ஜுரம் விலகும். கைப்பிடி அளவு பாரிஜாத இலைகளை அம்மியில் தட்டி ஒரு லிட்டர் தண்ணீரில் ஒரு பொழுது ஊறவைத்து இருவேளை பருகினால் முதுகுப் பிடிப்பு விலகும். சக்கரதத்தாவின் மருத்துவக் குறிப்பில் நாள்பட்ட இடுப்பு வலி, தசைப்பிடிப்புக்குப் பாரிஜாத இலைகளை ஊறவைத்த நீரை லேசாகக் கொதிக்க வைத்துக் கஷாயமாகவும் குடிக்கலாம் எனக் கூறப்பட்டுள்ளது. பாம்பு விஷத்தையும் பாரிஜாத இலைக் கஷாயம் முறிக்கும். சில மருத்துவர்கள் பாரிஜாத இலைக் கஷாயத்தைத் தேனில் கலந்து அயக்காந்த செந்தூரத்துடன் வழங்கி சுவாசகோசத்துக்கும் தருகிறார்கள். இது மலச்சிக்கலுக்கும் மருந்து. வேர்ப்பட்டை, விதை எல்லாம் தோல் நோய்களுக்கு அரைத்துப் பூசப்படுகிறது.

இந்த அளவில் மருத்துவக் குணங்கள் நிரம்பிய இந்த மரத்தின் சில சிறப்பாற்றல்களையும் கவனிக்க வேண்டும். மானாவாரி நிலங்களில் வறட்சி தாங்கி வளரும் பண்புள்ளது. தரிசு நில மேம்பாட்டுக்கு உகந்த மரம். வெள்வேல், கொடுக்காபுளி போன்று இது நிறைய இலை உதிர்த்து மண்ணை வளப்படுத்தும், உயரமாய் வளராது. 25அடிவரை வளரும். இது இமயமலைக் காடுகளிலும் மேற்குத் தொடர்ச்சி மலை, விந்திய – சாத்பூரா மலைப் பகுதிக் காடுகளிலும் நிறைய காணப்படும். தென்னாடுகளில் இல்லந்தோறும் இந்த மரங்களை வளர்த்தால் செல்வம் பெருகும் என்ற நம்பிக்கை உள்ளது.

அம்பாத்துறையில் உள்ள என் வீட்டு வாசலில் இந்த மரத்தின் பூ வாசனை முன்பின் அறிமுகமில்லாத பலரைக் கவர்ந்திழுத்து, மரக்கன்று வேண்டும் என்று என்னிடம் வினவுவதுண்டு.

நல்ல மழைக்காலத்தில் கீழே விழும் விதைகளில் சில அபூர்வமாக முளைக்கும். குச்சிகளை நட்டு வேர் பிடிக்கச்செய்து நடலாம் என்றாலும் அபூர்வமாகத்தான் உயிர் பிடிக்கும். காடுகளில் விதை விழுந்து முளைப்பது போல் தோட்டங்களில் விதைத்து மண்டுவது குறைவுதான்.

ஆத்தூர் அணைக்கட்டுப் பகுதிகளில் உள்ள பழனி மலைத் தொடர்ப் பாதுகாப்பு மர வளர்ப்பு நர்சரிகளில் இது நிறைய கிடைப்பதால் அங்கிருந்து வாங்கி சில நண்பர்களுக்கு வழங்கிவருகிறேன். நகரங்களில் இதைப் புதராக வளர்க்கலாம். மணமுள்ள இம்மரங்களால் சுற்றுப்புறம் அழகு பெறுவதுடன் இதன் அடர்ந்த தழையமைப்பும் மொறுமொறுவென்று சொரசொரப்புள்ள இலைகள் தூசிகளை வடிகட்டி நிறையப் பிராண வாயுவை வழங்கும். வீடுகளின் முகப்பிலும் தெருக்களிலும் இதைப் பயிர்செய்து நலவாழ்வைப் பெறுவது நல்லது. பாரிஜாத மரக்கன்றுகள் பெற ஆத்தூர் மர வளர்ப்புப் பண்ணையில் ராமசாமியின் தொடர்பு எண்: **09865437876.**

மர நோய்களுக்கு மருந்துண்டோ?

எள்ளுடன் ஒரு ஆடகம் வெள்ளாட்டுச் சாணம்;
ஒரு ஆடகம் செம்மறி ஆட்டுச்சாணம்;
பார்லி ஒரு பிரஸ்தம்; தண்ணீர் ஒரு துரோணம்;
இவற்றுடன் சம அளவு மாட்டு இறைச்சி கலந்து
ஏழிரவுகள் ஊறல் போட்டு ஊற்ற
மரங்கள் பூத்துக்குலுங்கிக் கனிகள் பிடிக்கும்.

தீ வெப்பத்தால் பட்டுப்போன மரங்களுக்கு
தாமரைக் கொடி பதிந்த சேற்றைப் பூசி
எள்ளுடன் வெல்லச் சர்க்கரையும் பாலும்
நீரில் கலந்து ஊற்ற பட்டமரம் துளிர்க்கும்.

குறிப்பு: ஆடகம், பிரஸ்தம், துரோணம் என்பவை பண்டைய நிறுத்தல் அளவு முறை. பிரஸ்தம் அடிப்படை அளவு.

1 பிரஸ்தம் = 21 அவுன்ஸ் = 600 கிராம் = 16 பலம் = 64 கைப்பிடி
4 பிரஸ்தம் = 1 ஆடகம் = 2.4 கிலோ
16 பிரஸ்தம் = 1 துரோணம் = 9.6 கிலோ.

சுரபாலரின் 'விருக்ஷ ஆயுர்வேதம்'

30. செம்மந்தாரை
(ஆத்தி)
அழகிய மருத்துவச் செம்மலர்

விஞ்ஞானப் பெயர்	:	Bauhinia variegata (Caesalpinioideae)
சம்ஸ்கிருதம்	:	காஞ்சனாரா, கோவிதாரா
ஹிந்தி	:	கச்நார், காஞ்சனார், ரக்த காஞ்சன்
ஆங்கிலம்	:	Kanchan Tree

'மந்தார மலரே, மந்தார மலரே' என்ற பழைய பாட்டுக்குரிய அழகிய மலர் இதுவே. ஆத்தி என்பதும் மந்தாரை என்பதும் காஞ்சனா என்பதும் பொதுவான ஒரே பாஹினியா குடும்பம் (ஜீனம்). ஆத்தியில் வல்லாத்தி, திருவாத்தி என்பன வேறு வகை மரங்களாகும். திருவாத்தி என்பது கொழுக்கட்டை மந்தாரை. அது தெய்வீக அழகுகொண்ட மஞ்சள் நிறப் பூக்கள். அதைப் பற்றித் தனியாகப் பின்னர் ஆராய்வோம். ஆனால், இங்கு நாம் குறிப்பிடும் செம்மந்தாரையோ (காஞ்சனார்) இன்ப உணர்வைத் தூண்டும் அழகுள்ளது. சோழ மன்னர்கள் அணிந்துகொண்டு போருக்குப் புறப்பட்டதாகப் புறநானூறு கூறும் ஆத்தி, அநேகமாக செம்மந்தாரையாக இருக்கலாம்.

வடஇந்தியாவிலும் கேரளத்திலும் உள்ள அளவு இந்தக் காஞ்சன மலர்கள் தமிழ்நாட்டில் குறைவுதான். பாஹினியா வாரிகாட்டா (செம்மாந்தாரை) அற்புத அழகுள்ளது. இந்த அழகை ரசிக்க ஒரிசா மாநில வனங்களுக்குச் செல்ல வேண்டும். **'வசந்த காலம் வருமோ துயர் தீருமோ'** என்ற பாடலுக்கு அபிநயம் பிடித்தவாறு ஆதிவாசிப் பெண்கள் பிப்ரவரி – மார்ச் மாதங்களில் வசந்தம் பிறந்ததும் கடுங்குளிரினால் சில்லிட்டுப்போன உடலுக்கு வெப்பம் தரும் வசந்தத்தை நுகர்ந்த வண்ணம், தலையில் மூங்கில் கூடையைச் சுமந்துகொண்டு ஒய்யாரமாய் நடந்து இந்த வண்ணக் காஞ்சன மலர்களைச் சேகரிக்கக் கிளம்புவார்கள். உலர்ந்த மலர்கள் உயர்ந்த மருத்துவச் சரக்கு. வசந்த காலத்தில் இக் குறுமரத்தில் இலைகளே தெரியாதவாறு **வெள்ளையும் சிவப்பும் கலந்த மலர்கள் குடை விரிக்கும் காட்சி சித்திரச் செவ்வானம் எப்படி மரமானது?** என்று எண்ணத் தோன்றும்.

இந்த அழகில் மயங்கித்தான் இளவயது புத்தன் காஞ்சனையைக் கரம்பிடித்தானோ? தமிழ்நாட்டிலும் காஞ்சனா என்று பெண்களுக்குப் பெயர் வைக்கும் அளவில் காஞ்சனார் மரங்களை நடுவது இல்லையே ஏன்? இதில் உள்ள ஒப்பற்ற மருத்துவக் குணங்களை அறிந்துகொண்டால் வடக்கே படையெடுத்துச் சென்று காஞ்சனார் மரங்களைக் கவர்ந்து வருவீர்கள்.

காஞ்சனார் மரத்தின் இலை, மொட்டு, மலர், வேர், பட்டை, விதை ச்கலமும் மருந்துகள். ஆறாத புண்களை ஆற்றும் பண்பு உள்ளதால்தான் தமிழில் ஆத்தி என்றனரோ? நிணநீர்ச் சுரப்பியால் தோன்றும் காசநோய்க்கு வங்காளத்தில் காஞ்சநாரகுக்குலா என்ற மருந்து வழங்கப்படுகிறது. பத்து பாகம் செம்மந்தாரைப் பட்டைகளுடன் மூன்று கடுக்காய், சுக்கு, மிளகு, வால் மிளகு, லவங்கப்பட்டை, ஏலக்காய், தேஜபத்ரம் (பிரியாணி இலை) மாரலிங்கப்பட்டை ஆகியவை 1 பாகம், குக்குலு என்ற குங்கிலியம் 15 பாகம் கலந்து அரைத்த விழுதிலிருந்து மாத்திரைகள் செய்யப்படுகின்றன. தினமும் திரிபலா கஷாயத்தில் அரை தோலா எடையுள்ள காஞ்சநாரா குக்குலுவைக் கழுத்துவீக்கம் (நிணநீர்ச் சுரப்பியின் பாதிப்பு) இதற்கும் வழங்கப்படுகிறது. காஞ்சனப் பட்டையுடன் கருவேலம்பட்டை, மாதுளம் பூக்கள் சேர்ந்த கஷாயத்தைத் தொண்டையில் படும்படி கொப்பளித்துத் துப்பினால் தொண்டைப்புண், வாயில் எச்சில் பெருக்கு நீங்கும். பழங்குடி மக்கள் பெரும்பாலும் உலர்ந்த மொட்டு, பூக்களைச் சேகரித்து வைத்து அவ்வப்போது கஷாயமாகக் காய்ச்சி இருமலுக்கும், மூலப் போக்குக்கும் பயன்படுத்துவார்கள்.

வயிற்றுப்போக்கு, சீதபேதி காலராவுக்கும் காஞ்சன மொட்டுகளே மருந்து. உடல் பருமன் உள்ளவர்களுக்கு காஞ்சன மலர்க் கஷாயம் ஊளைச் சதையைப் போக்கும் என்று மருத்துவக் களஞ்சியம் கூறுகிறது.

அழகுடன் கூடிய இந்த அற்புத சஞ்சீவியை நாம் புறக்கணிக்கலாகுமா? சோழ மன்னர்கள் சூடிக்கொண்டதாகச் சங்ககாலச் சரித்திரம் கூறும் செந்தாமரை – காஞ்சன மலர்கள் ஏனோ சேர நாட்டில் குடிகொண்டுவிட்டன. ஆதிலட்சுமிபுரம் லெட்சுமி சேவா சங்க மூலிகைப் பண்ணையில் இம்மரங்கள் சில உண்டு. ஒவ்வொருவர் வீட்டிலும் இதை நட்டு எளிமையான மருத்துவப் பயனைப் பெற்று நோயில்லாமல் வாழத் தெரிய வேண்டும்.

இந்தியாவில் மூலிகைச் செல்வங்களைக் கொள்ளையிடும் பன்னாட்டு நிறுவனங்களின் ஆதிக்கத்திலிருந்து மீட்க செம்மந்தாரை என்ற காஞ்சன மரத்தைக் காப்புரிமை செய்து காப்பாற்றிவிட்டால், நாளை 'காஞ்சனார் குக்குலா' ஏதோ ஒரு ஆங்கிலப் பெயரில் வெளிவந்து தொண்டைக் காசநோய்க்கு மருந்தாகி, அவர்கள் நம்மிடம் விற்கும் அவலம் ஏற்படலாம்.

மரங்களில் நோய்க்குறிகள்

எல்லா மரங்களுக்கும்
அகவகை, புறவகை என்று நோய்களை
இரு வகையாகப் பிரிக்கலாம். (165)

அகவகை நோய்கள்
வாதம், பித்தம், கபம் என்ற
தோஷங்களால் ஏற்படும்.
புறவகை நோய்கள் பூச்சிகளாலும்
குளிரான தட்பவெப்பம், பிறவற்றினாலும் ஏற்படும். (166)

நிலம் வறட்சியுறுவதாலும் காய்ந்த காரப்பொருட்களாலும் வறட்சி
ஏற்பட்டுப் பயிர்களுக்கு வாதநோய்கள் உண்டாகின்றன. (167)

வாதம் வந்தால் அடிமரம் பெருக்காது.
தண்டு மெலிந்து கோணலாக இருக்கும்
தண்டிலும் இலையிலும் முடிச்சுகள் இருக்கும். (168)

சுரபாலரின் 'விருக்ஷ ஆயுர்வேதம்'
பாடல் 165, 166, 167, 168

குறிப்பு: இந்திய மருத்துவ அறிவியல் தோஷ சித்தாந்தத்தை (The Doctrine of homours) அடிப்படையாகக்கொண்டது. வாதம், பித்தம், கபம் ஆகியவை மூன்று தோஷங்கள் (Humour) இம்மூன்றும் மனிதனின் சத்துவம், ராஜசம், தாமசம் என்ற அகவகை குணங்களுடன் தொடர்பாகின்றன. மூன்று தோஷங்களை 'திரிதாது' என்றும் நவில்வர்.

அரிஸ்டாட்டில்

31. சேராங்கொட்டை
மன்மத ரகசியமோ? ஆயுள் விருத்தியோ?

விஞ்ஞானப் பெயர்	:	Semecarpus anacardium (Anacardiaceae)
சம்ஸ்கிருதம்	:	பல்லாதகம், பிலலோத்தம் பில்லேத்தம், அக்னிமுகி அருஷ்காரா
ஹிந்தி	:	பேலா, பிளவா
தமிழ் வேறு பெயர்கள்	:	செங்கொட்டை
ஆங்கிலம்	:	Marking nut tree

சாதாரணமாக இம்மரத்தின் விதை எடுத்த பழச்சாறுதான் சிவப்பு மையாக வண்ணான் குறியிடப் பயன்பட்டது. இதை இயற்கைச் சாயத்திற்கும் பயன்படுத்தலாம். இது ஒருபுறம் இருக்க, சித்த மருத்துவத்திலும் சரி, ஆயுர்வேத மருத்துவத்திலும் சரி சேராங்கொட்டை ஒப்பில்லாத ஆயுள் விருத்தி மருந்து. அது மட்டுமல்ல, எய்ட்ஸ் நோய், புற்றுநோய், குஷ்டம் போன்ற கடுமையான நோய்களுக்கும் வழங்கப்படுகிறது. புலிப்பாணி 500 குறிப்பின்படி, காந்திகிராமம் லெட்சுமி சேவா சங்க சித்த ஆயுர்வேத மருந்தகத்தில் தயாரிக்கும் சேராங்கொட்டையுடன் திரிகடுகம் (சுக்கு, மிளகு,

திப்பிலி) இந்துப்பு சேர்த்த இடிவல்லாதி மாத்திரையும் சேராங்கொட்டையில் பாதரசம், கந்தகம் சேர்க்கப்பட்ட ரசகந்தி மெழுகு என்ற மருந்தும் எய்ட்ஸ் நோய்க்குத் தாம்பரம் சான்டோரியத்தில் வழங்கப்பட்டு பலர் குணமடைந்துள்ளதாகச் செய்திகள் உண்டு. வங்காளத்தில் உலோகம் கலக்காமல், நெய் மருந்தாகவும் பயன்படுகிறது. முதலில் பசுஞ்சாணிக் கரைசலில் சேராங்கொட்டை நொதிக்க வைக்கப்பட்ட பின்பு, நெய் சேர்க்கப்படுகிறது. இம்மருந்து மூலத்தில் வளரும் புண்ணுக்கு மருந்து.

சேராங்கொட்டையுடன் பூண்டு, எள், கொப்பரை, வெல்லம், அய்மோதம் சேர்ந்த மருந்து மூட்டு வலிக்கு வழுங்கப்படுகிறது. தொண்டைப் புண்ணைக் குணப்படுத்துவது, குஷ்டரோகிகள், பெண் வியாதியஸ்தர்களுக்கான அம்ரித பல்லாடகம் என்ற மருந்து தயாரிப்பிலும் இது பயன்படுகிறது. பல்லாடகம் என்றால் வடமொழியில் சேராங்கொட்டை என்று பொருள்.

சென்ற நூற்றாண்டில் எச்.சி.சென் என்ற மருத்துவர் அவருடைய நோயாளி ஒருவர் அம்ரித பல்லாடகம் தினமும் உண்டு வந்ததில் காய்ச்சல், ஜலதோஷம், இருமல் என எந்தத் தொந்தரவும் இல்லாமல் 108 வயது வாழ்ந்ததாகக் குறிப்பிட்டுள்ளார்.

சேராங்கொட்டை ஒரு சஞ்சீவி மூலிகை மரம். பாதரசத்துக்கு இணையான சக்தி உள்ளதாக ஐரோப்பியர்கள் குறிப்பிட்டுள்ளனர். அம்ரித பல்லாடக லேகியத்தை உண்டு வந்தால் அழகும் பசியும் உண்டாகும். குழந்தையின் முகம்போல் களையும், மன்மதன் போல் எழிலும் பெற்று போகம் அனுபவிக்கலாம் என்று தேரையர் கூறுகிறார்.

தென்னை மரங்களைத் தாக்கிவரும் ஈரி போஃபைட் என்ற சிலந்தி செம்மான் நோய்க்கு சேராங்கொட்டை, மலை வேம்பு, சங்கு புஷ்ப வேர் கலந்து மூலிகைக் கரைசலை தஞ்சை மாவட்ட ஒரத்தநாட்டுக்கு அருகில் பறங்கிவெட்டிக்காடு கலியபெருமாள் என்ற விவசாயி பயன்படுத்திப் பலன் கண்டுள்ளார்.

இவ்வளவு அற்புதமான மூலிகை மரத்தை அழியாமல் காப்பாற்ற வேண்டும். இந்தியாவின் எல்லாப் பகுதிகளிலும் இது உண்டு. இது சுமார் 50 அடி உயரம் வளரும். நாலடி பருமன் கிட்டும். கொட்டை, முந்திரிப்பழம் போன்று இனிப்புடன் காரல் உள்ளது. சிலர் சுட்டு உண்பார்கள். விதைப் பருப்பை அதிகம் தின்றால், வாயில் கொப்பளம் ஏற்படும். இலை பெரிதாகியிருக்கும். இதை வாழை இலை போல் உணவு அருந்தும் தட்டுகளாகப் பயன்படுத்தலாம். இலை, வேர் மருந்தாவது இல்லை. விதை மட்டுமே மருந்து, இதன் பிசினும் பயன்படுகிறது. இந்தப் பிசினுக்கு நிறையத் தொழில் உபயோகமும் உண்டு.

தமிழ்நாட்டில் வனத்துறை விரிவாக்க மையங்களில் சேராங்கொட்டைக் கன்றுகள் மலிவு விலையில் வழங்கப்பட வேண்டும். எங்கேயாவது பழமாகப் பார்த்தால் ஈரம் உலரும் முன்பே முளைக்கப் போடவேண்டும். காய்ந்த விதை முளைக்காது. திருநெல்வேலி, திருச்சி மாவட்டங்களில் இது நன்கு வளரும், சுரபாலர் விருட்ச ஆயுர்வேதத்தில் இதன் சிறந்த பாக்டீரியா எதிர்ப்புத் திறன் பற்றி 195வது பாடலில் விவரிக்கிறார்:

வெண் கடுகுடன் பெருங்காயம், வாயுவிளங்கன், கருஇஞ்சி, மிளகைச் சேர்த்து மூட்டமிட்டுப் புகை அடித்து, மாட்டிறைச்சி, எருமைக் கொம்பு, புறா இறைச்சியுடன் செய்த குணபத்தில் சேராங்கொட்டை நீர் கலந்து தெளிக்க வேண்டும் என்கிறார்.

இவ்வளவு பயனுடைய சேராங்கொட்டை இன்று அரிதாகிவருகிறது. சித்தர்களும் மகரிஷிகளும் இதைக் கற்பகம் என்றும் சஞ்சீவி என்றும் ஆயிரம் ஆண்டுகளுக்கு முன்பு செய்த ஆராய்ச்சிக்கு மேல், இன்று இவ்வளவு பலன் இருந்தும் நவீன விஞ்ஞானம் இதையெல்லாம் கண்டு கொள்ளவில்லை. இதன் மருத்துவக் குணத்தை ஆராய்ந்து காப்புரிமை செய்துகொள்ளாவிட்டால், இந்த மூலிகையை ஜெர்மானியர்களோ, அமெரிக்கர்களோ நம்மிடம் கொள்ளையடித்து புதிய வடிவில் மருந்து கண்டுபிடித்து, நமக்கே விற்றுவிடுவார்கள்.

அத்தியூர் குடி நீர்க்குளம் - தேசிங்கு ராஜன் காலத்தில்
நன்கு நிர்வகிக்கப்பட்ட காடும் இருந்தது. சங்கீதமங்கலம்
கருணாநிதி தன்னை ராஜாகாலத்து வனக்காவலர் வாரிசு என்கிறார்.

32. பலாசு மரம்

அக்னிப் பூக்களின் ஆராதனை

விஞ்ஞானப் பெயர்	:	Butea monosperma B. frondosa
சம்ஸ்கிருதம்	:	பலாஷா, கிம்சுகம்
ஹிந்தி	:	பலாஷ், தெசு
ஆங்கிலம்	:	Bastanrd Teak Indian Flame of the Forest Bengal kino
தமிழ் வேறு பெயர்கள்	:	புரிசை, காட்டு முறுக்கு, புரசு

வால்மீகி ராமாயணத்தில் ஓர் அற்புதமான உவமை அபிநயத்துடன் இம்மரம் பாராட்டுப் பெறுகிறது. இந்திரஜித் ஏவிய பிரம்மாஸ்திரத்திற்குக் கட்டுப்பட்டு, இராம இலக்குமணர்கள் அடிபட்டு மல்லார்ந்து கிடந்தபோது, பாணத்தின் காயங்களால் ரத்தம் பெருகிக் கிடந்த காட்சியை **"அவர்கள் உடல்கள் பலாஷ் மலர்களால் போர்த்தியிருந்தன"** என்று வால்மீகி வர்ணிக்கிறார். இவற்றை அக்னிப் பூக்கள் என்றாலும் பொருந்தும். குருதிப் பூக்கள் என்றாலும் சரி. இது தமிழில் செந்தூரப் பூக்களாகவும் கற்பனை செய்யப்பட்டுள்ளது. 'பதினாறு வயதினிலே' படத்தில் பாரதிராஜா

'செந்தூரப்பூவே செந்தூரப்பூவே' என்ற பாடல் காட்சியில் பலாஷ் மரப் பூக்களைக் காண்பிப்பதை கவனித்திருக்கலாம். இம்மரமே உண்மையான காட்டுத்தீ மரம் (Flame of the Forest). தீக்கொன்றை என்று அழைக்கப்படும் குல்மோகர் மரத்தையும் Flame of the Forest என்று கூறுவார்கள். இதுவே "உண்மையான காட்டுத் தீ மரம்" என்று இந்திய வனவியல் வல்லுநர் ராந்தவா ICS குறிப்பிடுகிறார்.

சென்னையிலிருந்து புதுதில்லி செல்வோர் பலார்ஷா ஸ்டேஷன் தொடங்கி போபால் வரை பிப்ரவரி–மார்ச் மாதங்களில் இலைகள் உதிர்ந்து வெறும் பூக்கள் மட்டுமே அக்னிக்கொழுந்து போல் எரிவதைப் பார்த்திருக்கலாம். இரவு நேரத்தில் காட்டுத்தீ போல் காட்சி அளிக்கும். இவ்வளவு சிறப்பான இம்மரத்தைத் தமிழில் சிலர் காட்டுமுறுக்கு என்பார்கள்; சிலர் புரிசை என்கிறார்கள். தமிழ்நாட்டில் இம்மரம் அரிதாயினும் அண்டை மாநிலங்களில் நிறைய உண்டு.

வைதீக இலக்கியங்களில் இம்மரம் அரச மரத்தை விடப் புனிதமாகப் போற்றப்படுகிறது. அக்னிஹோத்ரா – அதாவது வேள்வித் தீக்கு பலாஷ் மரக்குச்சி கிடைக்காத காரணத்தினால், தமிழ்நாட்டு வைதீகர்கள் அரசமரக் குச்சியை ஓமத்தீயில் இடுகின்றனர். தென்மாநிலங்களில் தமிழ்நாட்டில் மட்டுமே இது அரிய மரம். வங்காளத்தில் இது அதிகம். பிளாசி யுத்தம் என்று நாம் வரலாற்றில் படித்திருக்கிறோம். இந்தியாவில் பிரிட்டிஷ் அரசு காலூன்றக் காரணமான அந்த யுத்தம் நிகழ்ந்த இடம், பலாச மரக்காடு என்பதால் அந்தப் பெயர் வந்தது.

ஒரிசா, வங்காளம், சட்டீஸ்கர், மகாராஷ்டிரம், ஆந்திரப்பிரதேசம் ஆகிய எல்லா மாநிலங்களிலும் பலாசு மரங்கள் மிகுந்துள்ளன. இம்மரம் உவர் தாங்கி வளரும். உவர் நிலத்தைத் திருத்த இது உதவும். இம்மரத்தில் சிறப்பு அக்னிக் கொழுந்துபோல் காட்சி தரும் செம்மலர்களே. ஜனவரியில் இலைகள் உதிர்ந்து கிளைகள் முழுக்கவும் நீண்ட பூக்கள் செக்கச் செவேலென்று உருவாகும்.

பிப்ரவரி–மார்ச் மாதங்களில் பலாசுமரத் தோப்புகள் அடர்ந்த இடத்தில் இரவு நேரத்தில் தூரப்பார்வைக்குக் காட்டுத்தீ போல காட்சியளிப்பதைப் பார்க்கலாம். இருப்பினும் வாசமில்லா மலரிது. வசந்தத்தைத் தேடி மலர்கிறது. வசந்த விழாவாகிய ஹோலிப்பண்டிகையில் இளைஞர்கள் பலாசு மரப் பூக்களைத் தூள் செய்து உடலில் பூசிப் பெண்களைக் கவர்வர் என்பது இலக்கிய வழக்கு, இப்போது செயற்கை சிந்தடிக் வண்ணங்களைப் பூசிகொண்டு தோல் வியாதிக்கு ஆளாகிறார்கள். உண்ணும் பொருளில் கூட இயற்கையான மலர்த்தூள்களைப் பயன்படுத்தாமல் நச்சுத்தன்மையுள்ள உலோகப்பொருள் நிறங்களைப் பயன்படுத்துகின்றனர்.

இப்பூக்களிலிருந்து மஞ்சள் சாயத்தைப் பிரித்தெடுக்கலாம். ஆலத்துடன் (படிகாரம்) சேர்த்து ஆரஞ்சு நிறம் பெறலாம். முற்காலத்தில் புத்தமதத் துறவிகளும் இந்துமத மடாதிபதிகளும் தங்களுடைய கஷாய உடைக்குரிய சாயத்தைப் பெற பலாஷ் மலர்களையே பயன்படுத்தினர். பலாசத்தில் தேன் நிறைய உண்டு. தேனீக்களை வாழவைக்கும் இந்த மரத்தின் விதையில் கினோ எண்ணெய் தயாராகிறது. இதில் 20 சதவீத எண்ணெய்ச்சத்து உண்டு. இது சோப்பு தயாரிக்கப் பயனாகிறது. பயோடீசலாகவும் பயன்படுத்தலாம். ஆகவே இம்மரத்திற்கு பெங்கால் கினோ என்றும் பெயர் உண்டு.

கினோ எண்ணெய்க்கு நிறைய மருத்துவக் குணமும் உண்டு. வழுக்கை விழாமல் முடிவளரவும் கினோ எண்ணெய் பயனாகிறது. கினோ பிண்ணாக்கு ஒட்டுந்தன்மை உள்ளது. இது கிருமி நாசினி. வடக்கில் இயற்கை விவசாயம் செய்வோர் இப்பிண்ணாக்கில் சயோமிக் அமிலம் உள்ளதால் பூச்சி விரட்டியாகவும், உரமாகவும் பயன்படுத்துவர். இம்மரம் அதிக உயரம் வளராது. அதிகபட்சம் 30அடி உயரம் வளரும். இது நேராக வளராது. கிளைகள் முறுக்கிக்கொண்டு வளர்வதால் இதற்கு முறுக்கு மரம் என்று பெயர். தெண்டு இலையைப் போல் இந்த மரத்து இலையும் பீடி சுற்றப் பயனாகிறது.

இதன் மருத்துவக் குணங்கள் வேர், இலை, பட்டை ஆகியவற்றில் மிகுந்துள்ளதாக சரகசம்ஹிதை கூறுகிறது. சீதபேதி, வாந்திபேதி நோய்களுக்குரிய மருந்துச் சேர்க்கைகளில் பலாசமும் ஒன்று. வயிற்றுவலி, குடல் புழுக்களால் வேதனை போன்றவை தீரும். மரத்தைக் காயப்படுத்தி எடுக்கப்படும் கோந்து மிகவும் சிறந்த ஔடதம் என்று சக்கரதத்தா குறிப்பிடுகிறார். வடநாட்டில் இதை 'தாரா' (ஒழுக்கு) என்பார்கள். பலாசு கோந்துப்பொடி வடநாட்டு மருந்துக் கடையில் கிடைக்கும். மலம் கட்டும்; ரத்தப் போக்குக்கும் இது நல்ல மருந்து. பெண்கள், குழந்தைகளுக்குப் பாதுகாப்பான மருந்து என்றும் கூறப்படுகிறது. இந்தக் கோந்து ஐரோப்பாவுக்கும் ஏற்றுமதியாகிறதாம். இதில் ரிபோஃப்ளோவின், தையாமின் சத்துக்கள் (வைட்டமின்) உள்ளதால் நாம் கூட சாப்பிடலாம்.

அதிக அளவு தெய்வீகப்படுத்தப்படும் இந்திய மரங்கள் பலவற்றில் அற்புதமான மருத்துவக் குணங்கள் உள்ளன என்பதற்கு பலாசும் ஓர் எடுத்துக்காட்டு. ஏனோ தமிழ்நாடு வனத்துறை இம்மர வளர்ச்சியில் அக்கறை எடுத்துக்கொள்ளவில்லை. வறட்சி தாங்கி வளரக்கூடியது. உவர் தாங்கி வளரக்கூடியது. கண்ணுக்கு விருந்தாகும் பூக்கள். இவ்வளவு நன்மை இருந்தும் இந்தக் காட்டு முறுக்குப் பலாசத்தை நாம் மிகவும் அலட்சியப்படுத்திவிட்டோம். வேலா மரம், கொடுக்காப்புளி மரம் போல்தான்

இதுவும். உவர் நிரம்பிய புதுக்கோட்டை, சிவகங்கை, ராமநாதபுரம் மாவட்டங்களில் இம்மரத்தை வளர்க்க அரசாங்கம் முயற்சி எடுக்க வேண்டும். கடற்கரைச் சூழலுக்கும் இது ஏற்புள்ளது. இலையுதிர் மரம். நல்ல இயற்கை உரமும்கூட்.

தாமரை பூத்த தடாகமடி

யாருடைய அரண்மனையில்
விரிந்து பரந்த வனம் உள்ளதோ,
அவனே புவியின் அரசன்.
அந்த வனம், மக்களின் எல்லா
இன்பங்களுக்கும் ஆதார சுருதி.
வனப்பு மிகுந்த வனிதையர் தரும்
இன்ப உணர்வுக்கு மேல் – வனங்களே
இன்பப் பேரூற்று.
வனம் ஒன்று இருந்தால் – கூடவே
தாமரை பூத்த தடாகம் இருக்க வேண்டும்.

-சுரபாலர் விருட்சாயுர் வேதம் - பாடல்1.

சந்தோஷ் பண்ணை மது ராமகிருஷ்ணனிடம்
வனத்தோடு இணைந்த தடாகம் உண்டு.
தாமரையும் இல்லை. வனிதையரும் இல்லை. ஏன்?

33. தான்றி மரம்
ரத்தப்போக்கு நிவாரணி

விஞ்ஞானப் பெயர்	:	Terminalia belirica (Combretaceae)
சம்ஸ்கிருதம்	:	விபிதகா, விபிதகி, அனிலக்னகா
ஹிந்தி	:	பைரா, பஹேரா
ஆங்கிலம்	:	Beleric myrobalans
தமிழ் வேறு பெயர்கள்	:	தானிக்காய், காட்டு இலுப்பை

தான்றி மரத்தைத் தானிக்கா மரம் என்றும் கூறுவார்கள். இது ஒரு முக்கிய ஆயுர்வேத மருந்து. திரிபலா சூர்ணத்தில் தான்றியின் பங்கு முக்கியம். திரிபலா என்றால் மூன்று பழம் என்று பொருள். மற்ற இரண்டில் நெல்லியும் கடுக்காயும் அடங்கும். தான்றித் துளிர்களும் மருந்துதான். அதிகபட்சம் பழமே மருந்து. இதன் அளவும் நெல்லிக்காய் போல்தான் இருக்கும். காய்க்குக் கடும் துவர்ப்பு உண்டு. இதை உள்மருந்தாகவும் வெளிப்பூச்சாகவும் பயன்படுத்தலாம். சுவாச கோசம், மலமிளக்கி, கிருமி நாசினி, கண்பார்வை விருத்தி, தலைமுடிக்கும் தலை வலிக்கும் அருமருந்து.

தான்றிப் பழச் சதையுடன் கல்லுப்பும் திப்பிலியும் சேர்த்துத் தேனில் குழைத்துக் கொடுத்தால் தொண்டைப் புண், சளி, மூக்கடைப்பு விலகும். சிலர் பழத் துவையலை மோரில் கலந்தும் கொடுக்கிறார்கள். கடுமையான வயிற்றுப்போக்கு அல்லது சீதபேதிக்கு தான்றிக் கொட்டையின் பருப்பை

அரிஸ்டாட்டில்

எடுத்துக் கூடவே சிறிது பேரீச்சம் பழத்தை வைத்து மிளகுடன் விழுதாக அரைத்து 3 நாள் முதல் 7 நாள் வரை நோயின் தன்மைக்கு ஏற்ப வழங்கலாம். கூடவே வில்வப் பழ ரசமே உணவு. சாரங்கதரா வைத்தியத்தில் தான்றிக் காயை நெய்யில் வறுத்து கோதுமை மாவில் பிசைந்து மீண்டும் இளஞ்சூட்டில் பிரட்டி எடுத்து வாயில் அடக்கிக்கொண்டாலும் தொண்டைக்கட்டு, இருமல் விலகும். தான்றிக் கொட்டையின் பருப்பு ஜாதிக்காயைப் போல் சற்று போதை தரும். பிரசவ லேகியத்தில் தான்றிக்காய், ஜாதிக்காய் ஆகியவற்றை அளவோடு நமது பாட்டிமார் சேர்ப்பது உண்டு.

தான்றி கலந்த திரிபலா சூர்ணம், ஈரல் கோளாறையும் சிறுகுடல் பாதையில் வாயு கட்டுவதையும் அகற்றும். டாக்டர் லட்சுமிபதி என்ற அந்தக் காலத்து வைத்தியருக்கு ஒருமுறை கத்திக் காயம் பட்டு ரத்தம் வெளியேறிக் கொண்டிருந்தது. அவர் உடனே கைக்கு எட்டிய திரிபலா சூர்ணத்தை ரத்தக் காயத்தின் மேல் தூவித் துணியால் கட்டிக்கொண்டார். பின்னர் கட்டைப் பிரித்துப் பார்த்தபோது, புண் ஆறிப் பொருக்குத் தட்டியிருந்தது. சீழே பிடிக்காமல் சரியானது. பின்னர் ஒருவருக்கு Phimosis சிகிச்சை செய்தபோது, (ஆணுறுப்பில் உள்ள மூத்திர வாயைச் சிறிதாக்குதல்) ரத்தப் போக்கை நிறுத்த திரிபலா சூர்ணத்தைப் பயன்படுத்தி வெற்றி கண்டார். பத்து நிமிடத்தில் ரத்தப் பெருக்கு நின்றதாம். முதலுதவி போல் ரத்தக்காயம் ஏற்பட்டால் தண்ணீர் விட்டு அலம்பாமல் திரிபலா சூர்ணத்தைத் தூவினால் ரத்தப் போக்கு நிற்கும் என்பதாக இந்திய மருத்துவக் களஞ்சியம் கூறுகிறது.

சைஃபிலிட்டிக் – அதாவது வி.டி. நோயால் வந்த புண் என்றால், திரிபலா சூர்ணத்துடன் எட்டில் ஒரு பங்கு ரசக் கற்பூரம் சேர்த்துப் பயன்படுத்தலாம். முற்றிய பழச்சதையில் தேன் கலந்து குழைத்துக் கண் மருந்தாகவும் பயன்படுத்தலாம். இன்று அலோபதி வைத்தியம் வழங்கும் ஆன்ட்டிபயாட்டிக் மாத்திரைகளில் குறிப்பாகக் குழந்தைகளுக்குக் கட்டுப்படாத ஜுரம், சளி போன்றவற்றைத் திரிபலா சூர்ணத்தால் கட்டுப்படுத்திவிடலாம். இத்தகைய மருத்துவக் குணம் நிரம்பிய தான்றிக்காய் மரத்தை ஒவ்வொருவர் வீட்டிலும் வளர்க்கலாம்.

தமிழ்நாட்டில் தலமரமாகத் தான்றி இருப்பதாகத் தெரியவில்லை. விருட்ச ஆயுர்வேதக் குறிப்பில் தான்றி வளர்ந்த இடத்தில் நீரூற்று உண்டு என்ற தகவல் உள்ளது. சற்று நீர் வசதியிருப்பின் இது மருதமரம் போல் பெரிதாக வளரும். இம்மரம் சுமார் 120 அடி உயரமும் 6 முதல் 10 அடி சுற்றளவு கனமும் அடர்ந்த கிளைகளும் தழைகளும் கொண்ட பெருமரம். நீர் வசதியுள்ள கடலோரக் கிராமங்களில் மருதத்தைப் போலவே தான்றி மரத்தையும் சாலை ஓரங்களில் நடலாம். கிளை நுனிகளில் தான்றிக்காய் கொத்துக் கொத்தாகச் சற்று காவி பூசியது போல் காய்த்திருக்கும்.

ஏப்ரலில் பூங்கொத்து உருவாகிப் பின் பூவாகிக் காயாகி, செப்டம்பரில் பழமாகும். அடர்ந்து நிழல் தரும். காந்திகிராமம், லெட்சுமி சேவா சங்கத்தின் சித்த ஆயுர்வேத மருந்தக வளாகத்தில் உள்ள மரம் படத்தில் உள்ளது. இது இவர்களுக்கு வேண்டிய காய்களை வழங்குவதுடன் டன் கணக்கில் இலைகளையும் உதிர்த்து மண்புழு உரத்துக்கும் பயனாகிறது.

தான்றி மரத்தைக் கட்டுமரம், படகு, படகுத்துறை, சுரங்கங்களில் முட்டுக்கட்டைகளாகப் பயன்படுத்தலாம். தான்றி விதையை முதிர்ந்த பழத்திலிருந்து எடுத்து உலர்த்தி வைத்துக்கொண்டு நேரிடையாகவும் நடலாம். நகரங்களில் பெரிய கட்டட வளாகங்களிலும் தொழிற்சாலைப் பகுதிகளிலும் தோட்டத்தின் பின்புறத்திலும் வளர்க்கலாம். கால்நடைத் தீவனமாகவும் பயன்படுத்தலாம். பசுக்களுக்கு இதைப் பழக்க வேண்டும். மருந்துக்கு மருந்தாகவும் உதிர்ந்த இலை உரத்துக்கு உரமாகவும் பசுமை இலைத் தீவனமாகவும் சாலைகளில் நிழலுக்கு நிழலாகவும் தோட்டங்களில் காற்றுத் தடுப்பானாகவும் வீடுகளில் தூசி வடிகட்டியாகவும் விளங்கும் தான்றிக்காய் மரம், இந்தியாவின் பாரம்பரியச் சொத்து.

மரங்களின் சிறப்புகள்

எவர் ஒருவர் நற்கனிகள் பூத்துக் குலுங்கும்
நல் மரங்களை நடுகின்றாரோ அவரிடம்
தேவர்களும் முனிவர்களும், தேவதைகளும், கந்தர்வர்களும்,
மூன்று யுகங்களுக்கும் தங்கி அருள்புரிவர்.

குறிப்பு: மன்வந்த்ர யுகச் சுழற்சியில் 1. க்ருதம் (சத்ய யுகம்), 2. த்ரேதா யுகம், 3. துவாபர யுகம், 4. கலி யுகம். கலி யுகத்தில் தெய்வங்கள் வாழாததால் (பாவங்கள் காரணமாக) மற்ற மூன்று யுகங்களுக்கும் அருள் உண்டு அல்லது கலியுகம் கடந்தும் இனி வரப்போகும் மூன்று யுகங்களில் அருள் உண்டு என்றும் பொருள் கொள்ளலாம்.)

'தர்மார்த்தகாம மோக்ஷம்' என்ற
புருஷார்த்தங்களை மரங்கள் வழங்குகின்றன.
இந்த உண்மையை உணர்ந்து மனிதர்கள்
மரங்கள் நட்டு வளர்க்க வேண்டும்.

குறிப்பு: தர்மார்த்த காம மோக்ஷம்: தர்மம் + அர்த்தம் + காமம் + மோக்ஷம். தமிழில் அறம், பொருள், இன்பம், வீடு என்ற நான்கு மனித நெறிகள். சநாதான தருமமும் இதுவே.

-விருட்சாயுர்வேதம் பாடல் - 7, 8

34. வெப்பாலை

பல நோய் நிவாரணி

விஞ்ஞானப் பெயர்	:	Wrightia tinctoria (Apocyanaceae)
சம்ஸ்கிருதம்	:	குடஜா, கலிங்கா, வத்சிகா, இந்திரயவம், ஹயமாரகம், கிரிமல்லிகா
ஹிந்தி	:	இந்தர்ஜோ
ஆங்கிலம்	:	Kurchi, Conessi, Tellichery bark, Sweet indergo
தமிழ் வேறு பெயர்கள்	:	நிலப்பாலை, வெப்பாலை

வெப்பாலையின் மருத்துவப் பண்புகளைப் பற்றி இந்திய மருத்துவக் களஞ்சியத்தில் உள்ள விஷயங்களைப் பற்றி ஒரு தனி நூலே எழுதலாம். ஒவ்வொரு வீட்டிலும் இந்த மரம் வளர்க்கப்படுமானால் மருத்துவச் செலவு குறையும். இதன் இலை, பட்டை, அரிசி, (விதை) எல்லாமே மருந்து. சம்ஸ்கிருதத்தில் இம்மரம் இந்திரயவம் என்றும் இந்திர விருட்சம் என்றும் அழைக்கப்படுகிறது. இந்திரயவம் என்றால் இந்திர அரிசி என்று பொருள்

கொள்ளலாம். குடசம் என்றும் குடசப்பாலை என்றும் இம்மரம் அழைக்கப்படுவதுண்டு. ஹிந்தியில் இந்தர்ஜோ என்றாலும் அதே பொருள். ஜோ என்றால் தானியம்.

ஆயுர்வேத வைத்தியத்தில் இந்திர யவம், குடஜாரிஷ்டம், குட ஜாஷ்டகம், கலிங்க காடிகவாதம், குடஜலேகம் என்று பலவிதமான மருந்துகள் உண்டு. தோல் வியாதி, அரிப்பு, புண், மூலநோய், சீதபேதி, ஜுரம், வயிற்றுப்போக்கு, கர்ப்பக்கோளாறு, கருப்பைப் பிரச்சனை, ரத்த சம்பந்த நோய் என்று பலவற்றுக்கும் மருந்தாகிறது. பல மருந்து சரக்குகள் சேர்ந்த கலவையில் திரிகடுகம் போல் வெப்பாலை அரிசி சேர்க்கப்படுகிறது. வெப்பாலை பட்டையிலும் அரிசியிலும் உள்ள மருத்துவப் பொருள் குர்ச்சிசைன், குர்ச்சைன் 1932ஆம் ஆண்டு கோல்கத்தாவில் உள்ள வெப்பமண்டல மருந்து ஆராய்ச்சிக்கழகம் இம்மருந்துகளைப் பிரித்தெடுத்து விரிவான ஆய்வுகளைச் செய்துள்ளது. மேற்கு வங்கம், ஒரிசா மாநிலங்களில் வெப்பாலையை சஞ்சீவி மரமாகக் கருதுகிறார்கள்.

காந்தி கிராமம் லெட்சுமி சேவா சங்கத்தின் சித்த – ஆயுர்வேத மருந்தகத்தில் வெப்பாலைத் தைலம் தயாரிக்கிறார்கள். பல்வேறு தோல் – வியாதிகளுக்கு நிவாரணம் அளிக்கிறது. ஈரல், குலை நோய்க்குரிய மருந்தில் வெப்பாலை அரிசி சேர்க்கப்படுகிறது. இஞ்சி அல்லது சுக்கு, பால், தேன் கலந்து இந்திரயவம் வழங்கப்படுகிறது. இள மரத்தின் பட்டையும் வேரில் உள்ள மேல் பட்டையும் இவ்வாறே இஞ்சி அல்லது சுக்கு, தேன் கலந்த மருந்தும் மருத்துவர்கள் வழங்குவார்கள். காய்ச்சல் மருந்தாகவும் பயன்படுகிறது. வெப்பாலை அரிசியை எடுத்து சமபங்கு கோரைக்கிழங்குடன் அரைத்து நீரில் சேர்த்துக் கஷாயமாகவும் வழங்கப்படுகிறது. குடஜாஷ்டகத்தில் உள்ள எட்டு மருந்துகளில் மற்ற ஏழு மருந்துகள்: வனதிக்கம், சிருஞ்சிப்பூ, வெள்ளிலோத்தி, பேராமுட்டி, மாதுளம், கோரைக்கிழங்கு, இஞ்சி. கங்காதர சூர்ணம், லகு கங்காதர சூர்ணம், பிரஹத்கங்காதர சூர்ணம் போன்ற பல கலவை மருந்துகளில் வெப்பாலையின் பங்கு உண்டு.

இவ்வளவு சிறப்பான மருத்துவ குணமுள்ள வெப்பாலையைப் பற்றிய விஷய ஞானம் இல்லாமல் விவசாயிகள் வெட்டி விறகாக்கி விடுவது மிகவும் கொடுமை. இந்திய மருத்துவக் கழகம் அல்லது தமிழ்நாடு சித்தா– ஆயுர்வேத ஆராய்ச்சிக் கழகமும் வெப்பாலையின் மருத்துவச் சிறப்பை உலகறியச் செய்ய வேண்டும். இருபதாம் நூற்றாண்டின் முற்பகுதியில் ஆங்கிலேயர் ஆட்சியின் கீழ் இந்திய மருத்துவம் பெற்றிருந்த ஆய்வுச் சிறப்பு நாளடைவில் மங்கிப்போய்விட்டது. கேரள மாநிலத்திலும் மேற்கு வங்கத்திலும் வெப்பாலை போல் பல்வேறு ஆயுர்வேத மருந்துகள் பெறும் சிறப்பைத் தமிழ்நாடு உணர்தல் நல்லது.

வெப்பாலை மரம் அடர்ந்த தழை அமைப்புடையது. சுமார் 30 அடி முதல் 40 அடி உயரமும் 4 அடி சுற்றளவும் கொண்டு வளரக்கூடியது. எளிய மர வேலைக்கும் உதவக்கூடியது. பயத்தங்காய் போல் தொங்கும் விதைக்காய்களைச் சமைத்தும் உண்ணலாம். வறட்சி தாங்கி வளரும். சரளை மற்றும் செவ்வல் மண்ணில் நன்கு வளரும். திண்டுக்கல் வனத்துறை விரிவாக்க மையம் ஆத்தூர், கன்னிவாடி மர நாற்றுப் பண்ணைகளிலும் கிடைக்கிறது.

தந்தத்தைப் போல் நிறமுள்ள இம்மரம் கடைசலுக்கு ஏற்றது. இலைகளிலிருந்து நீல நிற இயற்கைச் சாயம் எடுக்கலாம். வெப்பாலைத் தழைகளைக் கால்நடைக்கு உணவாக வழங்கலாம். வெப்பாலை மரம் உதிர்க்கும் இலைகள் மண்ணை வளப்படுத்தும் மூடாக்கு உத்திக்கும் உபயோகமாகிறது. மனித குலத்துக்கு மிகவும் பயன்படக்கூடிய இந்த மரம் ஏராளமாகப் பயிரிடப்படவேண்டும்.

விருக்ஷ ஆயுர்வேதத்தில் மரப்பாதுகாப்புக்கு மந்திரம் உண்டு

மரம் நடும்போது கூற வேண்டிய மந்திரம்:

ஹே! வ்ருஷ த்வாமித: ஸ்தானான் னேஷ்யாம்யன்ய குணோத்தரம்
ததா ஸேகம் ப்ரதாஸ்யாமி நிர்வ்ருத்திம் யேன பாஸ்யஸி
வ்ருத்மிம் பால யிஷ்யாமி ப்ரியம் புத்ரமி வாசலம்

* * *

அன்பு மரமே! இங்கிருந்து உன்னை நான்
நல்ல இடம் அழைத்துச் செல்வேன்.
நீ திருப்தி அடையுமாறு நீர்பாய்ச்சுவேன்.
நீ மின்னல் பயம் இன்றி அங்கு வளர்வாய்
என் ஆசை மகனைப் போல்
உன்னை நான் பாதுகாப்பேன்.

குறிப்பு: பகுத்தறிவு கண்ணோட்டத்தில் மேற்படி மந்திரங்கள் பொருளற்றதாகத் தோன்றும், மரக்கன்றுகளை இடம் பெயர்த்து நடுவதும் நட்ட கன்றுகள் பிழைப்பதும் ஆண்டவன் செயலாகக் கருதப்படுவதையும் மரக்கன்றுகளை நட்டு வளர்ப்பதில் எடுத்துக்கொண்ட பயபக்தியையும் பாராட்ட வேண்டும்.

–சுரபாலரின் 'விருக்ஷ ஆயுர்வேதம்'

வாழ்வு தரும் மரங்கள்

35. அகத்தி

அகத்திய முனிவரா? நோய்களை அகற்றுபவரா?

விஞ்ஞானப் பெயர்	:	Sesbania grandiflora Faboideae
சம்ஸ்கிருதம்	:	அகஸ்த்யா, வாகம்
ஹிந்தி	:	ஹத்தியா
ஆங்கிலம்	:	Bak Tree

அகத்தி மரங்களின் பூர்வீகம் இந்தோனேசியா என்று கூறப்பட்டாலும் கூட, தமிழிலக்கியப் பாரம்பரியத்தின் மூல முதல்வரான அகத்தி முனிவரின் பெயரே இம்மரத்திற்கும் வைக்கப்பட்டுள்ளதால் இதன் மருத்துவ முக்கியத்துவம் தெளிவு. எனது தாயார் கூறிய பாட்டி வைத்தியத்தின்படி, அகத்திக்கீரை வயிற்றுப்புண்களை ஆற்றும். சாதாரணமாக ஏகாதசி விரதம் இருந்துவிட்டு மறுநாள் பாரணை; அதாவது திருப்தியாக உண்ணுதல் என்று பொருள். பாரணைச் சமையலுக்கு அகத்திக்கீரையும் துவரம்பருப்பும் சமைக்க வேண்டும். இரண்டுக்குமே வயிற்றுப்புண்ணை ஆற்றும் குணம் உண்டு. பட்டினி கிடக்கும்போது வயிற்றில் அமிலச்சுரப்பு ஏற்பட்டு அதனால்

உண்டாகும் புண்களை மறுநாள் அகத்தியும் துவரையும் கொண்டு ஆற்றிக்கொள்ளும் மரபைச் சாத்திரமாக எழுதி வைத்துள்ளார்கள். இதற்கு அகத்தி என்று கூறுவதன் காரணம் நோய்களை அகற்றுவதாலும் இருக்கலாம். அகத்தியர் என்றாலும் நோய்களை அகற்றுபவர்தானே! இது மட்டும் அல்ல, அகத்தியின் எல்லாப் பாகங்களுமே மருந்து. அகத்தி மரத்தின் வேர், பட்டை, இலை, பூ, காய்கள் எல்லாவற்றிலும் சிறப்பு குணங்கள் உள்ளன. பாவப்பிரகாஷ் வைத்தியத்தில் அகத்தி உடலில் உள்ள பித்தம், கபம் ஆகியவற்றைக் குறைக்கும் என்றும் உடலுக்குக் குளுமை என்றும், வாயுவை வெளியேற்றும் என்றும் குறிப்பிடப்பட்டுள்ளது.

அகத்திப் பழத்திற்கு (முற்றிய காய்) நினைவாற்றலை அதிகரிக்கும் தன்மை உள்ளதாகவும், திரிதோஷ நிவாரணி (கபம், பித்தம், வாயு) என்றும், பிருகன்னிகர் காண்டுகரம் கூறுகிறது. மேலும் அகத்திக் காய்கள் குறிப்பாக குடல் புண்ணுக்கும், மஞ்சள் காமாலை, உணவு விஷம் ஆகியவற்றை அகற்றும். நன்கு முற்றிய – பழம் – சைனஸ், தொண்டையில் சதை வளர்தல் ஆகியவற்றையும் குணப்படுத்தும். ஆகவே, அகத்தியின் கீரை மட்டுமல்ல பூக்கள், காய்கள் ஆகியவற்றையும் கிராமத்தில் உண்ணும் மரபு உள்ளது. அகத்திப் பட்டையை ஊறல் போட்டுப் பின்னர் கஷாயம் செய்து அந்தக் கஷாயத்தில் தேன் விட்டோ, அனுபானமாகவோ வழங்கும்போது தொண்டையில் கபம் நீங்கும். ஆயுர்வேத வைத்தியர் கவிராஜ் ஏ.சி. விஷாரத் கபத்தோடு காய்ச்சலும் இருந்தால் 4 தோலா எடை அகத்திப்பூ அல்லது அகத்திக் கொழுந்துடன் 4 தோலா எடை ஆடாதோடா இலைகளையும் சேர்த்து 16 அவுன்ஸ் தண்ணீர் விட்டு மிதமான சூட்டில் எரியவிட்டு 8 அவுன்ஸாக வற்ற விடவேண்டும். இந்தக் கஷாயத்தை இருவேளை மருந்தாக 4 அவுன்ஸ் வீதம் தேன் கலந்து சாப்பிடலாம். குழந்தைகளுக்கு 1 அவுன்ஸ் வீதம் மூன்று வேளை தரலாம். பெண்களுக்கு வரும் வெள்ளைப்படுதல் / வெட்டை நோய்க்கு உலராத பச்சை மஞ்சளின் சாரம் 1 பங்கு, அகத்திப் பூவின் சாரம் 1 பங்கு 2 பங்கு நீர் கொதித்து ஆறிய இளஞ்சூட்டு நீர்ப்பதத்தில் ஊசிபோட்டு குணப்படுத்தலாம் என விஷாரத் வைத்தியத்தில் கூறப்பட்டுள்ளது. ஆண்களுக்கு அதிகம் விந்து வெளியாவதற்கும் இதே அகத்திமலர் + மஞ்சள் சாறு ஊசி ஏற்றப்பட்டதாம். நட்கர்னியின் இந்திய மருத்துவக் களஞ்சியத்தில் உள்ள குறிப்புகளைப் படித்தால் – கவிராஜ் விஷாரத் என்பவர் அகத்தியின் பாகங்களை அக்குவேறு ஆணிவேறு என்று ஆழமாகவே ஆராய்ச்சி செய்துள்ளது புலனாகிறது.

இது ஒரு பக்கம் இருக்க, அகத்தி வேளாண்மைக்குரிய நண்பன். இது உயர்ந்து வளரும் மரம். மிகவும் அருமையான உயிர் வேலி. அதாவது வரப்புப் பயிர். அகத்திக்கு மற்ற பயிர்களை அரவணைக்கும் தாய்மைக் குணம் உள்ளது. வெற்றிலைச் சாகுபடி செய்பவர்கள் முதலில் அகத்தியைப் பயிர் செய்து நிழலை உருவாக்கிவிட்டுத்தான் வெற்றிலையை நடுவார்கள். வெற்றிலைக்குரிய அருமையான தாய் நிழல் மரம் இதுவே. வெற்றிலை மட்டுமல்ல; உங்கள் தோட்டத்தில் என்ன பயிர் செய்தாலும் வரப்புப் பயிராக அகத்தியை நட்டால் அதுவே முக்கிய பயிர்களுக்கு உரத்தை வழங்கும். நிறைய தழைச் சத்தை எடுத்துக்கொடுக்கும். மருத்துவ குணமுள்ள இலை, மலர்களை உதிர்த்து உரமும் தரும், பயிர்ப் பாதுகாப்பும் தரும்.

ஆடுமாடுகளுக்கு அகத்தியைப் போல் தழை உண்டோ? அகத்தியில் 30 சதவீதம் புரதமும் 6 சதவீதம் கொழுப்பும் – நார்ப்பொருள் – தாதுப்புகள் உள்ளன. தினமும் அகத்தியைக் கறவை மாடுகளுக்குப் பிண்ணாக்குக்குப் பதிலாகவும் தரலாம். மனிதர்களுக்கும் இது சக்தியளிக்கும் அருமையான பாரணை உணவு என்பதை முன்பே கவனித்தோம்.

அகத்தியில் வெள்ளைப் பூ பூக்கும் ரகமே கசப்பு குறைவாயிருக்கும். கீரைத்தழை வழங்கும் சிவப்பூப் பூக்கள் உள்ள அகத்தி அபூர்வம். அது சமைக்க உதவாது. கசப்பு அதிகம். வெள்ளாடு புசிக்கும். மருத்துவக் குணம் ஒன்றே. சிவப்பு அகத்தியில் மருத்துவத்தன்மை கூடுவதலாகவே இருக்கலாம். சிவப்பு அகத்தி முன்கூட்டியே பூக்கும். பரவலாயுள்ள வெண்ணகத்தி ஜனவரியில் பூத்துப் பிஞ்சுவிடும். அகத்தியை வரிசையாக நடவேண்டும். தனிமரமாக நடுவது சரியல்ல. இது 30 அடி உயரம் வளரும். சுமாரான உறுதியில் அகத்தி மரம் இருக்கும். தச்சுவேலைக்கு உதவாது. கொடிமரமாக கனக்கம்பு பயன்படும். பந்தல், குடிசை, சென்ட்ரிங் போன்ற பயன் உண்டு. விதைகளை எடுத்து நேரிடையாகவே ஊன்றலாம். நாற்றுப் போட்டும் கன்றுகள் வழங்கலாம். பயிர்கள், கால்நடைகள், மனிதர்களுக்கு உணவு வழங்கும் அகத்தி அருமையான மருந்தும் என்பதால் ஒவ்வொருவர் தோட்டத்திலும் அகத்தி இருத்தல் நல்லது. அகத்தியை நேரிடையாகவே விதைப்பார்கள். எல்லா ஊர்களிலும் விதைகள் கிடைக்கும். அகத்தி மரத்தின் கீழ் நெற்றுக்களைச் சேகரிக்கலாம்.

36. ரப்பர்

தொழில் புரட்சி செய்த மரம்

விஞ்ஞானப் பெயர்	:	Hevea btasiliensis (Euphorbiaceae)
சம்ஸ்கிருதம்	:	ரபட், ரபர்
ஹிந்தி	:	ஆட்டா
அமேசான்	:	கவுட் சூ
ஆங்கிலம்	:	Para rubber tree – Caoutchouc tree

'வண்டி உருண்டோட அச்சாணி தேவை' – காளைகளையும் குதிரைகளையும் கட்டி இழுக்க – சக்கரமும், அச்சாணியும் – அந்தக் காலத்தில் ஏற்பட்ட தொழில் புரட்சி. ஆனால் லாரிகளையும், சைக்கிள்களையும், மோட்டார்களையும், பஸ்களையும் உருள வைத்த ரப்பர் – 18ஆம் நூற்றாண்டின் தொழில் புரட்சி. பிரெஞ்சு விஞ்ஞானி சார்லஸ் காண்டமைன் என்பவர் 1743இல் அமேஸான் காட்டுப்பகுதியில், ஒமேகா பழங்குடி மக்கள் எம்பி எழும்பும் பந்துகள், உடையாத பாட்டில்கள், பூட்சுகள் போன்ற நீர்ப்பாதுகாப்பு (Water proof) மற்றும் இழுவை குணமுள்ள பொருள்களைப் பயன்படுத்தியதைக் கண்டு வியப்புற்றார். அவர்களிடம் கேட்டபோது 'கவுட் சூ' (Chout-Chou) என்றார்களாம். அதுவே ரப்பர் ஆயிற்று. அதாவது 'மரத்திலிருந்து கொட்டும் பால்' என்ற அர்த்தம்.

இதன் தொழில் உபயோகம் அறிந்த பிரேசில் அரசு ரப்பர் விதைகளை ஒளித்து வைத்து அவர்கள் மட்டுமே பயன்பெற எண்ணியதாம். ஆனால், 1870இல் எச். விக்காம் என்ற ஐரோப்பியர் ரப்பர் விதைகளைக் கடத்தி Kew தோட்டங்களில் சாகுபடி செய்து, பின்னர் அதுவே ஆசியாவுக்கும் பரவியதாம்.

1880இல் முதலில் சைக்கிளுக்கும் அதன் பின்னர் கார்களுக்கும் ரப்பர் சக்கரம் பொருத்தப்பட்டது. பிரிட்டிஷ் வணிகர்கள் இலங்கையிலும், மலேசியாவிலும் அமேஸான் ரப்பர் மரத்தை அறிமுகம் செய்தனர். பாட்டா, குட்இயர், ஃபயர்ஸ் டோன் போன்ற நிறுவனங்களின் ஆரம்ப வளர்ச்சிக்கு, இயற்கை ரப்பரே தூண்டுகோல். 20ஆம் நூற்றாண்டில் செயற்கை ரப்பர் (சிந்தட்டிக்) அறிமுகமானது. இன்று தொழில் உலகில் இயற்கை ரப்பரின் பயன் செயற்கையில் பாதியே.

ரப்பர் ஒரு பால் மரம் என்பதால் இதுவும் மழைக்கவர்ச்சி என்று நிரூபிக்க ரப்பர் மரம் அதிகமுள்ள அமேஸானும், மலேசியா, இலங்கை, இந்தியாவில் அஸ்ஸாம் மாநிலம் ஆகியவை நல்ல உதாரணங்கள். ரப்பர் மரம் வளர 200 செ.மீ. மழை தேவை என்று கூறப்பட்டாலும் இந்தியாவில் பரவலாக உள்ள அசாம் ரப்பர் மரம், இந்தியப் பாரம்பரியம் உள்ளது. இந்தியாவில் உள்ள ரப்பர் மரங்கள் பெரும்பாலும் அசாம் ரப்பர் மரங்களே. இது வறட்சி தாங்கி 100 செ.மீ. மழை பெய்யும் பகுதிகளிலும் வளரும்.

அமேஸான் ரப்பர் மரத்திற்கும் அசாம் ரப்பர் மரத்திற்கும் உள்ள வேற்றுமை அம்மரப்பாலிலிருந்து பெறக்கூடிய ரப்பர் அளவுதான். அமேஸான் ரப்பர் மரத்தில் 50 சதவீத ரப்பரும், அசாம் ரப்பர் மரத்தில் 30 சதவீத ரப்பரும் கிட்டும். கேரளாவின் வளத்துக்கு ரப்பர் மரங்களும் காரணம். இன்று MRF பெரிய அளவில் வளர்ந்துள்ளது. கேரள முதலாளிகளால் நடத்தப்படும் ரப்பர் பேக்டரி எம்.ஆர்.எப். கேரள மாநிலத்தில் ரப்பர் மர சாகுபடி அதிகம்.

இன்று தமிழ்நாட்டில் பல இடங்களில் ரப்பர் பயிராகிறது. குறிப்பாக மலைத் தோட்டங்களில் பார்க்கலாம். சென்னையில் கூட சில வீடுகளில் ரப்பர் மரம் உள்ளது. திருப்பதியில் என்.டி. ராமாராவ் முதலமைச்சராயிருந்த காலகட்டத்தில் ஏராளமாகப் பயிரிடப்பட்ட ரப்பர் மரங்கள், இன்று ஓங்கி வளர்ந்துள்ளன. திருப்பதியின் உதாரணத்தைப் பின்பற்றித் தமிழ்நாட்டின் மலைப்பகுதிகளில் ரப்பர் பயிரிடுவதன் மூலம், மழைக்கவர்ச்சியுடன் ரப்பர் உற்பத்தியும் பெருக வாய்ப்பு உண்டு. இப்போது அழகுக்காகவோ, கவர்ச்சிக்காகவோ பரவலாக எல்லா மாவட்டத்திலும் – குறிப்பாக பங்களாவாசிகள் தோட்டத்தில் ரப்பர் மரங்களைப் பார்க்கிறேன். என் வீட்டுக்கு அருகில் உள்ள சின்னாளபட்டியில் கூட சிலர் வீடுகளில் ரப்பர் மரங்களைப் பார்க்கிறேன். மீண்டும் இயற்கை ரப்பரைத் தொழிலுக்கும் பயன்படுத்துவோம். ஏழைகளுக்கு வேலை வாய்ப்புகளை வழங்குவோம்.

அரிஸ்டாட்டில்

37. சந்தனவேம்பு
பஞ்சவடியில் ஒன்று

தாவரஇயல் பெயர்	:	Toona ciliata (Meliacea)
சம்ஸ்கிருதம்	:	நந்திவிருட்சம், குபேரகம்
ஹிந்தி	:	தூனா
ஆங்கிலம்	:	Red Toon, Indian mahogany

இராமாயணத்தில் ஆரண்ய காண்டம் – அதாவது ஸ்ரீராமபிரான் சீதாப்பிராட்டியுடன் வாழ்ந்த வாழ்க்கை ஒருவகையில் தண்டனை. மறுவகையில் இது இயற்கையோடு இணைந்த வாழ்வு என்று கூறலாம். தண்டகாரண்யத்தில் பஞ்சவடியை வால்மீகி மிகவும் சிறப்பிக்கிறார். அகத்தியர் உண்மையில் அற்புதமான மருத்துவர். இல்லாவிட்டால் தசரதகுமாரர்களைப் பஞ்சவடிக்குப் போகும்படி ஏன் கூறவேண்டும்? பஞ்சவடி என்ற சொல்லுக்கு ஒரு வனப்பகுதி என்று பொருள். என்றாலும் அது ஐந்து மரங்களையும் குறிக்கும். இந்த ஐந்து மரங்களில் முதல் மரம் அரசு. இரண்டாவது நந்தி என்று இதிகாசத்தில் கூறப்பட்ட மரம் சந்தன

வேம்பு. அதன்பின் அசோகம், கடுக்காய், வில்வம் ஆகிய மூன்றுமாகும். பஞ்சவடியில் மிகுந்துள்ள இம்மரங்கள் மனிதர்களை நோயின்றி வாழவைக்கும். சந்தனத்திற்குரிய குணமும் வேப்பமரத்திற்குரிய குணமும் கொண்ட ஒரு அரிய மரம் சந்தன வேம்பு.

வேம்பில் உள்ளது கசப்பு. சந்தன வேம்பில் உள்ளது சக்திமிக்க துவர்ப்பு. குறிப்பாக சந்தன வேம்பின் பட்டை அரிய மருந்து. முறை ஜுரமருந்து. பூக்களும் மருந்து. மரப்பட்டையை இடித்துத் தூள் செய்து ஆல்கஹாலில் கரைத்து எடுத்த சாரத்தைக் குழந்தைகளுக்கு வீசம் (1/16) அவுன்ஸ் தரலாம். குழந்தைகளுக்கு வரும் வயிற்றுப்போக்கு குணமாகும். பெரியவர்களுக்கு வயிற்றில் ஏற்படும் புண், வயிற்றுப் புண்ணால் ஏற்படும் கழிச்சலுக்கும் இது மருந்து. முறை ஜுரம், சீதபேதி, வயிற்றுப்புண் பிரச்சனைகளுக்கு சந்தனவேம்புப் பட்டைத்தூளுடன் சம அளவு கழக்கோடி விதைப்பருப்பு (Bonduc) கலந்த Infusion (ஆல்கஹாலில் கரைத்த சாரம்) டானிக் வடிவில் வழங்கப்படுகிறது. மற்றொரு முக்கியமான மருந்து குல்தார். சந்தன வேம்பு மலர்களிலிருந்து தயாரிக்கும் மருந்து பெண்களின் மாதவிடாய்க் காலத்தைச் சரியானபடி சீர் செய்கிறது. சாதாரணமாக ஏற்படும் கட்டி, புண்களுக்குக் குறிப்பாக சீழ்வைத்த புண்களுக்கு இந்த சந்தனவேம்பு மரப்பட்டைத் தூளைத் தூவியே குணப்படுத்தலாம்.

சந்தன வேம்பு இந்தியாவின் மலைப்பகுதிகளில் நிறைய காணப்படுகிறது. இமயத்தில் தொடங்கி இந்தியாவின் கிழக்குப் பகுதி மலைப்பிரதேசங்களிலும் ஒரிஸா, ஆந்திரப்பிரதேசம், மத்தியப்பிரதேசம், மேற்குத் தொடர்ச்சி மலைப்பகுதிகளான கர்நாடகம், கேரளம் என்று இம்மரம் இல்லாத மலைப்பகுதிகளே இல்லை. சிலர் இதை சுந்தரவேம்பு என்றும், தேவதவம் என்றும் நவில்வர். சமநிலப் பிரதேசங்களில் அபூர்வம். தமிழ்நாட்டில் பழனிமலைத் தொடர் பகுதிகளில் இம்மரங்கள் நிறைய உண்டு. முன்பக்கத்தில் உள்ள படம் பார்க்கவும். தோணிமலைக்குச் (6000 அடி உயரத்தில்) சென்று எடுக்கப்பட்டது. தவிரவும் தர்மபுரி, சேலம், திருநெல்வேலி, நீலகிரிப்பகுதி மலைக்காடுகளிலும் பார்க்கலாம். ஆனை மலைக்காடுகளில் அதிகம் உள்ளன. இது 100 அடிக்கு மேலும் உயரும். மூன்று அடி விட்டம் அளவில் பருமன் கிட்டும். இதன் தோற்றம் சந்தன மரத்தைப்போல் இருக்கும். மேலே உயர்ந்து பெரிய பந்துபோல் உயரத்தில் குடை விரிக்கும். வேம்பைப் போலவே இதுவும் மார்ச்–ஏப்ரல் (பங்குனி–சித்திரை) மாதங்களில் பூங்கதிர் உதிர்க்கும். காடுகளில் சந்தனவேம்பு மரங்களின் கீழ் மலர்கள் ஏராளமாக ஒரு படுக்கை போல் கொட்டிக் கிடப்பதைப் பார்க்கும் ஒருவருக்கு அங்கு விழுந்து புரளவும் ஆசை ஏற்படும்.

சந்தன வேம்புவுடன் பவழமல்லி, குசும்பா (Safflower) மஞ்சள் சேர்ந்தால் நல்ல பழுப்பு நிறச்சாயம் கிட்டும். இயற்கைச் சாயத்திற்கு உதவும். எனினும் சிந்தட்டிச் சாயம் அறிமுகமான பின்பு இதன் பயன் குறைந்துவிட்டது. மருத்துவ உபயோகமும் குறைந்துவிட்டது. கடல் மட்டத்திலிருந்து 1000 அடி உயரமுள்ள மேட்டுப்பகுதிகளில் வளரக்கூடியது. சமவெளிப் பிரதேசத்தில் இப்போது சந்தனமரங்களே வரும்போது சந்தனவேம்பு வருமா என்ற ஐயம் வேண்டாம்.

இந்த மரத்தின் சிறப்பு கடைசல் வேலைக்கு ஏற்றது. இதை மகோகனி மரத்துடன் ஒப்பிடப்படுகிறது. இந்திய மகோகனி என்று ஆங்கிலத்தில் கூறப்பட்டாலும் அந்த அளவு கனம் இல்லாத மரம். கிரிக்கெட் பேட் செய்யலாம். இழைப்பதும் கடைசல் வேலைக்கும் தக்கபடி பளபளப்பு கிட்டும். மேஜை, நாற்காலி, பெட்டி செய்யலாம். தேயிலைப்பெட்டி, சுருட்டுப் பெட்டி, பொம்மை செய்யவும் பயனாகிறது.

ஆற்றோரம், ஏரிக்கரை, தவிர மலைப்பிரதேசங்களில் உள்ள நீர்ப் பிடிப்புப் பகுதிகளில் சந்தனவேம்பு வளரும். பன்றிமலை, தோணி மலைப்பகுதிகளில் இம்மரம் நிறைய உள்ளது. சந்தனவேம்பு மரக்கன்றுகள் பழனி மலைத்தொடர் பாதுகாப்புக்கழக மரப் பண்ணைகளிலும், ஆனை மலைப்பகுதிகளில் உள்ள வனத்துறை மரப்பண்ணைகளிலும் கிடைக்கும்.

சந்தனவேம்பு மரத்தைத் தென்னந்தோப்புகளில் வரப்போரம் பயிர்செய்தால் நன்கு வளரும். குமிழ் தேக்கைவிட பருமன் கிட்டுமென்றும் நல்ல லாபம் பெறலாம் என்றும் பழனிமலைத் தொடர் பாதுகாப்புக் கழக நர்சரி மேலாளர் ராமசாமி கூறுகிறார். தொடர்பு எண் – 9865437876

எள்ளுப் பிண்ணாக்கையும் வாயுவிளங்கத்தையும்
பொடித்துப் பூசும் பயிர் நேர்த்தியால்
பாலுடன் நீர் குணப ஜலம் தெளித்து
நெய் ஊற்றி வளர்த்த ஓமப்புகை இட்டுப் பயிர்களையும் மரங்களையும் காக்க.

ஆண்பன்றியின் சாணம், இரத்தம், எலும்புமச்சை, இறைச்சி, மூளை ஆகியவற்றுடன் நீர்கலந்து மண்ணில் புதைத்து ஊறப் போட்டால் விளைவது குணபம் - பயிருக்கு இது ஊட்டம்.

(சுரபாலர் விருட்சாயுர் வேதம் 100-101)

38. வேங்கை
குறிஞ்சியின் அரசு

தாவரஇயல் பெயர்	:	Pterocarpus marsupium Fabaceae (Leguminosea)
சம்ஸ்கிருதம்	:	பீட சாலா
ஹிந்தி	:	பீஜசார்
ஆங்கிலம்	:	Indian kino

வேங்கையில் மூன்று வகை உண்டு. மூன்றும் தனி இயல்புள்ளவை. சந்தன வேங்கை என்ற செஞ்சந்தனம் பற்றி முன்பு கவனித்தோம். அடுத்து தென்னாட்டு வேங்கை. அதுவே இது. தமிழ் இலக்கியத்தில் சிறப்புடன் குறிப்பிடப்படும் மரம் இதுவே. மூன்றாவது சோழவேங்கை. பெயரில் சோழன் இருப்பினும் வடக்கில் இதுவே புலிமரம் (Tiger Tree) இனி நம்மூர் வேங்கைக்கு வருவோம்.

தமிழ்நாட்டுக் குறிஞ்சி நிலப்பண்பாட்டின் சின்னம் வேங்கைதான். வேங்கை மரம் தேக்கு, தோதகத்தி மரங்களைப்போல் மதிப்புள்ள மரம் என்பதால் முதிர்ந்த மரங்கள் எல்லாம் கட்டுமானப் பணிக்கு வெட்டிவிட்டார்கள். குறிஞ்சிப் பண்பாட்டை வலியுறுத்தும் இம்மரம் குறிஞ்சியில் அரிதாகிவருகிறது. மரமே மதிப்பு மிக்கது. இம்மரத்திலிருந்து எடுக்கப்படும் பாலும் பிசினும் வணிக முக்கியத்துவம் உள்ளவை. இம்மரத்தைக் காயப்படுத்தி எடுக்கப்படும் பால்பிசின்தான் கினோ (Kino). கினோப்பால் பிசினிலிருந்து கினோடெனிக் அமிலம், கினோயின், ரெசின்பெக்டின், பைரோ கெடாசின் போன்றவை தயாரிக்கப்படுகின்றன. இப்படி மரங்களிலிருந்து எடுக்கப்படும் கைனோ ரப்பர் பசை வெந்நீரில் கரையும். சாராயத்தில் முற்றிலும் கரையும்.

முற்காலத்தில் வயிற்றுப்போக்கு நிவாரணியாக கைனோ கோந்து மருந்தாக வழங்கப்பட்டது. குருதிப் போக்கையும் நிறுத்தும். கைனோ கோந்தை நெய்யில் புரட்டி இருமல், வெள்ளைப்படுதல், பல்வலிக்கு வழங்கப்பட்டது. வேங்கைப் பட்டைக் கஷாயத்தையும் தரலாம். பட்டையை உலர்த்தி இடித்துப் பொடியாக்கியும் தரலாம். வேங்கை மரத்தில் டீக் கோப்பை செய்து அதில் தினமும் தண்ணீர் ஊற்றி ஊறிய பின் குடித்தால் நீரிழிவு நோய் குணமாகும். வேங்கைத் தழைகளைக் கால்நடைகளுக்கு வைக்கோலுடன் கலந்து வழங்கினால் வயிற்றில் பூச்சி வராது. மாடுகள் ஆரோக்கியம் பெறும். முற்காலத்தில் பால்பண்ணை நடத்தியவர்கள் மூன்று பங்கு வைக்கோலுடன் 1 பங்கு வேங்கைத் தழையை நறுக்கிக் கலந்து கொடுப்பார்கள். அப்படி கொடுத்தால் பசுந்தீவனம் பற்றாக்குறையை ஈடு செய்யலாம். இப்போது வேங்கை மரம் இருந்தால்தானே கொடுக்க முடியும்? பால்மாடு வைத்துள்ளவர்கள் வேங்கை மரம் வளர்க்க வேண்டும்.

வேங்கையைப் போல் உறுதி எம்மரத்திற்கும் இல்லை. வேங்கையின் வைரப்பகுதி கனம் நிரம்பிய கடினமும் உண்டு. அந்தக் கால வீடுகளில் வேங்கை தூணுக்கும் உத்திரத்திற்கும் பயனானது. பல தலைமுறைகள் தாண்டினாலும் மரம் பழுதுபடாது. வேங்கை தேக்கைவிட உறுதி. பல இடங்களில் தேக்கு சரியாக வளர்வது இல்லை. ஆனால் வேங்கை பழுதுபடாது. சுமாரான மழைப்பொழிவுள்ள எல்லா மாவட்டங்களிலும் வேங்கை சிறப்புடன் வளரும். வட தமிழ்நாட்டு மாவட்டங்களிலும், காவிரி டெல்டா பகுதி மாவட்டங்களிலும் வேங்கை வானுயர வளரும். தோட்டங்களில் காற்றுத் தடுப்பாக இதை நெருக்கமாக நடலாம். பெரிய கட்டட வளாகங்களில் தூசித்தடுப்பாகவும் நடலாம். வேங்கையை வீட்டு முன் நட்டால் வீடே கம்பீரமான தோற்றத்தைத் தரும். வேங்கை

மரத்தைக் காட்டில் கண்டவர்களுக்குத்தான் இந்தக் கம்பீரம் புரியும். பல மரங்களைக் கலப்பாக நட்டு இன்று பல விவசாயிகள் வன வேளாண்மையில் இறங்கியுள்ளனர். இவற்றில் நாம் இழந்த தமிழகத்தின் குறிஞ்சிப் பண்பாட்டைக் காப்பாற்ற வேங்கை மரங்களை நடவேண்டும்.

சோழ வேங்கை

வேங்கை மர நெற்றுகளை ஆடி மாதத்திலிருந்து பெறலாம். நெற்றுக்களையும் விதைகளையும் சேமித்து நாற்றுப் பைகளில் போட்டுக் கன்றுகளை வளர்க்க வேண்டும். தமிழர்கள் அனைவருமே இம்முயற்சியில் ஈடுபடலாம். எல்லாமே வனத்துறையை எதிர்பார்த்துக் கொண்டிருந்தால் நாம் காடு வளர்க்க முடியாது. வேங்கையின் மற்றொரு சிறப்பு இது மழைக்கவர்ச்சி மரம். எனினும் வேங்கை மரக்கன்றுகள் கன்னிவாடி ஆத்தூர் ராமசாமியின் பழனி மலைப்பாதுகாப்புக்கழக நர்சரியிலும், பாலப்பட்டு ராம்குமாரிடமும் கிட்டும். கடைசியாக ஒரு சொல். நமது பல்லுயிர்ப் பெருக்க நிர்வாகத்தின் கீழ் காடுகளில் புலிகள் அழிந்துவிட்டதால் புலிகளின் சரணாலயங்களை உருவாக்கியுள்ளார்கள். புலிகளுக்குப் பிடித்த புலி மரத்தை அதாவது வேங்கை மரத்தை ஏனோ வனத்துறை புறக்கணித்துவிட்டது. ஆகவே, வேங்கையை வளர்ப்போம்; வெற்றி பெறுவோம்.

39. வன்னி மரம்

வறட்சியிலும் வளமை

திருக்காட்டுப்பள்ளி (வன்னி)

வன்னி

தாவரஇயல் பெயர்	:	Prosopis Cinerraria/Spicigera (Mimosacdae)
சம்ஸ்கிருதம்	:	க்ஷாமி
ஹிந்தி	:	கெஜ்ரி, ஜாண்ட்
ஆங்கிலம்	:	Sami Tree, Khejri

20ஆம் நூற்றாண்டில் உத்தராஞ்சல் மாநிலத்தில் ஒப்பந்தக்காரர்கள் இமயமலைப்பகுதி வனத்தில் உள்ள மரங்களை வெட்ட வந்தபோது கிராமத்து மக்களே மரங்களை அணைத்து வெட்டவிடாமல் தடுத்த போராட்டமே சிப்கோ இயக்கம். இதுபோல் ஒரு போராட்டம் 18ஆம் நூற்றாண்டில் மார்வாரி ராஜ்ஜியத்தில் நடந்தது. கி.பி. 1495இல் மராட்டிய வீரன் ஜாம்பாஜி உருவாக்கிய சித்தாந்தம் 'வன்னி மர வளர்ப்பு' எட்டாண்டு வறட்சியை இலந்தையும் வன்னியும் தாங்கி வளர்ந்ததையும் – பஞ்சகாலத்தில் ஒன்றுமே கிடைக்காத சூழ்நிலையில் வன்னிப்

பழங்களை உண்டு மக்கள் பசியாறியதையும் எண்ணி பிஷ்ணாய் சித்தாந்திகள் உருவானார்கள். 16 மைல் தூரத்திற்கு வன்னி மரக்காடுகள் உருவாயின. பின்னர் 250 ஆண்டு கழித்து மராட்டிய மன்னர் சுண்ணாம்புக் காளவாய்க்கு வன்னி மரக்காட்டை அழிக்க முடிவு செய்து சிப்பாய்களை அனுப்பினார். பிஷ்ணாய்கள் மரங்களைக் கட்டியணைத்தும் கூட அவர்கள் கொல்லப்பட்டு மரங்கள் வெட்டுண்டனவாம். இவ்வாறு உயிர்த் தியாகம் செய்த 363 பிஷ்ணாய்களுக்கும் 363 வன்னி மரங்கள் 1977இல் நடப்பட்டன. வறட்சி தாங்கிப் பாலைவனத்திலும் வளமையை வழங்கி வரலாறு படைத்த இந்த முள்மரம் இங்கிருக்க, எங்கிருந்தோ வந்த வேலிக்காத்தான் நம்மை ஆட்டிப் படைக்கிறதே.

வம்பார் கொன்றை வன்னி மத்தம் மலர்தூவி
நம்பாவென்ன நல்கும் பெருமான் உறைகோயில்
கொம்பார் குரவு கொகுடி முல்லை குவிந்தெங்கும்
மொய்ம்பார் சோவை வண்பொடும் முதுகுன்றே

–திருஞான சம்பந்தர்

முதுகுன்றம் என்பது விருத்தாசலம். சம்பந்தர் சுவாமிகளினால் பாடப் பெற்ற இந்தச் சிவத்தலத்தில் வன்னியே தல மரம். திருவான்மியூர், திருக்காட்டுப்பள்ளி, திருப்பூந்துருத்தி என்று கணக்கிலடங்காத பல சிவன் கோவில்களில் இதுவே தலமரம். வில்வம் இல்லாதபோது வன்னித் தளங்களாலும் சிவனைப் பூசை செய்யலாம். வறட்சி தாங்கி வளரும் இம்மரத்தை சிலர் பரம்பு என்பார்கள். வளம் நிரம்பிய பரம்பு மலையில்தானே பாரி வாழ்ந்தான். பாரியை வள்ளலாக்கிய இம்மரத்தை நாம் ஏன் அலட்சியப்படுத்தினோம் என்பது புரியவில்லை. விவசாயிகளுக்கு மிகவும் சிறப்பான உயிர்வேலியாகும். முள்ளுள்ள இலையுதிர் மரம் என்றாலும் இது அதிகமாகப் பக்கவாட்டில் படராமல் மேல்நோக்கிச் செல்லும் இயல்புள்ளது. இதன் முள் மென்மையானது. 25 அடிக்குமேல் உயர்வது அபூர்வம் 2 முதல் 3 அடி விட்டம் வரை அடிமரம் பருக்கும். மழைக்காலம் முடிந்த பின் பூக்கும் மஞ்சள் நிறப்பூங்கொத்துக்கள் உருவாகும். மார்ச்–மே மாதம் வரை கனிகள் கிட்டும். வன்னிப் பழத்தைச் சதையுடனும் விதையுடனும் பாலை நில மக்கள் விரும்பி உண்பர். குறிப்பாக ராஜஸ்தான் (மார்வார்) மக்களுக்கு வன்னி மரம் அவர்களின் உயிர் மரம். ராஜஸ்தானில் ஆடும் ஒட்டகமும் அதிகம். இரண்டுக்கும் உயிர்வாழ இன்னமும் வன்னி மரங்களே அவர்களின் ஜீவித பாக்கியம்.

1988ஆம் ஆண்டு ஜூன் 5ஆம் தேதி உலகச் சுற்றுச்சூழல் தினத்தில் இந்தியா வெளியிட்ட தபால்தலையில் வன்னி மரம் இடம் பெற்றிருந்தது. பஞ்சகாலத்தில் வாழ்வுதரும் வன்னிப் பழங்கள் சிறுவர்களுக்கும் சிறுமிகளுக்கும் புரத சக்தி தரும். கால்நடைக்குத் தீவனம், அதிகம் நின்று எரியும் விறகு. பாலை நில மணலில் 60, 70 அடிவரை வேர் ஊடுருவிச் செல்லும். தான்

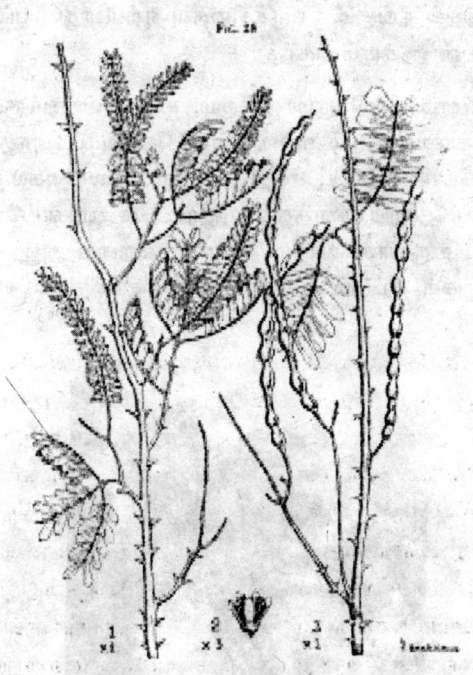

S.No.47. Prosopis cinearia. 1) Leaves and infloescence x 1. 2) Flowers x 3. 3) Twig with pod x 1. (From Hole 30944).

வாழ வறட்சியிலும் வழிதேடும் இம்மரத்தின் இலைகள் உதிர்ந்த காட்டில் உள்ள மண்ணைச் சோதனை செய்து பார்த்தபோது ஏராளமான அங்ககப் பொருள்களுடன் எல்லாப் பேரூட்டங்களும் (N+P+K) நுண்ணூட்டங்களும் மண்கண்டத்தில் உருப்பெற்றுள்ளது நிரூபணம். ஆகவே வன்னியை உயிர் வேலியாக வைத்து விவசாயிகள் வளம் பெறலாம்.

வாழ்வு தரும் மரங்கள்

வன்னி மரத்தின் பாகங்கள் எல்லாமே நல்ல மருந்துகள். தினமும் வன்னிக் கொழுந்தை, பூ, காய், பட்டை, வேர் ஆகியவற்றை விழுதாக அரைத்து ஒரு கொட்டைப்பாக்கு அளவு எடுத்து 100 மில்லி பாலில் கலக்கி வடிகட்டி அருந்தி வந்தால் ஆயுள் விருத்தி. நோயில்லாமல் வாழலாம். சொறி சிரங்கு, கபம், பித்தம் எல்லாம் தணியும். வாதம் நீங்கும். வன்னிப்பட்டையை 1/4 கிலோ எடுத்துப் பஞ்சுபோல் நசுக்கவும். 1 லிட்டர் விளக்கெண்ணையில் (ஆமணக்கு எண்ணெய்) நன்கு காய்ச்சி வடித்து எடுத்துக்கொண்டு தினமும் காலை 25 மில்லி வீதம் 1 வாரம் வரை பெண்கள் அருந்தினால் வெள்ளைப்படுதல் நீங்கும். கருச்சிதைவு ஏற்படாது. பட்டைக்கஷாயம் தொண்டைப் புண்ணுக்கும் மருந்து.

வன்னி மரம் சிவபெருமானுக்கும், சனிபகவானுக்கும் உரிய மரம். ஆகவே சனிதோஷம் மட்டும் அல்ல, சன்னி தோஷமும் வராது. உள்ளுக்குச் சாப்பிட்டால் நோய் எதிர்ப்பு சக்தி ஏற்படும். பலவகையிலும் பயனுள்ள இம்மரத்தை ஊர்தோறும் வளர்த்துத் தமிழ்நாட்டில் ஆங்காங்கே அருமையான புதர்க்காட்டை உருவாக்கலாமே. வனத்துறையை அணுகினால் விதை அல்லது கன்றுகள் கிட்டும். இல்லாவிட்டால் சங்கீதமங்கலம் கருணாநிதி உதவுவார்.

தோணியலை அருகில் 7000 அடி உயரத்தில் ஒரு இளவயது வேங்கை மரம்

அரிஸ்டாட்டில்

40. உருத்திராட்சம்
சிவனின் மூன்றாவது கண்

தாவரஇயல் பெயர்	:	Elaeocarpus tuberculatus
		Elaeocarpaceae
சம்ஸ்கிருதம்	:	ருத்ராக்ஷம்
ஹிந்தி	:	ருத்ராக்ஷம்
ஆங்கிலம்	:	Ustram Beads

திரிபுரம் எரித்த சிவனுக்கும் கலிங்கத்தை வென்ற அசோகனுக்கும் ஒரு ஒற்றுமை. அசோகன் அமைதிப் புறாவானார். சிவன் துறவறம் பூண்டு உருத்ராட்ச பூபதியானார். கோபத்திலே உயர்ந்த கோபம் உருத்திரங்கண்ணனாரின் கோபமே. சிவன் மூன்றாவது கண்ணைத் திறந்தாலே உலகம் அழியும். மூவுலகிலும் கொடுங்கோன்மை புரிந்த அசுரர்களை அழிக்க மூன்றாவது கண்ணைத் திறந்து திரிபுரத்தை (மூன்று உலகு) அழித்த சிவபெருமான் அழிவின் துக்கம் தாங்காமல் அம்மூன்றாவது

கண் சிந்திய கண்ணீரே பூவுலகில் ருத்ராட்ச மரமானது. ருத்ரன் என்றால் சிவன். அக்ஷம் என்றால் கண். ருத்ராக்ஷம் என்றால் மூன்றாவது கண். அறம், பொருள், இன்பம் முடித்துவிட்டு வீடு அடைய, அதாவது பற்றற்ற வாழ்வு மூலம் மோட்ச நிலை பெற ருத்ராட்சம் அணியும் குடிமக்களையும் இன்று நிறையவே காணமுடிகிறது. சிலர் நிஜமான பற்றற்ற நிலையில் வாழலாம். சிலர் ருத்ராட்சப் பூனைகளாகவும் வாழலாம். ஆனால் ருத்ராட்ச மரமோ மண்ணை வளப்படுத்தி விண்ணைத் தூய்மையாக்கும் அளவில் அடர்ந்த தழையமைப்புடன் விண்ணளந்து ஓங்கி வளரும் இயல்புள்ளது. இமாலயக் காடுகளில் இயல்பாக வளரும் இம்மரம் இங்கும் வந்ததில் வியப்பில்லை. மேருமலை நாயகன், என்னப்பன் சங்கத் தமிழ் வளர்த்தவன் – தான் செல்லுமிடமெல்லாம் இம்மரத்தையும் எடுத்துச் சென்றுள்ளான் அல்லவா? இருப்பினும் தென்னாட்டில் வளரும் ரூபர்குளோட்டஸ், அகஸ்டிஃபோலியஸ், லான்சிஃபோலியஸ் ஆகியவை தமிழ்நாடு உட்பட மேற்குத் தொடர்ச்சி மலைப்பகுதிகளிலும், இந்தியாவின் பிற பகுதிகளிலும், இமயமலைப் பகுதிக் காடுகளிலும் நிறைய உண்டு. இருப்பினும் விலை மதிப்புள்ள ருத்ராட்சமரம் கேனிட்ரஸ். இது நேபாளம், அஸ்ஸாம், விந்திய மலைக்காடுகளில் அபூர்வமாயிருக்கும். இம்மரத்தின் ருத்ராட்சங்களே பவுன் விலைக்கு ஈடாக இருக்கும். இங்கு நாம் கவனிக்கும் விவரங்கள் தென்னாட்டு ருத்ராட்ச மரங்களைப் பற்றியவை.

இந்த மரங்கள் சுமார் 80 அடி உயரும். ஆறு அடி வரை தண்டுப்பாகம் பருமன் தரும். கம்பீரமான தோற்றம் தரும். பளபளப்பான கரும்பச்சை நிற இலைகள் டிசம்பர் – ஜனவரியில் பூக்கும். ஆடி மாதம் ருத்ராட்சம் பழுத்து விதை விழும். கனிகளை சுத்தப்படுத்தினால் ருத்ராட்சம். பொதுவாக ருத்ராட்சத்தில் உள்ள முகப்பு – அறைகள் விலைகளை நிர்ணயிக்கிறது. இந்த மரம் சுமாரான வலுவுள்ளது. சட்டங்கள், மரப்பெட்டிகள், வீட்டுச் சாமான்கள், கம்பு கழிக்கு உதவும்.

ருத்ராட்சக் கொட்டைகளை மாலையாக அணிவதால் பாவங்கள் நீங்கிடும். செய்த பாவங்களை நிறுத்திவிட்டுப் புதிய பாவங்களைச் செய்யாமல் வாழவும் அணியலாம். ருத்ராட்சத்தை உருட்டிக்கொண்டு ஜபம் செய்தால் போகும் வழிக்குப் புண்ணியம் உண்டு. ருத்ராக்ஷக் கொட்டைகளை ஆராயும்போது அதில் மின்சக்தி உள்ளதாகவும் பேசிக்கொள்கிறார்கள். ஆகையால், ருத்ராட்சத்தை வைத்துக்கொண்டு பரமனைத் தொழுதால் புதுசக்தி பிறக்குது மூச்சினிலே என்று இன்று வாழும் சிவனடியார்கள் கூறுகின்றனர். இப்படி ருத்ராட்சம் அணிந்து புது சக்தி பெறும் பக்தர்களின் உடல்களை விஞ்ஞான ரீதியாக ஆராய்வது நல்லது. ருத்ராட்சம் மரண

அரிஸ்டாட்டில்

பயத்தைப் போக்கும் என்றும், இதயத்தை வலுப்படுத்தும் என்றும், ஆழ்ந்த தியானத்திற்குள் இட்டுச் செல்லும் என்றும், நினைவாற்றலைப் பெருக்கும் என்றும் ருத்ராட்ச மகிமைகள் கூறுகின்றன. ருத்ராட்சக் கொட்டை உடல் வெப்பத்தையும் ரத்தக் கொதிப்பையும் தடுக்கும் என்று மருத்துவ சாத்திரம் கூறுகிறது.

சில வைத்தியர்கள் கபம், பித்தமயக்கம் ஆகிய நோய்களுக்கு ருத்ராட்சக் கொட்டையைத் தேனில் உரைத்து நாக்கில் தடவுவர். ருத்ராட்ச இலைச் சாறும் மருந்தாகும். கபம், பித்தம் கண்டிக்கும் பல செந்தூரங்களிலும் சூர்ணங்களிலும் இது சேர்க்கப்படுகிறது. இதை இயற்கை விவசாயிகள் பூச்சி விரட்டியாகப் பயன்படுத்தலாம். இதற்கு மரத்தை வளர்க்க வேண்டும்.

ருத்ராட்ச மரம்

இம்மரத்தை சமவெளிப் பிரதேசங்களில் முயற்சி செய்யலாம். ருத்ராட்ச மரக்கன்றுகள் கேரள மாநில நர்சரிகளில் கிடைக்கும். இதுபோன்ற அரிய மரங்களின் மரக்கன்றுகளை மலிவு விலையில் வழங்க வனத்துறை முன்வந்துவிட்டால் வானம் நம் வசப்படும்.

41. சம்பகம்

நறுமணப் பொன்மலர்

தாவரஇயல் பெயர்	:	Michelia Champaea Magnoliaceae
சம்ஸ்கிருதம்	:	சம்பகா
ஹிந்தி	:	சம்பா
ஆங்கிலம்	:	Golden Champa

மொகலாய மன்னர்களில் ஜஹாங்கீர் கலை உணர்வும் இயற்கை ரசிகருமாவார். ‘து சுக்–ஐ–ஜஹாங்கீரி’ என்ற அவரது சுயசரிதையில் ரோஜாவைப் பற்றிய குறிப்புடன் நறுமணப் பொன்மலர் என்று சம்பகம் வர்ணிக்கப்பட்டுள்ளது. கிழக்கு இமயமலைச் சாரல், அதாவது நேபாளத்திலிருந்து அருணாசலப் பிரதேசம், நாகலாந்து, மியான்மார், மேற்குத் தொடர்ச்சிமலை என்று இதன் பூகோளப் பரவல் விரிவாக்கமே உள்ளது.

செந்தமிழ் நாட்டுச் சோலையைப் பற்றிய சங்ககாலத்து இறையனார் அகப்பொருளுரையில், "சந்தனமும் சம்பகமும், தேமாவும் தீம்பலாவும் ஆசினியும் அசோகமும் கோங்கும், வேங்கையும் விரிந்து..." என்பதாக மரவரிசைகளைப் பேசும்போது, 2000 ஆண்டுகளுக்கு முன்பே சம்பகம் நம்மிடம் குடிவந்துவிட்டதை அறியலாம். இடைக்காலத்தில், "செம்பருத்தி பூ மாதவிப்பந்தர் வண்செண்பகம் திருந்தி நீள் வளர்பொழில் முதன் குடித்திட்டையே" என்று திருஞான சம்பந்தர், திட்டையில் குடிகொண்டுள்ள

சிவனைப் பாடும்போது சம்பகத்தைச் செண்பகமாகத் திருத்திவிட்டார். செண்பகம் என்ற வழக்கு இருப்பினும், இன்னமும் பலர் தங்கள் பெயரை சம்பக லட்சுமி என்றும் சம்பகம் என்றும் எழுதுகிறார்கள். இந்தியாவைத் தவிர பர்மா, மலேசியா, இந்தோனேசியா, காம்போஜியா நாடுகளிலும் சம்பகம் மணம் வீசுகிறது. சம்பகம் மணம் வீசும் மலர் என்ற காரணத்திற்கே இப்போது பலர் வீடுகளில் வளர்க்கின்றனர். இமயமலைக் காடுகளிலும் சதுப்பு நிலக்காடுகளிலும் 100 அடி உயரம் வளரக்கூடியது. 50 அடி உயரம் வரை பக்கக்கிளையில்லாமல் ஆகாயத்தில் உயர்ந்து அதன் பின் கூம்பு வடிவில் குடை விரிக்கும். பொதுவாகத் தங்க நிற சம்பகமே நிறைய உண்டு. இதனால்தான் நெல்லுக்கு சம்பா என்று பெயர் வந்ததோ? சம்பா என்றால் 'தங்க நிறம்' என்று பொருள். அப்படிப் பார்த்தால் சம்பா அரிசியும் "Golden Rice" தான். வெண்சம்பகமும் உள்ளது. சம்பக மலர் வாசனைக்கு தூரத்தில்

உள்ளவர்களைக் கவர்ந்திழுக்கும் காந்த சக்தி உண்டு. சம்பகத்தின் மருத்துவப் பயனும் அவ்வளவு குறைவானதும் அல்ல. சம்பகத்தில் பட்டை, வேர், இலை, பூ, மொட்டு, பழம் எல்லாமே மருந்துகள்.

தலைசுற்றல், வாந்தி, மயக்கம், ஜுரம் சேர்ந்து வரும்போது சம்பகமலர்க் கஷாயம் 3 வேளை 1 அவுன்ஸ் தரப்படுகிறது. கூடவே வெள்ளைப்படுதல், வயிற்றுவலி, நீர்ச்சுருக்கு போன்ற நோய்களும் குணமாகும். சம்பகப்பூ வற்றல்களை நல்லெண்ணெயில் ஊறவைத்து எதுவும் கண்ணாடிப் பாத்திரத்தில் சூரிய ஒளிச் சூடுபட்டு இறக்கப்பட்ட சம்பகச் சாறு அருமையான கண் மருந்து. சம்பகத் தைலம் தலைவலியைப் போக்கும். நொச்சித்தைலம் போல் இதுவும் பீனிச மருந்து. (மண்டையில் நீர், ஜலதோஷத் தலைவலி) சம்பக வேர், பட்டை எல்லாமே புண்ணாற்றும். சம்பக விதைத் தைலம் வயிற்றில் ஏற்படும் தசைப்பிடிப்புக்கு மருந்து, பழமும் விதையும் கிருமி நாசினி. வயிற்றில் உள்ள கிருமிகளை வெளியேற்றும். பார்வைக் கோளாறுக்கு முற்றிய சம்பக மரத்தின் கொழுந்து இலைகளைக் கசக்கிச் சாறு எடுத்துக் கண்ணில் பிழியப்படும் பழங்குடி மருத்துவம் வடக்கில் உண்டு. சம்பக இலையை இளஞ்சூட்டில் நெய்யில் லேசாகப் புரட்டி சீரகத்துடன் சேர்த்துத் துவையல் அரைத்து நெற்றியில் பற்றுப் போட்டால் பித்த மயக்கத்தால் வரும் காய்ச்சல் தீரும். தேள்கடிக்கும் இதுவே மருந்து. பூ, பழம், விதை தவிர மற்ற பாகங்கள் வெளிப்பூச்சுக்கு மட்டுமே பயனாகிறது.

சம்பகம் மே மாதத்திலிருந்து அக்டோபர் வரை பூக்கும். இப்போது சம்பகப்பூவும் சீசனில் மலர் அங்காடிகளில் விற்பனைக்கு வருவதுண்டு. ரோஜா, மல்லிகை போன்ற மலர்களில் எடுப்பதைப் போன்று சம்பக மலரிலிருந்து வாசனை எண்ணெய் எடுக்கலாம். உலகிலேயே வாசனை எண்ணெய் எடுக்கும் தொழில் நுட்பத்தில் பிரான்சுக்கே முதலிடம். என்றுமே பிரஞ்சு செண்டுக்கு விலை அதிகம். சம்பக வாசனை எண்ணெய்களில் பிரஞ்சு எண்ணெய்யே நல்ல தரமானது. சம்பக மரம் வளர்த்து மலர்களிலிருந்து வருமானமும் பெறலாம். சம்பக மரக்கன்றுகள் வேண்டுமா? எனக்குத் தெரிந்தவரை குறைந்த விலைக்கு சம்பக மரக்கன்றுகளை பழனி மலைப்பாதுகாப்புக் கழகத்தின் மேலாளர் ஆத்தூர் கன்னிவாடி ராமசாமியும், சங்கீதமங்கலம் கருணாநிதியும் வழங்கி வருகிறார்கள். ஆத்தூர் - கன்னிவாடி ராமசாமியின் தொடர்பு எண்: 9865437876 சங்கீதமங்கலம் கருணாநிதியின் தொடர்பு எண்: 954145-232584.

அரிஸ்டாட்டில்

42. முருங்கை
தாது புஷ்டி மருந்து

தாவரஇயல் பெயர்	:	Moringa oleifera
		Morineaceae
சம்ஸ்கிருதம்	:	சோபஜனம், முருங்கி, சிக்ரு
ஆங்கிலம்	:	Drumstick, Horse - radish

முருங்கையைப் பற்றிய ஒரு சிறப்பான குறிப்பு ரிக் வேதத்தில் உண்டு. சுதாசின் எதிரிகளில் சிக்ருவும் ஒருவர். முருங்கைக்கு சிக்ரு என்று பெயர் வந்துள்ளது. ஒருகால் இந்தப் பழங்குடிக் கூட்டம் பல்லாயிரக்கணக்கான ஆண்டுகளாக முருங்கையைக் காப்பாற்றித் தமிழ்நாட்டுக்குத் தந்துள்ளதோ? முருங்கை ஒரு சிறப்பான காய்கறி – கீரை மரம். ஒப்பற்ற மருத்துவச் சிறப்புள்ள மூலிகை. இதன் வேர்க்கிழங்கு, இலை, பட்டை, கோந்து, காய், பிஞ்சு, பூ, எண்ணெய் எல்லாமே மருந்துப்பொருள்கள். வேர்க்கிழங்குக்குச் சிறப்பான மருத்துவ குணம் இருந்தாலும் கூட நடைமுறையில் அப்படிப் பயனடைவதில்லை. முருங்கை இந்தியா முழுவதிலும் வளரக்கூடியது என்றாலும் தமிழ்நாட்டில் மட்டுமே அதிகம் பயிராகிறது. பாக்யராஜின்

'முந்தானை முடிச்சு' என்ற சினிமாவில் முருங்கைக்காய்க்குக் கிடைத்த விளம்பரம் விபரீதமானதோ? கரூர்–திண்டுக்கல் மாவட்டத்தில் செடி முருங்கை சாகுபடி PKM-1 கடந்த பத்தாண்டுகளில் பன்மடங்கு உயர்ந்தும் கூட நல்ல விலை எல்லாருக்கும் கிடைப்பதில்லை. இம்மரத்தை இதன் மருத்துவ குணங்களுக்காகவே முழுமையாகப் பயன்படுத்திவிட்டால் எப்போதுமே நல்ல விலைக்கு வாய்ப்பு உருவாகும். அப்படி இதில் என்னதான் விசேஷம்?

முருங்கையின் பல பாகங்களை நாம் உணவில் சேர்த்துக் கொள்கிறோம். கீரைகள், காய், பூ ஆகியவற்றில் கந்தகச் சத்து உள்ளது. ஆகவே, இது இருமலுக்கும் மருந்து. இதில் எல்லா வைட்டமின்களும் குறிப்பாக ஏ, சி இரண்டும் அதிகம் உண்டு. பாஸ்வரம், இரும்பு, அயோடின் என்ற பல தாதுப்பொருட்கள் உள்ளதால், முருங்கையை அருமையான தாது புஷ்டி என்று கூறுவதில் தவறு இல்லை. முருங்கை மரத்தின் வேர்க்கிழங்கை எடுத்துச் சமஅளவு ஆரஞ்சுப்பழத்தோல் மற்றும் ஜாதிக்காய் கலந்த அரிஷ்டம், நரம்புத்தளர்ச்சி ஹிஸ்டீரியா, மயக்கம், தலை சுற்றல் போன்ற நோய் அகலும் என்று மருத்துவக்களஞ்சியம் கூறுகிறது. முருங்கை மரக்கிழங்கை அரைத்து வீக்கத்திற்கும் பூசலாம்.

முருங்கையின் வேர்க்கிழங்குக்கு சில அதிசயமான சக்திகள் உண்டு. குடிநீரைத் தெளிய வைக்கலாம். பூசணக்கொல்லியாகவும் செயல்படும். முருங்கை வேர்க்கிழங்கையும் கடுகையும் அரைத்துக் கஷாயமாகக் குடித்தால் ஈரல் நோய் விலகும். ஆஸ்துமா, சளி, இருமலுக்கு முருங்கை வேரை அரைத்துப் பாலில் கலந்து இளஞ்சூட்டில் சாப்பிடலாம். முருங்கை வேரிலிருந்து தயாரிக்கப்படும் மருத்துவ எண்ணெய் கடுகு எண்ணெயைவிடத் தரமாயிருக்கும். வெளிப்பூச்சுக்குப் பயனாகும். அந்தக் காலத்தில் பிரசவ வலி ஏற்பட்ட பின்னர் குழந்தை பிறக்கத் தாமதமாகும்போது, மருத்துவச்சிகள் முருங்கை மரத்து வேரை எடுத்து அதைக் கடுகுடன் அரைத்து அடிவயிற்றில் பூசுவார்கள். சீக்கிரமாய்ப் பிரசவம் நிகழுமாம். முருங்கை வேருக்கு நிறைய நோயாற்றும் பண்புகள் உண்டு.

முருங்கைக்குரிய மன்மத குணங்கள் பூவிலும் பிஞ்சிலும் உண்டு. முருங்கைப் பூவை அரைத்துப் பாலில் கலந்து சாப்பிட்டாலும், பூவிலிருந்து உருவாகும் பிஞ்சையும் சேர்த்து அரைத்துப் பாலில் சிறிது பனங்கற்கண்டு சேர்த்துப் பருகினால் ஆண்மைக்குறைவு மட்டுமல்ல, இருமல், ஆஸ்துமாவையும் குணப்படுத்தும். ஈரலையும் உறுதிப்படுத்தும். முருங்கை விதை / எண்ணெய் ஆகியவை கழுத்து வலிக்குரிய வெளிப்பூச்சு, கழுத்தைத் திருப்ப முடியாமல் உள்ளவர்களுக்கு முருங்கை விதையுடன், கடுகு, கசகசா, பார்லி அரிசி ஆகியவற்றைப் பசு மூத்திரத்தில் சுத்திசெய்து அரைத்துப் புளித்த

பசுந்தயிரில் கலந்து கழுத்தில் பூசுவதுண்டு. முருங்கைப் பிசினும் புண்ணாற்றும். முருங்கைப் பிஞ்சுகளைச் சமைத்து உண்டால் வயிற்றில் உள்ள கிருமிகள், புழுக்கள் ஆகியவை அழிவதுடன் கல்லீரல், மண்ணீரல் நோய்களும் விலகும். முருங்கை மரப்பட்டைக்கும் அபூர்வ மருத்துவ குணங்கள் உண்டு. முருங்கைப் பட்டையைச் சிறிது மிளகு, உப்புடன் சேர்த்து அரைத்துக் கொடுத்தால் 2 மாத கர்ப்பம் கலையும் என்பது இருளர் மரபு. முருங்கை விதையையும் நிலக்கடலைப் பருப்பைப்போல் எண்ணெய்யாக ஆட்டிச் சமையலுக்குப் பயன்படுத்தலாம். முருங்கை விதைப் பருப்பிலும் நிலக்கடலைப் பருப்பிலும் உள்ள அதே அளவு புரதமும் கொழுப்பும் உண்டு. கடலைப் பருப்பைப் போல் முருங்கைப் பருப்பையும் வறுத்து உண்ணலாம். இவ்வளவு பலன் இருந்தும் கூட முருங்கையைச் சரியானபடி நாம் பயன்படுத்திக்கொள்ளவில்லை.

டாக்டர் அ. அழகர்சாமி

முருங்கையில் 10 அடி உயரம் உள்ள செடி இனமும் உண்டு; 40 அடி உயரம் வளரும் யாழ்ப்பாண ரகமும் உண்டு. இப்போது செடி / நாட்டு முருங்கை ரகம் அதிகம் பிரபலமாயுள்ளது. இருப்பினும் செடி முருங்கையைவிட மர முருங்கையே அதிகம் மருத்துவ குணமும் நீண்ட ஆயுளும் உடையது. கனமே இல்லாத மென்மையான மரம். பட்டால் விறகுக்குக் கூட தேறாது. கிளைவேர் அதிகம் இல்லை. வறட்சி தாங்கி வளரும். அதிக நீர் ஆபத்து. மாடித் தோட்டத்தில் செடி முருங்கையுடன் அருகம்புல், தக்காளி, காராமணி, பூசணி நட்டு அதிகம் பலன் பெறலாம். நல்ல பலன்பெற நன்கு கவாத்து செய்ய வேண்டும்.

ஆண்டு முழுவதும் பசுமையுடன் தழை வழங்கும் அபூர்வ மரம் இது. இதற்கு இலையுதிர் காலமே இல்லை. ஆண்டு முழுவதும் இது வழங்குவது தழை அல்ல பெண்களுக்கு வரும் ரத்தசோகைக்கு முருங்கைக் கீரையை

வாழ்வு தரும் மரங்கள்

மருந்தாக வழங்குகிறது. முருங்கை இலைச்சாறு நீரிழிவைக் குணப்படுத்தும் வீடு தோறும் வேண்டுவது முருங்கை. உணவே மருந்து என்ற பொன்மொழிக்கு முருங்கையே இலக்கணம். நல்ல தரமான விதைகளை வேண்டுவோர் மாவட்டந்தோறும் உள்ள தோட்டக்கலைத்துறையை அணுகலாம். காய்கறிகளோடு செடி முருங்கையைக் கலப்பாகப் பயிரிடுவது நல்லது. பெருமரமாக வளர்வதைப் பொழியில் நடுவது நல்லது. ஒரு அபூர்வத் தேர்வு ரகம் ஒன்றைக் கண்டுபிடித்து விண்பதியம் போட்டுத் தமிழ்நாட்டை கலக்கிக் கொண்டிருப்பவர் பி.எச்டி. டாக்டர் அ. அழகர்சாமி. பச்சை நிறத்தில் பருமனாகவும் பிஞ்சாகவும் ருசியாகவும் முருங்கைக் காய்களை அறுவடை செய்யலாம். அவருடைய படம், முழு முகவரி கீழே:

முகவரி: டாக்டர். அ.அழகர் சாமி
B/53 தெற்குத்தெரு. பள்ளப்பட்டி
திண்டுக்கல்.
போன்.9865345911

முருங்கைமரக் கூட்டங்கள்
கொசவப்பட்டி விவசாயிகளுடன் ஆசிரியர்

"குழந்தையை அடித்து வளர்க்க வேண்டும்;
முருங்கையை ஒடித்து வளர்க்க வேண்டும்."

என்ற பழமொழியை வேதமாக மதித்து முருங்கையைக் கவாத்து செய்வதில் காப்பிலியப்பட்டி கணேஷ் (வலது கோடியில் நிற்பவர்) வல்லவர்.

அரிஸ்டாட்டில்

43. விளா
பித்தம் தெளிய மருந்தொன்று உண்டு

விளா

தாவரஇயல் பெயர்	:	Feronia elephantum
குடும்பம்	:	Rutacea
சம்ஸ்கிருதம்	:	கபிப்ரியா, கபிதம்
ஆங்கிலம்	:	Wood Apple

விளா மரம் வன்னியுடன் இணைந்த மற்றொரு தல மரமாகவும் சில கோயில்களில் பார்க்கலாம். வில்வமரத்திற்குள்ள எல்லாச் சிறப்பும் விளா மரத்திற்குமுண்டு. வட மாநிலங்களில் வில்வம் இனிக்கும். தென்னாட்டில் விளா இனிக்கும். சமநிலத்திலும் வரும். மலைப்பிரதேசத்திலும் வரும். இதையும் கற்பகவிருட்சமாகத் தமிழ்நாட்டில் கூறுகின்றனர்.

"மன்னன் முதல் மூவர் மாறுபாடில்லாம்
துன்ன நினைத்துத வுதலாற் – பன்னிச்
சபித்த வுடலாண்மை சேர்வித்திடலாற்
கபித்தம விழ்தக் கற்பகம்"

– தேரன் வெண்பா

கபித்தம் என்றால் விளா என்று பொருள். விளக்கமாகச் சொன்னால் பித்தத்தைத் தெளிய வைக்கும் அரிய மூலிகை. விளாம்பழத்தில் நிறையப் புரதச் சத்துள்ளது. அதுமட்டும் அல்ல. வைட்டமின்சி, பொட்டாசியம், சுண்ணாம்பு, இரும்பு போன்ற தாதுப் பொருள்களும் நிறைய உள்ளன. வில்வ இலையைப் போல் விளா இலையில் அதிக நறுமணம் கொண்ட வாசனை எண்ணெய் (Essential Oil) வடிக்கலாம்.

விளாம்பழம் சரியான பக்குவத்தில் பறிக்கப்படாமல் வீணாகிறது. அவிந்தும் போகிறது. வினாயக சதுர்த்தி, சரஸ்வதி பூஜை, பொங்கல், தமிழ் வருஷப்பிறப்பு போன்ற சமயத்தில் நைவேத்தியத்திற்கு விளாம்பழம் வழங்கும் மரபு தமிழர்களிடம் உண்டு. முற்றாத பிஞ்சுகளைப் பறித்து விற்பதால் நமக்கு நல்ல பயன் கிடைப்பது இல்லை. மரத்திலிருந்து தானே விழுந்த பழம் மிகவும் ருசியாக இருக்கும். நன்கு முற்றிய காய்களைப் பறிக்கவேண்டும். விளாம்பழத்தில் வெல்லச் சர்க்கரையைக் கலந்து உண்ணும் பழக்கம் நம்மிடம் இருந்தது. அவ்வாறு உண்ணும்போது உமிழ்நீர்ச்சுரப்பி நன்கு வேலைசெய்து தொண்டைப்புண், ஈரல் நோய் குணமாவதுண்டு. விளாங்காய் பழுக்காவிட்டால் சட்டினி செய்து இட்லிக்குத் தொட்டுக்கலாம். இது மருந்துச்சட்டினி. தொண்டைப் புண்ணுக்கும் நல்லது. பித்த நீர்ச்சுரப்பியைக் கட்டுப்படுத்தும். மருத்துவர்கள் விளாம்பழத்தைத் தேனில் கலந்து குழைத்து அதில் திப்பிலியை வறுத்துப் பொடிசெய்து கலந்து மூச்சுத்திணறலுக்குத் தருவார்கள். விஷக்கடிக்கும் விளாம்பழத்தையும் பூசலாம். விளாம்பழ ஓட்டையும் பொடிசெய்து பூசலாம். விளாமரத்திலிருந்து வடியும் பிசின் கண்ணாடிபோல் இருக்கும். இந்த கோந்தைத் தூள் செய்து தேனில் கலந்து கொடுத்தால் சீத பேதியை நிறுத்தும். விளா இலையை அரைத்துச் சாறு பிழிந்து கற்கண்டுப் பால் அல்லது கற்கண்டு போட்ட தயிரில் சேர்த்துக் குடித்தால் கல்லீரல் பலப்படும். பித்த நீர்க்கோளாறு நீங்கும். நீரிழிவுக்கும் இது மருந்து. நீரிழிவுக்குத் தரும்போது கற்கண்டு வேண்டாம்.

விளாங்காயிலிருந்து ஒரு அற்புதமான சஞ்சீவி மருந்து செய்யப்படுகிறது. சாரங்கதாராவில் அதைக் கபித்தாஷ்டக சூர்ணம் என்று கூறப்பட்டுள்ளது. ஓட்டிலிருந்து பிரித்த விளாங்காய் 8 பாகம், திப்பிலி 3 பாகம், மிளகு, ஏலக்காய், லவங்கப்பட்டை, பிரியாணி இலை, சிறு நாகப்பூ, சுக்கு, சிவப்புச் சித்திர மூலம், தனியா, ஓமம், இந்துப்பு, திப்பிலிவேர்,

பேராமுட்டி வேர், ஓமம் ஆகியவை 1 பாகம் என எல்லாச் சாமான்களையும் இடித்துச் சலித்துப் பொடித்து பாகம் செய்து 2 வேளை தினமும் தேனில் குழைத்துச் சாப்பிட வேண்டும். இதுதான் பித்தம் தெளியும் மருந்து. வேனில் கட்டி, வேர்க்குருவுக்கு கொழுந்துத்துவையல் பூசலாம்.

பொதுவாக முள் நிறைந்த மரங்கள் எல்லாம் வறட்சி தாங்கும். அந்த வகையில் விளா மரமும் வறட்சி தாங்கி பருமனாகி வளரும். 70 அடி உயரமுள்ள மரங்களும் உண்டு. இலைகள் சிறியவை. களாவைப் போல்தான் விளா இலைகள். குறிப்பாக இதற்கு சீசன் இல்லை. சரஸ்வதி பூஜை, சித்திரை வருடப்பிறப்பு சமயங்களில் அங்காடிகளில் விளாங்காய்கள் வரும். சில சமயம் ஆகஸ்டில் கூட காய்க்கும். 7, 8 மாதங்களுக்கு மரங்களில் காய் இருக்கும்.

விளாவிலும் ஒட்டுக்கன்றுகள் உண்டு. தோட்டக்கலைத்துறையை அணுகலாம். வனத்துறை விரிவாக்க மையங்களிலும் விளா மரக்கன்று கிட்டும். அங்கெல்லாம் கிடைக்காவிட்டால் கன்னிவாடி – ஆத்தூர் ராமசாமியும் சங்கீதமங்கலம் கருணாநிதியும் எதற்கு இருக்கிறார்கள்? உங்களுக்கு உதவத்தான். வறட்சி தாங்கி வளர்ந்து சத்தான கனி தரும் விளா பித்தத்தை மட்டுமல்ல, பசியையும் தீர்க்கும் அற்புத மரம். விளா வளர்ப்போம் வினை தீர்ப்போம்.

வாசமில்லா மலர்களுக்கு வாசனையூட்டும் ரகசியம்

வாசமில்லா மலர் விருட்சங்களில்
நாம் விரும்பும் வாசம் பெற
வாசமுள்ள மண்ணுடன்
கோரைக்கிழங்கு, முறுக்கு
நந்தியாவட்டை, வெட்டில், பிரியாணி இலை
ஆகியவற்றை நொதிக்கவிட்டு
நீரில் கலந்து விடுக.
மேற்படி இலைகளின் சாரத்தில்
மதுவைக் கலந்து ஊற்றுக.
மாலையில் மலர் அரும்பும்போது
அதே மரத்தின் மலர்களை இட்டு
குணப ஜலம் கோஷ்டம் கலந்து
நீர் ஊற்றுக. புன்னையுடன்
நன்னாறி மகிழம் இயல்புமணம்
விருத்தியாகும்.

-விருட்சாயுர்வேதம்
சுரபாலர் பாடல் 248 - 50

44. வாதநாராயணம்

வலி நிவாரணம்

தாவரஇயல் பெயர்	:	Delonix elata (Caesalpinioideae)
சம்ஸ்கிருதம்	:	சித்தேஸ்வரா
ஹிந்தி	:	சங்கேசார்
ஆங்கிலம்	:	White Gul Mohar

வாதநாராயணம் என்றும் வாதமடக்கி என்றும் வாதரக்காய்ச்சி என்றும் வட்டார வழக்குகளில் வேறுபட்டாலும் ஒரே மரத்திற்குரிய பெயர்களே. இருப்பினும் திண்டுக்கல் – மதுரை – தேனி வட்டாரத்தில் வாதமடக்கி என்ற பெயர் தழுதாழை என்று கூறப்படும் தழஞ்சி மரத்தின் காரணப்பெயர். இங்கு குறிப்பிடப்படும் மரம் தழுதாழை அல்ல. அதைப் பின்பு கவனிப்போம். வாதநாராயணத்தால் வலி தீர்ந்ததா? வியப்பான ஒரு உண்மைச் சம்பவம். அப்போது என் தாயாருக்கு 80 வயது இருக்கும். ஏதோ அவசரம் என்று திரும்பி வேகமாக நடந்துவரும்போது கால்தவறி கீழே விழுந்துவிட்டார்கள். எலும்பு முறிவு ஏற்படவில்லை. ஆனால் தசை பிசகி நொண்டியும், கம்பு ஊன்றியும் நடந்தார்கள். அந்த வயதிலும் என் தாயாருக்குக் கம்பு ஊன்றி நடப்பது பிடிக்காது. பாட்டி வைத்தியத்தில் அவர் கைதேர்ந்தவர். கிராமத்தில்

இது நிகழ்ந்தது. வீட்டுத்தோட்டம் நிறைய வாத நாராயணன் மரம் இருந்தது. தினமும் அதன் இலைகளை வெந்நீரில் கொதிக்கவைத்துக் குளிப்பதும் காலில் இதமாக ஊற்றிக்கொள்வதும், விளக்கெண்ணெயால் உருவிக்கொள்வதுமாக ஒரு மாதம் வைத்தியம். வாரம் இருமுறை வாதமடக்கி இலையை ரசமாக வைத்து உள்ளுக்கும் சாப்பிட்டார்கள். எல்லாம் சரியானது. ஊன்றுகோலைத் தூக்கி எறிந்துவிட்டு நடக்க ஆரம்பித்துவிட்டார்கள். எனக்கு 1 ரூபாய் கூட மருத்துவச் செலவு வைக்கவில்லை. இதன் பிறகுதான் நான் வாதநாராயணன் வயதானவர்களின் வாத நோயையும் குணப்படுத்தும் என்று புரிந்துகொண்டேன். இதனால்தான் இம்மரத்தை வடமொழியில் 'சித்தேஸ்வரா' என்கிறார்களோ! சித்தம் சிவமயம் என்றால் வலி பயம் இல்லை. வாதம் மடங்கும். இப்படிப்பட்ட மருத்துவக் குணமுள்ள இம்மரத்தை இன்னமும் நாம் சரியாகப் பயன்படுத்திக்கொள்ளவில்லை. இது மெள்ள மெள்ள அழிந்து வருவதையும் கவனிக்கமுடிகிறது.

சித்தா – ஆயுர்வேத மருந்தகங்களில் வலி நிவாரணம் பெறவும் வாதநோய் தீரவும் தயார் செய்யும் தைலங்களில் இம்மரத்தின் இலைச்சாறு சேர்க்கப்படுகிறது. வாதநாரயணன் இலைகளை உருவி விளக்கெண்ணெயில் பொரித்து வீக்கம், கட்டிகளுக்குச் சற்று இளஞ்சூட்டில் கட்டுப்போடுவதுண்டு. விளக்கெண்ணெய்யோடு வாதமடக்கிச் சாற்றையும் சேர்த்துக் கொடுத்தால் தீராத மலச்சிக்கலுக்குத் தீர்வு உண்டாகும். தொடர்ந்து இரண்டு நாள் வாதமடக்கி இலைச்சாறு ரசம் சாப்பிட்டாலும் மலச்சிக்கல் தீரும். கல்லீரல் நன்கு வேலைசெய்யும். வாதநாராயணன் வேர் விஷக்கடிக்குரிய மருந்து. தேள் / நட்டுவாக்களி கொட்டிய இடத்தில் வேரை அரைத்துப் பூசும் மரபு உள்ளது.

வாதநாராயணன் மரம் மாவட்டத்திற்கு மாவட்டம் தோற்றத்திலும் சற்று வேறுபடுகிறது. தஞ்சை – காவிரி டெல்டாப் பகுதியில் பசுமையாகவும் உயர்ந்தும் அடர்ந்த தழையமைப்புடன் வளரும். குச்சி நட்டால் உடனே தழையும். பூப்பது இல்லை. மதுரை – திண்டுக்கல், தென்மாவட்டங்களில் நன்கு பூத்துக் குலுங்கும். ஆனால் பசுமை குறைவு. வடமாவட்டங்களில் வாதநாராயணன் அரிதாயுள்ளது. மண்கண்டமும் நீர்வளமும் சிறப்பாயுள்ள காவிரி வண்டல் மண் பிரதேசத்தில் இது செழுமையாக வளர்வது இயல்பு. இந்தப் பகுதிகளில் வாதநாராயணன் சிறந்த உயிர்வேலியாகவும் உள்ளது. ஆடுமாடுகளுக்குப் புரதம் நிறைந்த தழையையும் வழங்குகிறது. இம்மரமும் வெண்மையான மென்மை மரம். வலு இல்லாதது. இது தச்சு வேலைக்கு உதவாது. ஆனால் தஞ்சை மாவட்ட விவசாயிகளுக்கு வாதநாராயணன் ஒரு வரப்பிரசாதம். புங்கன், கிளரிசீடியா போன்ற மரத்திற்கு நிகராக அதிக அளவு

தழைச்சத்தை வழங்குகிறது. இது வேகமாக மக்கித் தழைச்சத்தை எடுத்துக் கொடுக்கும். ஆகவே, நெல் நாற்றங்காலில் வாதநாராயணனை வெட்டிப் போட்டுக் குலைமிதிப்பார்கள். கொழுகொழுவென்று நெல் நாற்று வளர்வதுண்டு. இன்னமும் பட்டுக்கோட்டை – பேராவூரணி வட்டாரங்களில் வாதநாராயணன் மரங்களிலிருந்து தழைகள் கழிக்கப்பட்டு நாற்றங்காலில் குலை மிதிக்கப்படுகிறது.

வாதநாராயணம் வடமாநிலங்களிலும் சிறப்பாக வளரும். இது வறட்சியிலும் வளரும். செழுமையில் பசுமையாக வளரும். இம்மரத்தின் மற்றொரு சிறப்பு இதன் பிறப்பிடம். மகாத்மா காந்தி பிறந்த போர்பந்தர் பகுதியே அது. ஏழை விவசாயிகளை காந்தி 'தரித்திர நாராயணர்' என்று வர்ணிப்பார். ஆகவே தரித்திர நாராயணர்களிடம் வளமையை உருவாக்கவே வாதநாராயணம் படைக்கப்பட்டு, ஆடு மாடுகளுக்குரிய தழையாகவும்,

வாதநாராயணம் - ஆண் மரம்

மண்ணில் தழைச்சத்து ஊக்கியாகவும் பயனாகிறது போலும்! உயிர்வேலியாக வாதநாராயணம் வளர்ந்துவிட்டால் காசு கொடுத்து யூரியா உரம் வாங்க வேண்டாமே. ஒருவகையில் இது வன்னிமரத்திற்கு அண்ணனா? தம்பியா என்று புரியவில்லை. ஆனால் இது உவர், களர்ப் பிரச்சனையுள்ள நிலங்களில் வருவது அபூர்வம்.

இம்மரம் பெரும்பாலும் போத்தாகவே நடப்படுகிறது. தழைதரும் மரங்களைப் போலத்தான் நடவேண்டும். பூக்கும் மரங்களில் விதைகள்

உருவாகும். நெற்றுக்கள் வெடித்து விதைகள் மரங்களின் கீழ் கிடக்கும். அவ்விதைகளை எடுத்து பாலித்தீன் பைகளில் வண்டல் / கரம்பு மண்ணிட்டு விதைத்து நாற்றுக்களை உருவாக்கி வளர்ந்த பின்பு நடுவது ஒருமுறை. இது நர்சரிகளில் விற்பனை செய்யப்படுவது இல்லை. இதைக் கேட்போர் யாருமிலர். சூபாபுல் பரவி வருவதால் வாதமடக்கியைப் பலரும் மறந்துவிட்டனர். சூபாபுல்லால் ஏற்படும் ஆபத்து வாதநாராயணத்தை இல்லை. சூபாபுல் மரமாகி விதைகள் வெடித்து வேகமாக வளர்ந்து வேறு தாவரங்களை வளரவிடாது. ஆனால் இது அவ்வாறு இல்லை. உயிர்வேலியாக வைத்துவிட்டால் இது இதர இடங்களில் பரவுவது இல்லை. இதுவும் அழிந்து வருவதால் வாதநாராயண மரத்தை நாம் மீட்டுயிர்ப்பது நல்லது.

துளசியின் சிறப்பு

துளசியை வளர்த்து வழிபடும் இல்லத்தில்
வாழும் மனிதன் வைகுண்டத்தில்
பல்லாயிரம் ஆண்டுகள் வரை மதிக்கப்படுவான்.

குறிப்பு: துளசி திருமாலின் அம்சம்; ஆகவே எமனும் அஞ்சுவான். ஹனுமான் பூசைக்குரியது. ஆகவே, தோஷம் தீர்க்கும் என்பதும் ஐதீகம். துளசி நல்ல மருத்துவ குணமுள்ளது என்பதுவே இந்த நம்பிக்கையின் உட்பொருள்.

சுரபாலரின் 'விருக்ஷ ஆயுர்வேதம்'
-பாடல் 9

45. நெட்டிலிங்கம்

போலி அசோக மரம்

தாவரஇயல் பெயர்	:	Polyalthia longifolia
குடும்பம்	:	Anonaceae
ஹிந்தி	:	தேவ்தரு
ஆங்கிலம்	:	Mast tree

இம்மரத்திற்குரிய பெயரில் உள்ள குழப்பம் பலராலும் நன்கு அறியப்பட்டிருந்தாலும் வனத்துறையினர் திருத்தம் வெளியிட்ட பாடில்லை. அகில இந்திய அளவிலும் குழப்பம் உண்டு. தெலுங்கு, மும்பை வழககிலும் அசோகமரமாக இது அடையாளமாகியுள்ளது. பல மரங்கள் ஒரே பெயரில் அடையாளமாவதற்கு இது ஒரு உதாரணம். உண்மையான அசோக மரம் Saraca Indica. தமிழில் அசூத்தி என்றும் நெட்டிலிங்கத்திற்கு மற்றொரு பெயர் உண்டு. என்றும் பசுமையாகக் காட்சி தரும். உச்சியில் ஒரு பிரமிட் போன்ற தோற்றம். இதுவும் ஒருவகை அழகுதான். இதில் 2 ரகம் உண்டு. ஒருவகை பக்கக் கிளைகளை நீட்டும். இதை யாரும் விரும்புவதில்லை. அழகுமரமாக நட விரும்புவோர் பக்கக்கிளைகள் நீளாமல் ஒடுக்கமாகத் தொங்கும் இயல்புள்ள பெண்டுல ரகத்தையே விரும்பி நடுவார்கள். இதன் பக்கக் கிளைகள் பெண்டுலம் போல் தொங்கியபடி நிழல் விழாது உயரம்

போகும். இம்மரங்களை நெருக்கமாக நடுவது நல்லது. மிகச் சிறந்த காற்றுத் தடுப்பி மட்டுமல்ல, காற்றில் உள்ள தூசிகளையும் வடிகட்டும். இதனாலேயே இம்மரங்கள் நகரங்களில் நிறைய காணப்படுகிறது.

ஸ்ரீலங்காவிலிருந்து நிஜ அசோகத்தைத் கொண்டுவர முயன்றபோது பெயர்க் குழப்பத்தால் இதைக்கொண்டு வந்துவிட்டனர். நெட்டிலிங்கமரங்கள் இலங்கைத் தீவில் ஏராளமாக உள்ளன. வங்கதேசத்திலும் உண்டு. இது சுமார் 40 அடிக்கு வானுயரும். இது வறட்சி தாங்கி வளர்வது மட்டுமல்ல; இதன் பழங்களைக் காக்கை, வௌவால் போன்ற பறவைகள் உண்டு கழிப்பதால் அவை மீண்டும் முளைத்து வேகமாகப் பரவும். விழாப்பந்தல்களில் மாவிலைத் தோரணம்போல் இம்மரத்தின் இலைகளைப் பந்தல் கால்களில் கட்டி அழகூட்டுவார்கள். இலைகள் நீண்டு காணப்படும். தோரணம் கட்ட ஏற்றது. வாடாமல் 3 நாள் வரை பசுமையாகவும் இருக்கும். இது சற்று லேசான மரம் என்பதால் தச்சுவேலைக்கு ஆவதில்லை. எனினும் பீப்பாய், பெட்டி, தீக்குச்சி, ரீப்பர் சட்டம், பென்சில் செய்ய உபயோகமாகும்.

அசோக மரத்தின் டூப்ளிகேட் என்பதால் உண்மையான அசோகப்பட்டையில் செய்யும் அதே மருந்து – அசோகக் ரிதாவிலும் சரி வேறு மருந்துகளிலும் சரி நெட்டிலிங்கப்பட்டை பயனாகிறது. அனனோசி குடும்பம் என்பதால் நோயாற்றும் குணம் உண்டு. குறிப்பாக ராம்சீத்தா, சாதாரண சீதாப்பழம், மனோரஞ்சிதம் போன்றவையும் இதே குடும்பம் என்பதால் பூச்சி விரட்டிக்கு நொதியல் போடும் இலைகளில் இதையும் சேர்த்துக்கொள்ளலாம்.

புளிச்சக்காடியாயுள்ள சாத்தீர்த்தத்தில் நெட்டிலிங்கப் பட்டையை ஊறல் போட்டு மறுநாள் அதைக்கொண்டு புண்ணைக் கழுவினால் புண்கள் ஆறிவிடும். இந்தப் பட்டையில் உள்ள துவர்ப்புக்கும் சீதபேதி கட்டுப்படுகிறது. உண்மையான அசோக மரத்திற்குரிய குணங்கள் சில இந்த மரப்பட்டைக்கும் உண்டு.

நகரத்தில் வாழ்பவர்கள் தூசித் தடுப்பி, ஒலித் தடுப்பி, பசுமை அழகு, புகை வடிகட்டி என்று பல காரணங்களுக்கு வீட்டின் முகப்பிலும், ஓட்டல்கள் முகப்பிலும், பள்ளி முகப்பிலும் நடப்பட்டுள்ளதை கவனிக்கலாம். கிராமங்களில் இதை உயிர்வேலியாக நடலாம். அருமையான காற்றுத் தடுப்பி. உட்பகுதியில் வாழை, வெற்றிலை, கரும்பு போன்ற பயிர்களுக்கு இது பாதுகாப்பு அரணாகவும் சாகுபடி செய்யலாம். கிராமப்பகுதிகளில் இன்று நிறைய சிமெண்டு தொழிற்சாலைகள் உள்ளன. குறிப்பாகத் தாழையூத்துப் பகுதியைச் சுற்றிய கிராமங்களில் உள்ள வயல்களில் சிமெண்டுத் துகள்கள் பரவிக் கிடக்கும். அப்பகுதி விவசாயிகள் பாதுகாப்பு அரணாக நெட்டிலிங்க

பெண்டுல மரங்களை நெருக்கமாக நட்டு ஓரளவு தூசியைக் குறைக்கலாம். பவழ மல்லியையும் இணைத்து நடலாம். 3 அடி இடைவெளிவிட்டு இவற்றை நடவேண்டும். ஒலிவாங்கியாகவும் செயல்படுவதால் இரைச்சலுக்கும் இதுவே மருந்து. தொழிற்சாலை, வாகனப் போக்குவரத்துப் புகையையும் இது வடிகட்டும். மொத்தத்தில் நவீன உலகத்தில் மாசுகள் அதிகமாவதைத் தடுத்து நிறுத்தும். சூழலின் நண்பனாக இக்காலத் தேவையை உணர்ந்து, இன்று இம்மரம் பெருகிவிட்டது.

தமிழ்நாட்டில் உள்ள எல்லா வனத்துறை விரிவாக்க மையங்களிலும் "அசோக மரம் வேண்டும்" என்று கேட்டால், நெட்டிலிங்கத்தை வழங்குவார்கள். அவர்களுக்கே அசல் அசோகு மறந்துவிட்டது. **'பொய்ம்மையும் வாய்மை இடத்த, புரை தீர்ந்த நன்மை பயக்குமெனின்'** என்ற குறளை வைத்து நாம் சமாதானம் அடையலாம். அடுத்த குறளிலேயே வள்ளுவர் இவ்வாறு எச்சரித்துள்ளார். **"தன் நெஞ்சு அறிவது பொய்யற்க; பொய்த்தபின் தன்னெஞ்சே தன்னைச் சுடும்"** ஆகவே, உண்மை அசோகம் அருகிப் பொய் அசோகம் பெருகினாலும் நன்மை இருக்கலாம்; ஆனால் உண்மை இல்லாததால் இதைவிடச் சிறப்பான பண்புள்ள உண்மை அசோகத்தை வரவேற்று வாழவைப்போம்.

நிஜ அசோகமரம் எங்கே என்று கேட்டால் விவசாயிகளுக்கு இலவச மரம் வழங்கும் காந்திகிராமம் நீர்வடிப்பகுதி மேம்பாட்டுத்திட்ட ஊழியர்கள், 'தண்ணிக்குள் உள்ளது' என்று தேடுகிறார்களாம்!

46. தென்னை

கற்பகவிருட்சம்

தாவரஇயல் பெயர்	:	Cocos nucifera (Palmae)
சம்ஸ்கிருதம்	:	தீர்க்க விருக்ஷம், ஸ்ரீபலம்
ஹிந்தி	:	நாரியல்
ஆங்கிலம்	:	Coconut Palm

தென்னையின் உணவுப்பயன் அறிந்துதான் நாளுக்கு நாள் இதன் தேவை உயர்ந்து வருகிறது. இதன் சாகுபடியும் உயர்ந்து வருகிறது. ஆனால் அதன் சடங்கு முக்கியத்துவம் பற்றியும் மருத்துவப் பயன் பற்றியும் அறியாமல் கற்பக விருட்சமாகிய தென்னைக்கு விஷ ஊசி போடுகிறார்கள். இது தமிழர்களின் அறியாமைக்கு எடுத்துக்காட்டு. மிகவும் சிறந்த மருத்துவ மரம் விஷமாகிவிட்டதால் நோய் நிவாரணியே நோய்க்குரிய காரணியாகிவிட்டது.

இனி நாம் கூற இருக்கும் மருத்துவப் பயன்களை இயற்கைவழி தென்னை சாகுபடியில்தான் பெறமுடியும். தென்னை வேரில் சிவப்பு வண்டை ஒழிக்க மோனாக்குரோட்டப்பாஸ் போன்ற கடுமையான விஷத்தைக் கொட்டினால் தென்னை எப்படி கற்பக விருட்சமாகும்? யூரியா உரம் வைத்தால் எப்படி கற்பக விருட்சமாகும்? மண்ணில் நைட்ரேட் மிகுந்தால் அதுவும் விஷமே. மண்ணே விஷமாகிறது. ஆகவே தென்னையை மருந்து மரமாகப் பயன்படுத்தும் முன்பு இது இயற்கை முறையில் வளர்க்கப்பட்டிருக்க வேண்டும். இல்லாவிட்டால் பலன் இருக்காது. ஒரு நோய் சரியானாலும் வேறு நோய் வரலாம். இளநீர் அருமருந்து. இன்று பலருக்கு இளநீர் குடித்தால் நோய் வருவதாகக்கூறி, "எனக்கு வேண்டாம்" என்று கூறுவதையும் பார்க்கலாம்.

தென்னையில் நீண்ட ஆயுள் உள்ள ரகம் இந்திய நெட்டை (Indian Tall). இது 100 முதல் 120 ஆண்டுகள் பலன்தரும். இது கேரளத்திலும், தஞ்சை, திருச்சி மாவட்டங்களிலும் நிறைய உண்டு. சுமார் 80 முதல் 90அடி வரையில்கூட உயர்ந்து செல்லும். தென்னையில் பாளை வெடித்துக் குவிந்த குடங்களாகத் தேங்காய்கள் குலை தள்ளியிருக்கும். பசுமைச் சிறகுகளாக மடல் விரிந்த நீண்ட மட்டை இலைகள் பன்னீர்க்குடங்களுக்குக் குடைபிடித்து தென்னைக்கு மகுடமாகவும் விளங்கும் தென்னந்தோகையின் அற்புதக் காட்சியால் கவரப்படாத ஓவியர்களோ, புகைப்படக் கலைஞர்களோ இல்லை.

வரலாற்றுப் பூர்வமாக, கி.பி. முதல் நூற்றாண்டில் சாதவாகன மன்னன் ருத்ரதாமனால் மேற்குக் கடற்கரைப் பகுதியில் தென்னை விரிந்து பரவியதற்குப் பட்டயங்கள் வழி ஆதாரங்கள் உண்டு. வரலாற்று ஆசிரியர் டி.டி. கோசாம்பி, தென்னையின் பரவலையும் இந்துமதம் துளிர்விடத் தொடங்கியதையும் இணைத்துத் திறனுடன் தொடர்பு செய்கிறார். யாகபலிகளால் வேளாண்மைப் பொருளாதாரம் சீர்கேடு அடைந்ததால் புத்தமதம் அசோக மன்னர் காலத்திலிருந்து பரவலானது. உயிர்ப்பலிகள் கூடாது என்பதை ஏற்றுக்கொண்ட பிராமணிய மதம் செம்மையுற்று உயிர்பலிக்கு மாற்றாகத் தேங்காயைப் பயன்படுத்தியதால் இந்து மதம் வலுவடைந்தது என்று கோசாம்பி கூறுகிறார். அதாவது, மனிதனின் தலைக்கும் தேங்காய்க்கும் உள்ள ஒற்றுமை இந்தப் பண்பாட்டுப் புரட்சியை எளிதாக்கியது. கண், மூக்கு, தலைமுடி எல்லாமே தேங்காய்க்கு உண்டு. அம்மன் வழிபாட்டுத் தலங்களில் தேங்காயை உடைக்கும்போது அது நரபலியாக ஏற்கப்பட்டது. கரக விழாக்களில் தேங்காய், தாயின் கர்ப்பத்தில் உள்ள பனிக்குடத்தின் மாற்று. புராதன கர்ப்பதானச் சடங்கிற்கு (Fertility rities) தேங்காய்த் தேவை அதிகமானது. வைதீக மதங்களின் முக்கியக் கோட்பாடு வளமைப் பெருக்கமே. "Plenty for all" என்ற தபோல்கரின்

இயற்கை வழி வேளாண்மைக் கோட்பாடு கூட "விஸ்வம் புஷ்டம் கிராமே அஸ்மின் அனாதுரம்" என்ற ரிக்வேத பாசுரத்தை அடிப்படையாகக் கொண்டது. தேங்காயே இதற்கும் அடிப்படை.

இவ்வளவு சிறப்புள்ள தேங்காயைக் கற்பக விருக்ஷமாக நாம் போற்றக் காரணம் – மேற்படி வைதீகச் சடங்குடன் இணைந்த மருத்துவங்களையும் நம் முன்னோர் கடைப்பிடித்தனர்.

தென்னை மரத்திலிருந்து பூத்த பாளையைச் சேதப்படுத்தி இறக்கப்படுவதுதான் கள். இந்தக் கள்ளைப் புளிக்கவிடாமல் இறக்கிய உடனே முற்காலத்தில் பல நோய்களுக்கு மருந்தாக வழங்கப்பட்டது. கக்குவான் இருமல், ஆஸ்துமா, சிறுவர்களுக்கு வரும் இழுப்பு ஆகியவை குணமாகும். இதைவிட மிகவும் சிறப்பான குணம் புளிக்காத கள்ளை வாரத்தில் 3 நாள் கர்ப்பிணிப் பெண்களுக்கு வழங்கினால் பிறக்கும் குழந்தைக்கு சற்று வெளுப்பான சருமம் கிட்டும் என்று மருத்துவக் களஞ்சியத்தில் குறிப்புள்ளது. மிகவும் கறுப்பாயுள்ள பெற்றோருக்குச் சிவப்பாகக் குழந்தையும் பிறக்குமாம். சருமத்தில் வெள்ளைப் புள்ளிகள், பழுப்புநிறத் திட்டுகள் இருந்தால் தேங்காய்ப்பாலுடன் கருஞ்சீரகத்தைத் தூள் செய்து தடவ வேண்டும். குணமாகும். தேங்காயை உடைத்தவுடன் பருப்பைத் துருவிப் பிழிந்து பால் ஆரம்பகால க்ஷயரோகத்தை (காசநோய்) குணப்படுத்தும். தினமும் வயதுக்கு ஏற்ப 4 முதல் 8 அவுன்ஸ் மூன்று வேளை தரவேண்டும். காசநோய் மட்டுமல்ல, உடல் பலவீனம், மன உளைச்சலால் பழுதடைந்த உடல் எல்லாவற்றுக்கும் கைகண்ட மருந்து தேங்காய்ப்பால். அளவு கூடினால் தேங்காய் மலமிளக்கியும்கூட, மலச்சிக்கல் விலகும். (வயிற்றுப் போக்கு – அஜீரணத்தால் ஏற்படலாம்) குழந்தைகளுக்கு சில்லுச் சில்லாகத் தேங்காயை உண்ணக் கொடுத்துவிட்டுப் பின் விளக்கெண்ணெய்யைக் கொடுப்பதன் மூலம் நாடாப்புழு வெளிவரும். நாடாப்புழுவால் அவதியுறும் குழந்தைகளுக்கு இது வைத்தியம்.

தென்னை மரத்து இளநீர் எல்லாவகையான மூத்திரப்பைக் கோளாறுகளையும் நீக்கும். மூத்திரம் வராமல் அவதியுறுவோர் (வெக்கை காரணமாக) 2 அல்லது 3 இளநீர் வெட்டிக் குடித்தால் சிறுநீர் அடைப்பு விலகும். தாகத்திற்கும் காய்ச்சலுக்கும் இளநீர் அருமருந்து. பித்த ஜூரத்தால் வாந்தி வரும் நோயாளிகளுக்கும் இளநீர் தரலாம். தேங்காயைக் கொப்பரையாக்கிக் காய்ச்சும் தேங்காய் எண்ணெய்க்குக் காரல் ஏற்படும். கொப்பரையில் உள்ள மேல் தோலுக்கு காரல் குணம் உண்டு. அது மருந்தாகாது. அதே சமயம் தேங்காய்ப் பாலிலிருந்து காய்ச்சி எடுக்கப்படும்

எண்ணெய் அருமருந்து. காரலே இருக்காது. இந்த நுட்பத்திற்குரிய சாதனங்கள், இயந்திரங்கள் மைசூரில் உள்ள மத்திய உணவு மற்றும் தொழில்நுட்ப நிறுவனத்திடம் உள்ளது. (CFTRI) ஆனாலும் கொள்வாரில்லை. இவ்வாறு தயாராகும் தேங்காய்ப்பால் எண்ணெய்க்கு நெய்யைவிட வீரியம் உண்டு. சுவையும் உண்டு. முற்காலத்தில் அவரவர் வீடுகளில் இவ்வாறு வாசனையுள்ள தேங்காய்ப் பாலைக் காய்ச்சி சொந்த உபயோகத்திற்குப் பயன்படுத்தப்பட்டது. இப்படித் தயாரிக்கப்பட்ட நெய் உடல் பலவீனத்தைப் போக்கும். தேங்காய்ப் பாலில் உள்ள அதே நோயாற்றும் பண்பு இந்த நெய்க்கும் உண்டு.

கொட்டாங்கச்சியில் ஹுக்கா தயாரிக்கப்படுகிறது. இது நேபாளத்தில் பிரபலம். கொட்டாங்கச்சி எண்ணெய் பிழியும் இயந்திர சாதனங்கள் உண்டு. இதைத் தார் எண்ணெய் என்பார்கள். இந்த எண்ணெய்ப் பூச்சு மருந்தாகும். குறிப்பாக படர்தாமரைக்கு நல்லது. கொட்டாங்கச்சியைத் தணலாக்கும்போது ஒட்டு எண்ணெய் பிரிந்தவுடன் கொட்டாங்கச்சிக் கரியை (Activated carbon) – தாவர எண்ணெய், சீனி, பழரசம், மொலாசஸ் போன்ற உண்ணும் பொருள் இயற்கை வழி சுத்திகரிப்புக்கு ஏற்றது.

தென்னை மரத்தின் எல்லாப் பாகங்களும் மனிதனுக்குப் பயனாகின்றன. கட்டுமானங்களுக்குரிய மரம், கூரை, கயிறு என்று மற்றவற்றையும் குறிப்பிடலாம். தென்னையில் உள்ள ரகங்கள் பற்றிச் சொல்வதானால் அடிப்படையில் நெட்டை, மாலத்தீவு குட்டை, இரண்டும் அடிப்படை. குட்டை ரகத்திற்கு ஆயுள் குறைவு. நெட்டை குட்டை நடுத்தர ரகமே பரவலாயுள்ளது. ரங்கூன் கொப்பரை, அந்தமான் ராட்சசன், செந்தெங்கு, கப்பல் தெங்கு, கங்காபவானி என்று பல உண்டு. யாழ்ப்பாணம் என்பதும் நடுத்தரம். நீண்ட பருமனுடையது. இது கேரள மாநிலத்தில் கிட்டும் சில தனியார் பண்ணைகளிலும் கிட்டும். எனினும் விவசாயிகளுக்கு ஏற்புடைய ரகம் பட்டுக்கோட்டைக்கு அருகில் உள்ள வேப்பங்குளம் தென்னை ஆராய்ச்சி நிலையத்தில் பதிவு அடிப்படையில் வழங்கப்படுகிறது. மாவட்டந்தோறும் உள்ள தோட்டக்கலைப் பண்ணைகளிலும் கிட்டும். நன்கு தேர்ந்தெடுத்த 40 வயதுள்ள மரங்களிலிருந்து தேர்வு செய்யப்படும் நெற்றுக்களைப் பயன்படுத்த வேண்டும் என்பது விதி. இளமரத்து நெற்றுகளை விதைக்குப் பயன்படுத்தக்கூடாது. இன்று முழுக்கவும் இயற்கை வழியில் தென்னை சாகுபடி மதுராமகிருஷ்ணன், நாச்சிமுத்து, உடுமலை செல்வராஜ், அய்யம் பாளையம் பாலமுருகன் ஆதிலட்சுமிபுரம் ஆர்.எஸ். நாராயணன் பண்ணைகளிலும், பாண்டிச்சேரி குளோரியா பண்ணையிலும் உண்டு.

47. வாழை

வாழையடி வாழையாக

திருப்பைஞ்ஞீலி (ஞீலி)

வாழை (ஞீலி)

தாவரஇயல் பெயர்	:	Musa paradisiaca Scitaminaceae
சம்ஸ்கிருதம்	:	வனலக்ஷ்மி, கதலி, ரம்பா
ஆங்கிலம்	:	Banana, Plantain

வாழையடி வாழையாக வாழை என்பதன் பொருள் வாழைக்கு விதை இல்லை. வாழையின் அடியில் தாய்மரத்திலிருந்து சிங்கம் வெடித்து அது தாயாகும். அந்தத் தாய் வாழையின் கீழ் பழையபடி சிங்கங்கன்று வரும். இந்தியர்களுக்கு வாழை மிகவும் மங்களகரமான சின்னம். தமிழ் மக்களுக்கு இன்னும் ஒரு படி மேல். வாழைமரம் கட்டாத மணப்பந்தல் ஏது? இது வெப்பமண்டலப் பயிர். ஆப்பிரிக்கா, தென்னமெரிக்கா, தென்னிந்தியா, கிழக்காசிய நாடுகளில் வாழை சாகுபடி அதிகம். தமிழ்நாட்டிலும் மகாராஷ்டிர மாநாடுகளில் சம அளவு சாகுபடி. இவை இரண்டுமே வாழையில் இந்தியாவில் முதன்மை மாநிலங்கள். அதன் பின் தக்காண பீடபூமிப் பகுதி மாநிலங்கள் தவிர வங்காளம், அசாம், ஒரிசாவிலும் வாழை உண்டு.

வாழை மிகவும் அற்புதமான மருந்து. தென்னையைப் போலவே வாழையிலும் ரசாயனம், பூச்சி மருந்து பயனுறுவதால் மருந்தாகப் பயன்படுத்தும்போது பக்கவிளைவுகளின் சாத்தியம் இருக்கலாம். வாழைப்பழம், வாழைக்காய், வாழைப்பூ, வாழைத்தண்டு, வாழைவேர், வாழை இலை எல்லாமே மருந்து. மலச்சிக்கலுக்கு வாழைப்பழம் மருந்து. நன்கு கனிந்த பழமே மலச்சிக்கலுக்கு மருந்து. வாழைப்பழம் சமச்சீர் உணவு. கலோரி தரும் மாவுப்பொருள், சுண்ணாம்பு, கந்தகம், பாஸ்வரம், மக்னீசியம், இரும்பு போன்ற தாதுப்புக்களும் உள்ளன. வாழைப்பழம் மட்டும் உண்டு வாழ்வோர் பலர். இயற்கை உணவுக்கு ஏற்புடையது. சர்க்கரைநோய் உள்ளவர்களுக்கு வாழைப்பழம் ஆகாது. ஆனால் வாழைக்காய் மருந்து. வயிற்றுப்புண் ஆற்றும். கச்சலாயிருந்தால் நன்று. வாழைக்காய் வாயு என்று கூறுவதில் எதுவும் ஆதாரம் இல்லை. அமாவாசை நாளில் வாழைக்காய் அவசியம் சமைக்க வேண்டும் என்று சாத்திரம் கூறுவது ஏன்? முற்றிய வாழைக்காய், வாழைப்பழம் எல்லாம் மேலை நாடுகளில் உலரவைத்துப் பொடியாக்கி விற்கப்படுகிறது. குறிப்பாக மொரீஷியஸ், மேற்கு இந்தியத் தீவு, தென்னமெரிக்காவில் வாழைப்பழப் பவுடர் பிரபலம் என்றால், நம்முடைய வாழைக்காய்ப் பொடிமாஸ்க்கு நிகராக எதுவும் உண்டா? வாழைப்பூ அருமருந்து. வயிற்றுப்புண் ஆற்றும். ஏனெனில் அது துவர்ப்புப் பண்டம். அதையும் தேங்காய் அல்லது பருப்புசுலி செய்து சமைத்து உண்ணலாம். வாழைத்தண்டு அருமையான நீர்ப் பெருக்கி. மூத்திரப்பை அடைப்பு, கல் அடைப்பு பிரச்சனைகளுக்கு வாழைத்தண்டு எடுத்து மெல்லிய வில்லையாகச் சீவிச் சற்று உப்புடன் எலுமிச்சம் பழம் பிழிந்து சாலட் செய்து சுவையுடன் சாப்பிட்டும் பிரச்சனையைத் தீர்த்துக்கொள்ளலாம். வாழைக் கொழுந்து மிகச்சிறந்த புண்ணாற்றி. கொழுந்தான வாழை இலையில் புண்ணுக்கு மருந்து அல்லது எண்ணெய் தடவிக் கட்டுப் போடுவதுண்டு. குறிப்பாகத் தீக்காயங்களுக்கு இவ்வாறு செய்வது மரபு.

நமக்குத் தெரிந்தவரையில் வாழையில் பூவன், ரஸ்தாளி, பச்சை, பச்சை நாடான், செவ்வாழை, கற்பூரவல்லி, நேந்திரன், கறிவாழை என்ற மொந்தன், சிறுமலை, பேயன் ஆகியவற்றை அறிவோம். பேச்சிப்பாறை தோட்டக்கலை ஆராய்ச்சி நிலையத்தில் உள்ள அனந்தகுமார் கூறும் ரகங்களை நாம் பார்த்திருப்பதே சந்தேகம். துளுவன், கருமட்டி, செம்மட்டி, மூங்கிலி, பூங்கொல்லி, மட்டி, சக்கைப் பேயன், வடைவாழை, வாளி ஏத்தன், கல் ஏத்தன், சிங்கன், ரசகதலி, பனைவாழை, கூம்பில்லான் என்று அடுக்குகிறார். இயற்கையில் சாகுபடி செய்தால் பனாமா வில்ட் வேரழுகல் வராது. பலருக்கும் வாழையில் வரும் பிரச்சனை அதுதானே. மருந்தாக விளங்கும் வாழைக்கு வாடல் நோய், வேரழுகல் வரும் காரணமே ரசாயனம், விஷமான பூச்சி மருந்து

பயன்படுத்துவதினால் ஆகும். மண்புழு உரம், பஞ்சகவ்யம், ஈ.எம்., குணப ஜலம் பயன்படுத்தினால் பிரச்சனை வராது. சற்றுமேடாகப் பார் கட்டுதல், பாரில் இடைவெளிவிட்டுப் பல தானிய விதைப்பு போன்ற உயிர் மூடாக்கு, உலர் மூடாக்கு செய்து மண் வளத்தையும், சூரியஒளி அறுவடையும் செய்துவிட்டால் ரசாயனத்தைவிடக் கூடுதல் பலன் பெறலாம். அப்படி இயற்கை வழி வாழை சாகுபடியில் விளைந்த வாழையே மாமருந்து. இவ்வாறு வாழை மருந்தாகவும் உணவாகவும் இருந்த காரணத்தால்தான் இதை 'வனலட்சுமி' என்கின்றனர். அன்றாட பூஜைக்கும் கோவிலில் அர்ச்சனைத் தட்டில் பழம் வைப்பதன் நோக்கமே வீட்டில் லட்சுமி குடியேற வைத்து செல்வம் வழங்கிய தெய்வத்துக்கு நன்றிக் கடனாகக் காணிக்கை செலுத்தப்படுகிறது. அர்ச்சனை செய்த பழத்தை நாம் உண்ணாமல் யானைக்குத் தரலாம். அல்லது கோவிலில் உள்ள மாடு போன்ற பிராணிகளுக்கு வழங்கலாம். வாழையே தல மரமாயுள்ள திருப்பழனம் திருக்கோயில் சிறப்பைப் பாடியுள்ள திருஞான சம்பந்த முனிவர்,

"வீளைக்குரலும் விளிசங்கொலியும் வீழவின்னொலியோவா
மூளைத் தலைகொண்டடியாரேத்தப் பொடியா மதினெய்தார்
ஈளைப் படுகில் இளையார் தெங்கிற் குலையார் வாழையின்
பாளைக் கமுகின் பழம் வீழ்சோலைப் பழன நகராரோ"

திருப்பழனம் தவிர திருத்தேவூர், திருமருகல், திருத்தருமபுரம், திருக்குடவாயில், திருப்பைஞ்ஞீலி, திருக்கஞ்சனூர், திருக்கழுக்குன்றம், திருக்கரம்பனூர், திருக்கூடலூர், திருவெள்ளியங்குடி ஆகிய புண்ணிய தலங்களில் வாழையே தல மரமாயுள்ளது.

இயற்கை முறை வாழை சாகுபடியாளர். P. கண்ணன்,
காந்தபாளையம், திருவண்ணாமலை

48. கொய்யா

அமிர்தமா? ஏழைகளின் ஆப்பிளா?

தாவரஇயல் பெயர்	:	Psidium guajava P. pyriferum (white) P. pomiferum (red)
குடும்பம்	:	Myrtaceae
சம்ஸ்கிருதம்	:	அம்ருதபலம்
ஹிந்தி	:	அம்ருத்
ஆங்கிலம்	:	Guava

கொய்யா இந்திய மரம் அல்ல. தென்னமெரிக்காவின் பூமத்தியரேகைக் காட்டில் உதித்த மரம். கொய்யா உட்பட வேர்க்கடலை, மிளகாய், மக்காச்சோளம் ஆகியவை முதலில் கொலம்பஸால் ஐரோப்பாவுக்கு வந்தன. பின்னர் அவை போர்ச்சுக்கீசியர்களால் இந்தியாவுக்கு அறிமுகமானபோது கொய்யாவும் வந்திருக்கலாம். 'கொய்யா' என்ற தமிழ்ச் சொல்லே Guava - என்ற ஆங்கிலத்தின் மரூவு. கோவா என்ற ஆங்கிலச் சொல் தென்னமெரிக்க நாட்டு மொழியான 'கொஜாவா' என்ற சொல்லின் மரூவு. இந்தியாவில் இது அமிர்த பழமானது. வடக்கே இதை "அம்ருத்" என்கிறார்கள். காரணம் இந்தப் பழத்தில் 30% சர்க்கரை உள்ளது. கொய்யாவைக் காயாகச் சாப்பிட்டால் மலச்சிக்கல் ஏற்படும்; பழமாக உண்டால் மலச்சிக்கல் தீரும். கொய்யாவின் மருத்துவ குணம் தனிச்சிறப்புடையது.

கொய்யாப் பழத்தில் உள்ள விதைகள் உண்ணத்தக்கதல்ல. விதை நீக்கிய பழத்தின் ஜெல்லி இதயத்தை வலுவாக்கும். மலச்சிக்கலை அகற்றும்.

மாதுளம் பிஞ்சைப் போலவே கொய்யாப் பிஞ்சும் பேதியை நிறுத்தும் மருந்து. கொய்யாவின் வேர் நல்ல சிவப்பாயிருக்கும். இதை நீர்விட்டுக் காய்ச்சி கஷாயமாகக் குடித்தால் குழந்தைகளுக்கு வரும் வயிற்றுப் போக்கை குணப்படுத்தும். வேரில் உள்ள மேல்தோலை சிறிது (2 அவுன்ஸ்) எடுத்து 10 மடங்கு தண்ணீர் சேர்த்து சரிபாதி நீர் வற்றும் வரை கொதித்தால் கொய்யாக் கஷாயம் கிட்டும். அதில் வேளைக்கு 2 டீஸ்பூன் என்று குழந்தைகளுக்கு 3 வேளை மருந்தாக வழங்கலாம். பேதி கட்டுப்படும். கொய்யா இலை / கொழுந்தையும் கஷாயமாகச் சில வைத்தியர்கள் பயன்படுத்துவதுண்டு. இலைக் கஷாயத்தைத் தொண்டையில் படும்வரை வாயில் வைத்துக் கொப்பளித்தால் ஈறு வீக்கம், தொண்டைப் புண் தணியும், வாய்ப்புண்ணுக்கும் மருந்து. கொய்யாக் கொழுந்தை அரைத்துப் புண்ணுக்குத் தடவும் மரபும் உண்டு.

கொய்யாவின் மருத்துவப் பயனைவிட கனியாக உண்ணும் பயனே அதிகம். கொய்யாவில் ஆப்பிளைவிட அதிக சக்தி உண்டு. ஆப்பிளைவிட விலையும் மலிவு. சுமார் 15 ஆண்டுகளுக்கு முன்பு ஒருமுறை நான் குடும்பத்துடன் திருப்பதி சென்று அரக்கோணம் வழியே பஸ்ஸில் வந்தோம். மாலை நேரம். சற்றுப் பசி. ஒரு சிறுமி கொய்யாப்பழம் விற்றுக்கொண்டிருந்தாள். இன்னும் பழமாகவில்லை, நாட்டுக்கொய்யா, திருப்தியில்லாமல் வாங்கினோம். கொண்டுவந்த தண்ணீர் விட்டு அலம்பிச் சாப்பிட்டால்... ஐயோ... அமிர்தமல்ல; தேவாமிர்தம். அதற்குப் பின் பல தடவை அரக்கோணம் சென்றேன். அந்தச் சிறுமியையும் காணவில்லை. அப்படி ஒரு ருசியான கொய்யாவையும் காணவில்லை. அதன்பின் மற்றொரு அனுபவம். காந்திகிராமத்தின் அருகில் உள்ள செட்டியபட்டி கொய்யா. செட்டியப்பட்டியில் நாட்டுக்கொய்யா மரத்திலிருந்து பறித்து உண்ண வேண்டிய கட்டாயம் வந்தது. நாங்கள் சென்று வந்த ஆட்டோ பிரேக் டவுன் ஆனது. நிழலுக்காக ஒரு தோப்பில் ஒதுங்கினோம். ஒதுங்கிய இடத்தில் ஒரு கொய்யா மரம். தோட்டத்துக்காரரின் அனுமதியுடன் பறித்து உண்டோம். நல்ல இனிப்பு, செயற்கை உரம் போடாத நாட்டுக்கொய்யாவின் இனிப்பு கிரிக்கெட் பந்து அளவில் உள்ள லக்னோ ரக வெள்ளைக் கொய்யாவில் இல்லை. ரசாயனத்தின் விளைவு போலும். லக்னோ ரகம் என்கிறார்கள். அந்த ரகம் லக்னோவில் சாப்பிட்டால் தித்திக்கும். மதுரையிலிருந்து ஸ்ரீவில்லிப்புத்தூர் போகும் வழியில் கிருஷ்ணன் கோவில் உள்ளது. முன்னொரு காலத்தில் இங்கு விற்ற பழம் இனித்தது. இப்போதெல்லாம் சப்பென்று ஆகிவிட்டது. என் வீட்டில் ஒரு கொய்யாமரம் உள்ளது. அதை கிரேப் என்கிறார்கள். வடக்கே 'வாங்கா' என்பார்கள். வால்பேரிக்கா போல் சற்றுப் பெரிதாக இருக்கும். கூஜா கொய்யா என்றும் கூறுவார்கள். நான்

பஞ்சகவ்யம், எறும்பு குணபம், மண்புழு உரம் கொடுத்து அதிக ருசியை உருவாக்கிவிட்டேன். இது லக்னோ ரகம் என்றாலும் இனிக்கும்.

இன்று கொய்யா தமிழ்நாட்டில் முக்கிய வாணிகப் பயிராகிவிட்டது. இருந்தபோதிலும் உத்தரப்பிரதேசம், பீகார், மத்தியப்பிரதேசம், கர்நாடகம், குஜராத், ஆந்திரப்பிரதேசம் கழிந்து கொய்யா சாகுபடியில் தமிழ்நாடு 7வது இடமே. இந்திய உற்பத்தியில் 5 சதமே நமது பங்கு. சிவப்பாக (உட்புறம்) உள்ள ரகம் நாட்டுக்கொய்யா. இதை யாரும் வணிக ரீதியாக சாகுபடி செய்வது அரிது. இந்தியா முழுவதும் பரவலான வணிகரகம் லக்னோ ரகமே. அலகாபாத், அனகாபள்ளி, பாபட்லா என்றும் சில ரகங்கள் உண்டு. அவை நல்ல ருசியுள்ளவை.

ஒட்டுக்கொய்யாவில் அலகாபாத் சபேதா பெரிதும் விரும்பப்படும் குள்ளரகம். அடர்ந்து காய்க்கும். இயற்கையில் சாகுபடி செய்தால் நல்ல இனிப்பும் பெறலாம். கொய்யாவில் பல ஒட்டுரகக் கன்றுகளை நர்சரிகளில் பெறலாம். மாவட்டந்தோறும் உள்ள தோட்டக்கலைத்துறை நர்சரிகளையும், வேறு தனியார் நர்சரிகளையும் நாடலாம். தமிழ்நாட்டில் வணிகரீதியாக சாகுபடியாகும் ஒட்டு ரகம் எல்லாமே உ.பி. மாநிலச் சரக்குதான். தமிழ்நாட்டில் பெரும்பாலும் உப்புச் சப்பில்லா லக்னோ ரகங்களையே தோட்டக்கலைத்துறை வழங்குகிறது. அவர்கள் ஏன் நல்ல ருசியுள்ள அலகாபாத் சிவப்பு / அலகாபாத் வெள்ளை ரக கொய்யாக் கன்றுகளை வழங்க முன்வரக்கூடாது? என்று பல இயற்கை விவசாயிகள் குறைப்படுவதுண்டு.

சாதாரணமாக ஒரு கொய்யா மரம் (நாடு) 30 அடி உயரம் கூட வளரும். நாட்டுக் கொய்யாவை விதைப் பெருக்கம் செய்து நடலாம். ஒட்டுக்கன்றும் நன்று. இரண்டுவிதமான கன்றுகளும் கிட்டும். விதைக்கன்று உயரமாக வளரும். ஒட்டுக் கன்று குள்ளமாக அடர்ந்து படரும். கொய்யாவைப் பழமாக விற்பதைவிட, ஜாம், ஜெல்லி செய்து விற்பது லாபகரமானது. அதைப் பெரிய தொழில் நிறுவனங்கள் செய்கின்றன. இதைக் குடிசைத் தொழிலாகவும், மகளிர் சுயதேவைக் குழு வாயிலாகவும் செய்யலாம். கொய்யாவைத் தனியாகப் பயிர் செய்வதைவிட தென்னை, மா, வாழை, எலுமிச்சை, நெல்லி ஆகியவற்றுடன் கலப்பாகவும் பயிர் செய்யலாம். ஓரளவு வறட்சி தாங்கும். பழுத்து முடிந்தபின் கவாத்து செய்துகொண்டிருக்க வேண்டும். அப்போதுதான் கூடுதல் பலன் பெறலாம். கொய்யாவை இயற்கை முறையில் சாகுபடி செய்து எல்லோரும் இத்தேன் அமிர்தத்தைப் பருகுவோம். இதில் வைட்டமின் 'சி' நிறைய உண்டு. இயற்கை கொய்யா சாப்பிட்டால் ஜலதோஷம் வராது. ரசாயனக் கொய்யா சாப்பிட்டால் வைத்தியச் செலவு செய்ய வேண்டி வரலாம்.

அரிஸ்டாட்டில்

49. கொடுக்காப்புளி
பறவைகளுக்கு விருந்து

தாவரஇயல் பெயர்	–	Pithecellobium dulce (Mimosaceae)
ஆங்கிலம்	–	Manila tamarind Madras thorn

என்னை மிகவும் மதிக்கும் இயற்கை விவசாய நண்பர்களின் வட்டம் வியப்படையும் ஒரு விஷயம், நான் ஏன் இதுவரை இந்த மரத்தைப் பற்றி எழுதவில்லை என்பதுதான். ஏனென்றால், எனக்குப் பிடித்த மரம் எது? என்று கேட்பார்கள். நான் டக்கென்று "கொடுக்காப்புளி" என்று கூறுவேன். இதற்கு என்னிடம் தர்க்கரீதியாக விளக்கம் இல்லை. இதைவிட நல்ல சிறப்பான மரங்கள் எவ்வளவோ உண்டு. எனக்குப் பயனாவது இதுதான். நான் சிறுவனாயிருந்தபோது 1950–1954வரை செங்கற்பட்டுக்கு அருகில் ஆத்தூரில் அப்போது இருந்த இராமகிருஷ்ண மாணவரில்லத்தில் படிக்கும்போது அளவுச் சாப்பாடு பத்தாது. வெளியே பல இடங்களில் கொடுக்காப்புளி மானாவாரியாக முளைத்திருக்கும். மரத்தில் ஏற முடியாது. கல்லைச் சற்றுக் குறிபார்த்து எறிந்தால் காய் விழும். பசியாறும். நான் எங்கு சென்றாலும் இந்த மரம் என்னைத் தொடரும். இப்போது என் வீட்டு மாடித் தோட்டம் எதிரில் ஒரு மரம் உள்ளது. தினம் நான் காக்காய்க்கு உணவும் நீரும் கொடுப்பேன். காக்காய் குளிக்கவும், குடிக்கவும் மாடித் தோட்டத்தில் ஒரு நீர்த் தொட்டி உண்டு. அது நன்றிக் கடனாக வேண்டுமென்றே எதிர்வீட்டுக் கொடுக்காப்புளிக்காய்களைக் கொத்திக்

வாழ்வு தரும் மரங்கள்

கொண்டுவந்து, மாடிமீது நான் இருக்கும்போது என்னிடம் போட்டுவிட்டுப் பறந்துவிடும். அதிலிருந்து ஒரு விதை முளைத்து என் மாடியில் ஒரு மரம் வளர்ந்துவிட்டது. அது காய்த்துப் பழுத்து நானும் சிலவற்றை உண்ட பிறகு, அண்மையில் நான் மாடித்தோட்டத்தை மாற்றியமைத்தபோது பலியானது. மாடித்தோட்டத்திற்கு அது உகந்ததும் அல்ல. எனினும் இதற்குப் பிராயசித்தமாக இதுவரை நூறு மரம் வேறு இடங்களில் நட்டுவிட்டேன். கொடுக்காப்புளி உண்ணலாம் என்பதைத் தவிர இதில் வேறு என்ன பலன்? கொடுக்காப்புளியை நாடிப் பல அபூர்வப் பறவைகள் வருகின்றன. சம்போதி, பச்சைக்கிளி, குயில் வந்து உண்ணுகின்றன. இயற்கை விவசாயத்தில் பறவைகளின் பங்கு மிக அதிகம். பெரும்பாலான பறவைகள் பழங்களை மட்டுமே சாப்பிடுவதில்லை. பூச்சிகளையும் தின்னும். தீமை செய்யும் பூச்சிகளைத் தின்னும். நல்ல கவனிப்பு உள்ள இயற்கை விவசாயப் பண்ணையில் கொடுக்காப்புளி மரங்களை உயிர்வேலியாகவும் நட்டுப் பயன் பெறலாம். பறவைகளைக் கவர்வதன் மூலம் அவற்றின் கழிவு நமக்குக் கிட்டும். மாட்டு உரத்தைவிட ஆட்டு உரம் வீரியம். ஆட்டு உரத்தைவிட கோழி உரம் வீரியம். கோழி உரத்தைவிட வானில் பறக்கும் பறவைகளின் கழிவு இன்னமும் வீரியம். அவை கூடவே விதைகளையும் போடுவதால் உங்கள் தோட்டம் என்றுமே பசுமையாக இருக்கும்.

இப்போது கொடுக்காப்புளிக்கும் வணிக அந்தஸ்து வந்துள்ளது. திண்டுக்கல் அங்காடியில் கிலோ 30 ரூபாய். சென்னையில் கிலோ 50 ரூபாய். கொடுக்காப்புளி உண்மையில் இந்திய மரம் இல்லை. இது மெக்சிகோவிலிருந்து கிழக்கிந்தியக் கம்பெனி ஆட்சியின்போது சென்னை ராஜதானிக்கு வந்துள்ளது போலும்! வட இந்தியாவில் இது அரிய மரம். தமிழ்நாட்டில்தான் கொடுக்காப்புளி மிக அதிகம். இதர தென்மாநிலங்களிலும் உள்ளன. ஆடுகளுக்கு இது சத்துணவு. கொடுக்காப்புளி தழையில் 30% புரதம் உள்ளது. வெள்ளாடு கொழுத்தால் அவ்வளவும் பணம். 50 வெள்ளாடும் 200 கொடுக்காப்புளி மரங்களும் இருந்தால்போதும். ஒரு விவசாயி குபேரனாகிவிடலாம். இது பற்றிய மற்றொரு வரலாறும் உண்டு. ஒரு காலகட்டத்தில் தென் அமெரிக்காவின் சில வறண்ட பகுதிகளில் செம்மறி ஆட்டுக்கும், மனிதனுக்கும் கொடுக்காப்புளி மரமே உணவு வழங்கியதாம். வன்னி மரத்திற்குரிய சிறப்பு கொடுக்காப்புளி மரத்திற்குக் கூடவே உண்டு. வன்னிப்பழத்திற்கு அங்காடி மதிப்பு இல்லை. ஆனால் கொடுக்காப்புளி காய் / பழம் ஒரு விற்பனைச் சரக்கு. விலை உண்டு. அங்காடி மதிப்பு உண்டு. கொடுக்காப்புளியில் உள்ள வெள்ளைச் சதைப்பகுதியே மனிதனுக்கு உணவு, இதில் மாவுப்பொருட்களும், எல்லாவகையான தாதுப் பொருட்களும், வைட்டமின்களும் உள்ளன. புரதச்சத்து குறைவு. எளிதில் ஜீரணமாகக் கூடியது. பசியாற்றும் பண்புடையது.

கொடுக்காப்புளி மரம் வானுயர்ந்து அடர்ந்து வளரும். மரம் அவ்வளவு வலு இல்லை. நேராகச் செல்லும் இயல்புள்ளது. உயரத்தில் படரும். கொடுக்காப்புளியை இப்படி வளரவிடுவது இல்லை. ஆடுமேய்ப்பவர்கள் வாங்கரிவாளால் தழையை வெட்டிவிடுவார்கள். வெட்ட வெட்ட இது துளிர்க்கும் இயல்புள்ளது. இலையுதிர்வது குறைவு, வறட்சியிலும் பசுமைத் தோற்றம் மாறாது. சுனாமிப் பிரச்சனைக்கும் இது தீர்வளிக்கும். கடற்கரைப் பகுதிகளில் உவர் தாங்கி வளரும் இயல்புள்ளது. கடலை ஒட்டிய மணல்திட்டுகளில் கூட இது வளரும். விஷமாக மண்டிக்கிடக்கும் வேலிக்காத்தானுக்குக் கொடுக்காப்புளி நல்ல மாற்று மரம். உவர் நிலத்தை வளமாக்கும். இம்மரங்களுக்கு முறையான கவனிப்பு தேவையில்லாத மானாவரி மரம். பெய்யும் மழையே போதும்.

கொடுக்காப்புளியின் மருத்துவப் பயன் ஆராயப்படவில்லை. இதன் வேர், பட்டை ஆகியவை நல்ல வெப்பாற்றி. சுரம் தணியும், சீதபேதிக்கு மருந்தாகலாம். கொடுக்காப்புளி இலைச்சாற்றைப் பூச்சிவிரட்டியாகப் பயன்படுத்தியதில் நெல்லில் இலைப்புள்ளி நோயும், பருத்தியில் வேரழுகல் நோயும் குணமானது. பொதுவாக காய்கறிப் பயிர்களுக்கு நோய் எதிர்ப்பு குணத்தை வழங்கும் மண் புழு உரப்பண்ணையில் திறந்த வெளி வளர்ப்புக்கு கொடுக்காப்புளி மர நிழல் மிகவும் உகந்தது. நல்ல வெற்றி தரும்.

தனியார் நர்சரிகளில் இதை யாரும் பிரியப்பட்டு வாங்குவதில்லை. ஆகவே கன்று கிட்டாது. சில வனத்துறை விரிவாக்க நர்சரிப் பண்ணைகளில் கன்று கிட்டும். இம்மரம் பறவைகளினால்தான் பல இடங்களில் பரவி முளைத்து நிற்கிறது. பறவைகளின் எச்சத்தில் விழுந்த விதை மழைக்காலங்களில் முளைத்து மரமாகிறது. தரிசு நில மேம்பாட்டுத் திட்டம், உவர் நில மேம்பாட்டுத் திட்டம், நீர்வடிப்பகுதி மேம்பாட்டுத் திட்டம் போன்றவற்றைச் செயல்படுத்துவோர் பொது இடங்களில் கடற்கரைச் சூழலில் நிறைய நடுவது நல்லது.

இதன் பழச்சதையில் மாவுப்பொருள் வீதம் அதிகம் என்பதால் பசிக்கும் உணவாகும். கொடுக்காப்புளியின் அரிய பெருமைகளை உணராதவர்கள் வாழ்வில் குறைவுடையவர் என்றுதான் கூற வேண்டும். ஆற்றோரங்களில் விலையில்லாமல் முளைத்துக் கிடக்கும் இம்மரம் தரும் உணவு பறவைகளுக்கும் மனிதர்களுக்கும் உள்ள நெருக்கத்தை எடுத்துக்காட்டும். மனிதன் தினமும் உண்டால் நோய் எதிர்ப்புசக்தி உருவாகும். தாதுப்புகள் ஏராளம் உள்ளது. எல்லா வைட்டமின்களும் உண்டு. கொடுக்காப்புளி நடுவோம். பறவைகளை அழைப்போம்.

50. வாதா மரம்

சூழலுக்கு நண்பன்

தாவரஇயல் பெயர்	:	Terminalia catappa
Family	:	Combretaceae
ஹிந்தி	:	ஜங்லிபாதாம்
ஆங்கிலம்	:	Indian Almond

மரத்தின் பெயரோ வாதாமரம். அது வழங்கும் பருப்போ பாதாம் பருப்பு. இது இந்திய பாதாம் பருப்பு. ஆங்கிலத்தில் "இந்தியன் அல்மோண்ட்" என்று குறிப்பிடுவதின் காரணம் வர்த்தகப் பயிராக விளங்கும் பாதாம் வேறு. அது கலிஃபோர்னியா, தெற்கு ஆஸ்திரேலியா, தென்னமெரிக்கா, ஈரான் போன்ற நாடுகளில் விளைகிறது. அது பெரும் மரம் அல்ல. அது குறுமரம். ஒரு மரத்திலிருந்து கிடைக்கும் பருப்பின் அளவும் கூடுதல். ஓடு மென்மையாக இருக்கும். ஆனால் ருசி ஒன்றுதான். அதன் பெயர் Prunus dulcis. இது குளிர் தாங்கி வளரும். வெப்ப மண்டலத்தில் அபூர்வம். இங்கு நாம் குறிப்பிடும் வாதா மரம் அநேகமாகப் பலர் வீடுகளில் அழகுக்காகவும் நடப்பட்டுள்ளதை கவனிக்கலாம். சீமை பாதாம் பருப்பில் ஓடு சிறிது; பருப்பு பெரிது. நாட்டு வாதாங்கொட்டைப் பருப்பில் ஓடு மிகவும் பெரியது. உள்ளே உடைத்தால் பருப்பு சிறியது. ருசி இரண்டும் ஒன்று. இலை, பூ அமைப்பிலும் வேற்றுமைகள் உண்டு. நம்மூர் வாதா மர இலை தேக்கு இலையைப் போல் பெரியது. சீமை பாதாம் இலை சின்னது. கத்திபோல் குறுகலானது. நம்மூர் வாதாமரம் சூழலுக்கு நண்பன்; ஏழைகளுக்குச் சத்துணவு, சீமை பாதாம் பருப்பை ஏழைகள் எண்ணிப் பார்க்க முடியாது. விலை அதிகம். சீமைப்

பாதாம் பருப்பின் விலை முந்திரிப் பருப்பைவிட அதிகம். இந்தியாவுக்கு வருபவை இறக்குமதிச் சரக்கு என்பதால்தான் அதிக விலை. ஆனால் அமெரிக்காவில் வேர்க்கடலைப் பருப்பைவிட பாதாம் பருப்பு விலை மலிவு. அமெரிக்காவில் உள்ள இந்துக் கோவில்களில் பாதாம் பருப்பு பிரசாதமாக வழங்கப்படுகிறது. இந்தியாவில் இதை நினைத்துப் பார்க்க முடியாது. ஆனால் இந்தக் குறையை நாட்டு ரக பாதாம் பருப்பால் ஈடு செய்யலாம். உகந்த திட்டம் வகுத்துவிட்டால் நாட்டு பாதாம் பருப்பையும் மதிப்புள்ள பொருளாக மாற்றலாம்.

இந்த நாட்டு வாதாமரம் மருத மரத்தின் குடும்பம் என்பதால், மருத மரத்திற்குரிய மருத்துவப் பண்பு இதன் பட்டையில் உண்டு. அதாவது நன்கு தேறிய வாதா மரத்துப் பட்டையின் கஷாயம் இரத்த அழுத்த நோயை குணப்படுத்தும். வாதாமரத்தின் இலைக் கொழுந்து கஷாயம் வெப்பாற்றி. வயிற்றுக்கடுப்பு மருந்து. தலைவலியை நீக்கும். தினம் இட்லி வார்க்கச் சிலர் இட்லித் தட்டில் துணி போடுவார்கள். எண்ணெய் தடவுவார்கள். ஆனால் அதற்குப் பதில் வாதாமர இலையைப் போட்டு இட்லி வார்த்துச் சாப்பிட்டால் வயிற்று நோவு எட்டிப் பார்க்குமா? இன்று நகரத்தில் வாழ்வோர் இட்லி, தோசையைக் கட்டிக் கொடுப்பதற்குக்கூட பிளாஸ்டிக் பையைப் பயன்படுத்தி நோயையும் வளர்க்கிறார்கள். பிளாஸ்டிக் பைகளுக்கு மாற்று வாதாமர இலை. இது அந்த அளவில் அகண்டுள்ளது. இது சுமார் 30 முதல் 40 அடி உயரம் வளரும்.

உண்மையில் இந்த நாட்டு ரக வாதாங்கொட்டை மரம் மலேசியத் தீவுகளைத் தாயகமாகக்கொண்டு அந்தமான் வழியே இந்தியாவுக்கு வந்ததாகக் கூறுகின்றனர். கிழக்குக் கடற்கரைப் பகுதி மாநிலங்களான வங்காளம், ஒரிசா, ஆந்திரப்பிரதேசம், தமிழ்நாடு கடற்கரைப் பகுதிகளில் இம்மரம் மிகுந்து காணப்படுகிறது. இதைக் கடற்கரைப் பிரதேசங்களின் உட்பகுதியில் நிறையப் பார்க்கலாம். கடற்கரை உப்பங்காற்றைத் தாங்கி உவர் மண்ணில் வளரும். காவிரியின் கழிமுகப் பகுதியில் தென்னை, புன்னை, பூவரசு, முள்ளுமுருங்கை, வாகை, கொன்றை மரங்களுடன் இது இணைந்து வளரும். உவர் தாங்கி வளரும் என்ற விவரத்திற்கு மேல் வாதாமரம் பற்றி சங்கீதமங்கலம் கருணாநிதியிடம் வேறு சுவையான தகவல்கள் உண்டு. கும்பியாக உள்ள சாக்கடைத் தண்ணீரைக்கொண்டு இம்மரம் சிறப்பாக வளரும் என்பதை அவர் நிரூபித்துள்ளார். அவர் ஊரே அதற்கு சாட்சி. இதுவரை சங்கீதமங்கலத்திலும், அதைச் சுற்றியுள்ள பல கிராமங்களிலும் ஒவ்வொரு வீட்டுக் கழிவு நீர்த்தேக்கத்தில் இவர் கைப்பட நட்ட பல்லாயிரக்கணக்கான வாதா மரங்கள் இன்று கைமேல் பலருக்குப் பலன்

தருகிறது. திரு. கருணாநிதி பல லட்சக்கணக்கான வாதாங்கொட்டை விதைகளையும் சுற்றுச்சூழல் ஆர்வலர்களுக்கு இலவசமாக வழங்கி வருகிறார். இவரின் சுற்றுச்சூழல் பணிக்கு இவர் பெயர் ஜனாதிபதி விருதுக்கு சிபாரிசு செய்யப்பட்டுள்ளதாக ஒரு தகவல். ஆந்திர மாநிலத்தில் ராஜமுந்திரி என்ற ஊரிலிருந்தும் தரமான குடைபாதாம் விதைகளை வரவழைத்து வழங்குகிறார். இந்த மரத்தின் சிறப்பு இதன் விரைவான வளர்ச்சி. இரண்டே ஆண்டில் மரம் வயசுக்கு வந்து கனி கொடுக்கும். பாரிஜாத மரத்தைப் போல் இதன் உயிர் நிறை (Bio Mass) துரிதமானது. இலையில் வடை தட்டலாம். தொன்னை தைக்கலாம். வாழை இலைக்கு நல்ல மாற்று. ஒற்றை இலையில் சிற்றுண்டி உண்ணலாம். மூன்று இலையைச் சேர்த்து ஈர்க்கால் தைத்தால் ஒரு சாப்பாடு சாப்பிடலாம். தினம் வாதாம் மர இலையில் சூடாகச் சாப்பாடு சாப்பிட்டால் வயிற்றுவலி தீர்க்கிறது. வாதாம் மரத்து இலையிலிருந்து புண்ணாற்றும் துவர்ப்பு உணவுடன் சிறுகச் சிறுகச் சேர்ந்தால் நாள்பட நாள்பட பலன் விளங்கும். வாதாம் பழத்தைத் தின்ன பறவைகள் வரும். இது பறவைக் கவர்ச்சி மட்டுமல்ல. அமெரிக்காவில் இலையுதிர் திருவிழா (Fall Festivel) கண்கொள்ளாக் காட்சி. நிறம் மாறும் இலைகளின் வர்ணஜாலம் காண்போருக்கு விருந்து. அது போன்ற காட்சியை வாதாமரம் வழங்குகிறது. பச்சை நிற இலைகள் முதிர முதிர நிறம் மாறி சிவப்பாகும். மரத்தில் பச்சை இலைகளுடன் சேர்ந்து சிவப்பு இலைகள், செங்கனிகள், அச்செங்கனிகள் உதிர்ந்து விதையாகும். இதை உலரவைத்துப் பருப்பைப் பிரித்து எடுக்கலாம். இந்தப் பருப்பில் 25% புரதமும் 52% கொழுப்பும் (எண்ணெய்ச் சத்து) உள்ளதால் சிறுவர்களுக்கு நல்ல சத்துணவு. வாதாங்கொட்டையை மரத்தில் பறித்தோ, கல்லால் அடித்தோ சிறுவர்கள் வேட்டையாடுவார்கள். செங்கனியையும் கடிப்பார்கள். அதுவும் வாசனையுடன் இனிப்பும் துவர்ப்புமாக இருக்கும். அதில் வைட்டமின் A சத்து, நார்ச்சத்துடன் பென்டோசான் அமிலமும் உண்டு. எனினும் உலர்ந்த வாதாங் கொட்டைத் தோட்டை உடைத்துப் பருப்பாக்கி விற்கும் தொழில் வளர்ந்துவிட்டால் நாட்டு வாதாமரத்தின் மதிப்பு மேலும் உயர வாய்ப்புண்டு. முன்பக்கத் தலைப்பின் கீழ் உள்ள படம் சங்கீத மங்கலம் சென்று கருணாநிதியின் வாதாமர நாற்று, விதைமையத்தில் எவ்வாறு வீட்டுச்சாக்கடையில் இம்மரம் வளர்ந்துள்ளது என்பதை நேரில் கண்டு எடுக்கப்பட்டது.

வாதாமரம் வளர்க்க விரும்புவோர் தொடர்புகொள்ள வேண்டிய முகவரி:

திரு. கருணாநிதி, இலவச மரம், அரசு ஓட்டுநர், சங்கீதமங்கலம், விழுப்புரம் – Pin 605 202. தொடர்பு எண் 04145 – 232584

51. மாதுளம்

மா மருந்து

தாவரஇயல் பெயர்	:	Punica granatum (Syn.) Malum punicum (Lythraceae)
சம்ஸ்கிருதம்	:	தாடிமா
ஹிந்தி	:	அனார்
ஆங்கிலம்	:	Pomegranate

அனார்க்கலி என்று பேசுவதும் பாடுவதும் மாதுளம்பழத்தையே. அருமையான காதல் காவியம். பேரரசர் அக்பரின் மகன் சலீமின் மீது கொண்ட காதலை அனார்க்கலி மாதுளையின் பழத்தையே தன் பெயரில் கொண்டு, மாதுளையின் மதிப்பைக் கூட்டியிருக்கிறாள். இது மிகவும் மருத்துவ முக்கியத்துவம் உள்ள பழமாகும். அனார்க்கலியைச் சுவைக்க வேண்டுமானால் – அதாவது மாதுளம்பழத்தை ருசிக்க – நாம் அரேபியா, பாரசீகம், பாகிஸ்தான், ஆப்கானிஸ்தான் செல்ல வேண்டும். மாதுளமரத்தின் தாயகம் வளைகுடா / மத்திய ஆசிய நாடுகள். காபூல், காந்தாரி, மஸ்கட், முல்தானி, சோனா, செஹ்வாளி, சிந்தி, செபல், மேரி, சிஹோ, தோல்கா ஆகிய ரகங்களையெல்லாம் ருசித்து அனுபவிக்க ஆசையிருந்தால் பாரசீகம் போகலாம். பாரசீகமொழி கற்கலாம். அத்வானி பிறந்த மண்ணில் சிந்தி, செஹ்வானி ரகத்திற்கு அலாதி ருசி உண்டாம். பாகிஸ்தானில் உள்ள சிந்து மாகாணத்தில் மாதுளை உற்பத்தி மிகவும் அதிகம்.

விருட்ச ஆயுர்வேதத்தில் மொத்தம் 20 பாடல்களில் மாதுளையைப் பற்றிய குறிப்பு உள்ளது. இது 10ஆம் நூற்றாண்டு இலக்கியம். அதற்கு முன்பே நிகழ்ந்த இஸ்லாமியர்களின் படையெடுப்புகளின்போது படைத்தலைவர்கள் மாதுளை விதைகளையும் பரவச் செய்திருக்கலாம். சுரபாலரின் சில குறிப்புகளை கவனிக்கலாம்.

பூனை, நீலக் காகம், மான், யானை, பன்றியென
ஐந்திறைச்சிகளுடன், ஏராளமாக எலும்பு மச்சையையும்
எருமைப் பாலுடன்
சேர்த்து நீரை ஊற்ற மாதுளமரங்களில்
பெரிய, சாறு நிறைந்த இனிப்பான பழங்கள் உண்டாகும்.

(விருட்ச ஆயுர்வேதம் 128)

மாட்டையும் நரியையும் தோல் உரித்துச் சதை எடுத்து
சரியான முறையில் நிறைச்செறிவுடன் ஊட்ட உரம் வழங்கி
அடிப்பகுதியில் கற்கண்டு கரைத்த நீர்விட்டால்
இனிப்பும் சாறும் உள்ள கனிகள் மாதுளை மரத்தில் உண்டாகும்.
இப்பழங்கள் கனத்தால் கிளைகள் வளைந்து தொங்கும்.

(விருட்ச ஆயுர்வேதம் 129)

முற்காலத்தில் மாதுளை சாகுபடிக்கு வழங்கப்பட்ட சிறப்பு கவனம் அநேகமாக் அதன் மருத்துவப் பண்பிற்காக இருக்கலாம். எவ்வாறெனில், மாதுளை பற்றிய மருத்துவக் குறிப்புகள் ஏராளமாக சுவடிகளில் உள்ளன. இதன் பூக்கள், ஓடு, பட்டைப்பகுதி, உட்புறப் பகுதி, பழரசம் எல்லாமே பலவித மருந்துகளுக்கு உபயோகமாகின்றன. மாதுளை ரசத்தில் 6 முதல் 15 சதவீதம் சர்க்கரை உண்டு. இந்தச் சர்க்கரை நீரிழிவைப் பாதிக்காத Reducing Sugar ஆகும்.

உணவே மருந்து என்ற கருத்தின் இலக்கணமான மாதுளையை பேதி நின்ற பின்பு நோயாளிகளுக்கு அருந்தக் கொடுக்கலாம். மாதுளம் பழச்சாறு மஞ்சள்காமாலை நோயாளிகளுக்கும், மலேரிய ஜுரம், முறை ஜுரம் நோயாளிகளுக்கும் வழங்கப்படுகிறது. வயிற்றுக் கழிச்சல், சீதபேதிக்கு மருந்தாகக் கொடுக்கும்போது பச்சையாகப் பழத்தை வழங்கக்கூடாது. ஓட்டை நீக்கிய பின்பு உள்ளுக்குள் இருக்கும் மஞ்சளான துவர்ப்பு சதையுடன் மாதுளை முத்துக்களையும் சேர்த்துத் தண்ணீரில் கொதிக்கவைத்துக் கஷாயமாக வடித்து வழங்கவேண்டும். கஷாயத்தில் கிராம்பு அல்லது லவங்கப்பட்டையைச் சிறிது சேர்த்துக் கொதிக்கவிடலாம். சிலர் மங்குஸ்தான் பழத்தையும் சேர்த்துக் கஷாயம் வடிப்பர். சக்கரதத்தாவின் மருத்துவத்தில் தாடிமஷ்டகம் என்ற சூர்ணம் சீதபேதிக்கு வழங்கப்படுகிறது.

உலரவைத்த மாதுளங்கீற்று 1 சேர், மூங்கில் குருத்து 2 தோலா, ஏலக்காய், லவங்கப்பட்டை, தேஜபத்ரம் (பிரியாணி இலை), சிறு நாகப்பூ எல்லாம் முறையே 2 தோலா, ஓமம், மிளகு, திப்பிலி, சுக்கு, கொத்தமல்லி விதை, சீரகம் ஆகியவை ஒவ்வொன்றும் 4 தோலா, குழவிசீனி 1 சேர் எல்லாவற்றையும் பொடித்து சூரணம் செய்க. இதை வேளா வேளைக்கு 1 ஸ்பூன் எடுத்துத் தேனில் குழைத்துச் சாப்பிடவேண்டும். மோர்கஞ்சி ஆகாரம். குடல் புழுவை வெளியேற்ற மாதுளை வேரைத் தண்ணீரில் ஏல அரிசியைச் சேர்த்துக் காய்ச்சி வடிகட்டி வெறும் வயிற்றில் குடிக்கவேண்டும். வேளைக்கு 2 அவுன்ஸ் வீதம் அரைமணி இடைவெளி விட்டு 4 முறை அருந்தவேண்டும். இது குழந்தைகளுக்கு வரும் காசநோயையும் குணப்படுத்தும்.

பாரம்பரியக் குழந்தை மருத்துவத்தில் – குழந்தைகளுக்கு வரும் வயிற்றுப்போக்கு எந்த மருந்துக்கும் கட்டுப்படாதபோது, மாதுளையின் விரியாத மொட்டுகளைப் பறித்துக் கசகசா, ஏல அரிசி, ருமி குக்குலு (ரத்தபோளம் என்ற குங்கிலியம்) ஆகியவற்றை விழுதாக அரைத்துத் தேன்விட்ட தண்ணீரில் காய்ச்சிய சிரப்பை 1 ஸ்பூன் வீதம் 3 வேளை தரலாமென்ற குறிப்பு உள்ளது. மூக்கில் ரத்தம் கொட்டுவதை நிறுத்த மாதுளம் பூவையும் (விரிந்தது) அருகம்புல்லையும் சம அளவு எடுத்துச் சாறு பிழிந்து உள்ளுக்குத் தரவேண்டும். சீதபேதிக்கு மட்டுமல்ல; ரத்த அழுத்த நோய் முற்றிய நிலைக்கும் சேர்ந்தே குல்நார் மருந்து உண்டு. குல்நார் என்றால் உலர்ந்த மாதுளம்பூ. இது ஒரு பங்கு, கருவேல மரத்துப் பிசின் 2 பங்கு, குக்குலு 2 பங்கு, அபினி 8 பங்கு எல்லாவற்றையும் தூள்செய்து 5 அரிசி எடைக்கு மூன்று வேளை மருந்து தந்தால் போதும்.

இவ்வளவு மருத்துவச் சிறப்பு மாதுளைக்கு உண்டு. ஆனால் மருந்து தயாரிப்பது மிகவும் அரிது. காந்திகிராமத்தில் தாடிமஷ்டகம் கிடைக்கிறது. மாதுளம் பழத்தைப் பலர் விரும்பிச் சாப்பிடுவதுண்டு. இதற்கு அங்காடி மதிப்புண்டு. விதையில்லா ரகமும் கிடைக்கும். அநேகமாக திண்டுக்கல், தேனி வட்டாரங்களில் மாதுளை சாகுபடி நிறைய உண்டு. இம்மாவட்டத்தில் உள்ள எல்லா நர்சரிகளிலும் மாதுளங்கன்று கிட்டும். தோட்டக்கலைத்துறைப் பண்ணைகளில் கிட்டினால் வாய்ப்பு. இது அதிக உயரம் வளராத குறுமரம். காதல் தியாகம் செய்த அனார்கலியின் நினைவாக அனாரை – அதாவது மாதுளை மரங்களையும் வீட்டுத் தோட்டங்களில் வளர்த்துப் பயன்பெறலாம். நெல்லி, கொய்யாவுடன் மாதுளையும் கலப்பாகத் தோட்டத்தில் சாகுபடி செய்யலாம். மாடியிலும் வளர்க்கலாம். என் வீட்டு மாடித் தோட்டத்தில் மாதுளையும் உண்டு.

52. எலுமிச்சை
விஷத்தை முறிக்கும் மூலிகை

தாவரஇயல் பெயர்	:	Citrus acida, C. bergamia, C. limonum (Rutaceae)
சம்ஸ்கிருதம்	:	ஜம்பீரம்
ஹிந்தி	:	நிம்பு, லிம்பு
ஆங்கிலம்	:	Lemon, Acidlime.

"இந்த எலுமிச்சம்பழம் கோழி முட்டை வடிவடித்தில்தான் உள்ளது. இதை நறுக்கித் துண்டாக்கி நீரில் கொதிக்கவிட்டுப் பருகச் சொன்னால் விஷமருந்தியவன் பிழைத்துக்கொள்வான்"

– பாபர் நாமா (1525)

நமது பாரம்பரிய மருத்துவத்தில் எலுமிச்சம்பழம் விஷத்தை முறிக்கும் என்ற மரபு உண்டு.

"லிம்புடா லிம்புடா லிம்புடா சோட்டாச் சோட்டாக்கச்சா கச்சா" கையில் எலுமிச்சம்பழத்தை வைத்துக்கொண்டு உலகப் பேரழகி ஐஸ்வர்யாராய் ஆட்டம் போட்ட 'ஹம்தில் தே சுகே சனம்' சினிமா இந்தியாவில் சக்கை போடு போட்டது. வட இந்தியர்களுடைய உணவில் எலுமிச்சை பெரும் பங்கு வகிக்கிறது.

அரிஸ்டாட்டில்

ஒரு எலுமிச்சம்பழத்தை நறுக்கி நாலு துண்டாகத்தட்டில் வைத்து உணவு, சப்பாத்தியுடன் தருவார்கள். வேகமாக ஜீரணம் ஆகிவிடும். சுவைக்கு சுவையும் தரும். நமது உணவில் லெமன் இஞ்சி, லெமன் சாலட், எலுமிச்சை ரசம் எல்லாம் உண்டு. தென்னிந்தியர்கள் எலுமிச்சை ஊறுகாய் விழுங்குவதில் வல்லவர்கள். சீசனே இல்லை. எப்போதும் கிட்டும் அற்புதப்பழம் இது. எலுமிச்சையில் ஏராளமாக C வைட்டமின் உண்டு. சிட்ரிக் அமிலம் 7 முதல் 10 சதவீதம். இது தவிர பாஸ்போரிக் அமிலம், பொட்டாசியம் நைட்ரேட்டும் உண்டு. எலுமிச்சையில் நிறைய வகைகள் உள்ளன. ஒவ்வொன்றுக்கும் தனி குணம் உண்டு. சிட்ரஸ்லெமன் என்பது சற்றுப் பெரியது. பெர்காமியா, ஆசிடா என்பது நடுத்தரம். சில எலுமிச்சை பச்சையாகவே சிறுத்தும் இருக்கும். புளிப்புக் குறைவாயிருக்கும்.

எலுமிச்சையின் தோற்றம் இந்தியாவுக்கும் சீனாவுக்கும் பொது. சிலர் இந்தியா என்கிறார்கள். சிலர் சீனா என்கிறார்கள். உலக அளவில் இந்தியா எலுமிச்சை உற்பத்தியில் முதலிடம் என்பதில் ஐயம் இல்லை. இது வணிக முக்கியத்துவமுள்ள பயிர். தமிழ்நாட்டில் திண்டுக்கல் பகுதியிலும் புளியங்குடி (திருநெல்வேலி) வட்டாரங்களிலும் எலுமிச்சை சாகுபடி அதிகம். எலுமிச்சையிலும் சிறுமலை ரகம் சிறப்பு. பெரியகுளம் தோட்டக்கலைத்துறை வெளியிட்டுள்ள PKM –1 ஒட்டு ரகம் சிறப்பு என்றாலும் ஒட்டுக்கன்றுகள் எளிதில் கிடைப்பது இல்லை.

வீட்டில் எலுமிச்சம்பழம் இருந்தால்போதும். வரும் விருந்தினருக்கு காபி, டீ என்று வழங்குவதைவிட லைம் ஜூஸ் கொடுத்து உபசரிக்கலாம். எலுமிச்சை தாகம் தீர்ப்பதோடு மட்டுமல்ல; இது ஏராளமான பிணிகளையும் போக்குகிறது. கடந்த தலைமுறையில் டாக்டர் A. லட்சுமிபதி கண்ணில் புரை விழுந்தவர்களுக்கு எலுமிச்சம்பழத்தைப் பிழிந்து ஒரு சில துளிகள் விடுவாராம். படிப்படியாக புரை (Cataract) மறைந்து பார்வை தெளிவுபெற்றதாக மருத்துவக்களஞ்சியம் கூறுகிறது. அம்மைநோய், மணல்வாரி, அக்கி நோயாளிகளுக்கு லெமன்ஜூஸ் வழங்குவதன் மூலம் விரைவில் குணம் தெரியும். முக்கியமாக சொறிசிரங்கு – ஸ்கர்வி எல்லாம் C வைட்டமின் பற்றாக்குறை. ஜூரம், நுரையீரல் நோய்க்கும் லெமன் ஜூஸ் மருந்து. லைம் ஜூசை மருந்தாகக் கொடுக்கும்போது எட்டு பங்கு நீர் சேர்த்துப் பனங்கற்கண்டு போட்டுக் கலக்கித் தரவேண்டும். உடம்புக்குள் உள்ள ஈரல், சிறுநீரகம், கர்ப்பப்பை போன்ற பாகங்களில் வேக்காடு, ரத்தக் கசிவு எல்லாவற்றையும் எலுமிச்சை ஆற்றும். காய்ச்சல், சளி இருக்கும்போது காய்ச்சிய எலுமிச்சை ஜூஸ் – அதாவது எலுமிச்சை ரசம் நல்லது. சீதபேதியைச் சட்டென்று நிறுத்த எலுமிச்சைச் சாறுடன் சம அளவு தேன்,

கலந்து கெட்டியாகத் தரவேண்டும். உடனே குணம் தெரியும். இது எனது தாயாரின் பாட்டி வைத்தியம்.

அந்தக் காலத்தில் மலேரியா ஜுரம் வந்தவர்களுக்குப் பால் சேர்க்காத கடுங்காப்பியில் (சிக்கரி கலக்காது) எலுமிச்சம்பழம் பிழிந்து தரப்பட்டது. சில நோயாளிகளுக்கு மூட்டுவலி, வீக்கம் ஏற்படும். காரணம் ரத்தத்தில் அதிகமாக யூரிக் அமிலம் சேர்ந்து யூரேட் உப்பாகச் சேர்ந்துவிடும். இப்போது யூரியா போன்ற ரசாயன உரத்தைப் பயிரில் ஏற்றித் தருவதால் இந்நோய் அதிகமாகிவிடுகிறது. இவ்வாறு ரத்தத்தில் யூரேட் நோயுள்ளவர்களுக்கு லெமனேட் கைகண்ட மருந்து. எலுமிச்சை, ஆரஞ்சு, சாத்துக்குடி என்று சிட்ரஸ் வகைப் பழங்களின் இயல்பான குளிர் பானமும் ரத்தத்தில் சேர்ந்துள்ள உப்பை சிட்ரிக் அமிலம் ஆல்க்கலைன் கார்பனேட்டாக மாற்றி பிரச்சனையைத் தீர்த்துவிடும். வெறும் வயிற்றில் சர்க்கரை போடாத லெமனேட் (Lemonade) பானம் மலச்சிக்கலையும் போக்கும். நிறைய நீர் சேர்த்த லெமனேட் குறிப்பாக நீரிழிவு நோயுள்ளவர்களுக்கு ஏற்படும் வறட்சி அல்லது 'தீராத தாகம்' ஏற்படும்போது குடிக்கலாம். எப்படிப்பட்ட விஷத்தையும் எலுமிச்சை முறித்துவிடும். முதலுதவி சிகிச்சையாக விஷம் அருந்தியவர்களுக்கு முதலில் லெமன் ஜூஸ் தர வேண்டும். அதன்பின் விளக்கெண்ணையை உள்ளுக்குத் தர வேண்டும். இது முற்கால சிகிச்சை. எலுமிச்சையின் மற்றொரு சிறப்பு இதை ஓடோமாஸ் போல் கொசு கடிக்கும் பயன்படுத்தலாம். ஒரு எலுமிச்சம்பழத்தைப் பிழிந்து மாலையிலும் இரவிலும் நீர்கலக்காமல் காலிலும் முகத்திலும் பூசிக்கொண்டால் கொசு கடிக்காது. கொசுவுக்கு எலுமிச்சை வாசனை பிடிக்காதாம். எலுமிச்சம்பழத் தோலிலிருந்தும், எலுமிச்சை இலையிலிருந்தும் தைலம் காய்ச்சி எடுக்கப்படுகிறது. இந்த எண்ணெய் தோல் வியாதிகளுக்குப் பூசப்படுகிறது.

தேங்காயைப் போலவே எலுமிச்சம்பழமும் சடங்கு முக்கியத்துவம் பெற்றுள்ளது. அம்மன் கோவில்களில் எலுமிச்சை மாலை அலங்காரம் பார்க்கலாம். எலுமிச்சை மூடியில் நெய் விளக்கு ஏற்றித் தனக்கு மணமாக வேண்டும் என்று வேண்டிக் கொள்ளும் கன்னியர் கூட்டத்தை இன்று பல ஆலயங்களில் காணலாம். இதன் தெய்வீகத்தன்மைக்கும் விஷமுறிவுக்கும் உள்ள நெருக்கத்தை ஊகிக்கலாம். தினம் எலுமிச்சைச் சாறு அருந்துவது நலவாழ்வுதான்.

இவ்வளவு மருத்துவ குணமுள்ள எலுமிச்சை மீது பூச்சிமருந்து என்று சொல்லி விஷமழை தூவப்படுகிறது. அதாவது எலுமிச்சை சாகுபடியில் ஏற்படும் பிரச்சனை இலைப்புழு. இது சாணிபோல் முட்டை வைக்கும்.

அரிஸ்டாட்டில்

இதைப் போக்க பஞ்சகவ்யம், ஈ.எம்., குணபம், பூச்சிவிரட்டிச்சாறு ஆகியவற்றை வாரம் ஒருமுறை மாற்றி மாற்றி ஸ்பிரே செய்தால் போதுமே. ஆனால் விவசாயிகளோ விஷம் என்று தெரியாமல் உயிர்க்கொல்லிகளை எலுமிச்சை மீது தெளிக்கின்றனர். ஆகவே நோயாற்றும் குணத்துடன் கூடவே நோய்க்காரணியும் உருவாகிறது. இயற்கையாக விளைந்த எலுமிச்சையே மருந்துக்கு நல்லது. அப்படிப்பட்ட எலுமிச்சையை உருவாக்கிய சாதனை விவசாயி புளியங்குடி வி. அந்தோணிசாமியிடம் யோசனை கேட்பது நல்லது. ரசாயன விவசாயத்தில் கிடைப்பதைவிட

புளியங்குடி அந்தோணிசாமியுடன் ஆசிரியர்

இயற்கை விவசாயத்தில் விளைச்சலும் கூடுதலாகப் பெறலாம் என்பதைப் புளியங்குடி மும்மூர்த்திகளான கோமதிநாயகம், அந்தோணிசாமி, வேலு முதலியார் நிரூபித்துவிட்டார்கள். விஷத்தை முறிக்கும் எலுமிச்சையை விஷமாக்க வேண்டாமே. ஏக்கருக்கு சுமார் 200 செடி நடலாம். ஊடுபயிர் எலுமிச்சை வளரும் வரை செய்யலாம்.

ஒட்டுக்கன்று 3 ஆண்டுகளிலும் நாட்டுக் கன்று ஐந்து அல்லது ஆறு ஆண்டுகளிலும் பலன் தரும். நல்ல வண்டல் பாங்கான மண்ணில் ஊக்கமாக வளர்ந்து நல்ல பலன் பெறமுடியும்.

53. கடம்பு

தன்னை மறந்த லீலைகள்

வெண்கடம்பு

தாவரஇயல் பெயர்	:	Anthocephalus Cadamba Rubiaceae
சம்ஸ்கிருதம்	:	கடம்பா
ஹிந்தி	:	கடம்
ஆங்கிலம்	:	Wild Cinchona, Kadamba

தன்னையே மறந்திடச் செய்திடும் கண்ணனின் உன்னத லீலைகள் எல்லாமே நிகழ்ந்த இடம் யமுனைக்கரை பிருந்தாவனம். அந்தப் பிருந்தாவனத்தில் ஒரு அழகிய தடாகம். அத் தடாகக் கரையில் ஏராளமான கடம்ப மரங்கள் இருந்தன. கோபியர்கள் உடைகளைக் களைந்துவிட்டுக் குளத்தில் குளித்தபோது அந்த உடைகளைத் திருடிய மாயக்கண்ணன் கடம்ப மரத்தில் ஒளித்துவைத்து, அவரும் அம் மரத்தில் அழகுடன் அமர்ந்து குழலூதினான். காளியமர்த்தனம் நிகழ்த்திய அதே குளக்கரையில் நிற்பது கடம்ப மரமே. பாமாவுக்குப் பாரிஜாதத்தைக் கண்ணன் வழங்கினாலும் கண்ணன் விரும்பிய மரம் வெண்கடம்பே. கடம்பிலும் பலவகை உண்டு. நீர்க்கடம்பு (Mitragyna parviflora) மஞ்சள் கடம்பு (Adina cordifolia) ஆகியவை வேறு.

அரிஸ்டாட்டில்

வடக்கே யமுனா நதிக்கரையில் அமைந்துள்ள மதுரா – பிருந்தாவனத்தில், கடம்பு புனித மரம் என்றால், தெற்கேயும் மதுரை மாநகரில் மீனாட்சி – சுந்தரேஸ்வரரும் கடம்ப வனத்தில் குடிகொண்டுள்ளனர் என்பது புராணம். திருஆலவாய் என்று போற்றப்படும் மதுரைக்கோவிலின் தல விருட்சத்தைத் தவிர கடம்ப வனத்தையும் காணோம். கடம்ப வனத்துக் குயில்களையும் காணோம். திருக்கடம்பந்துறை என்ற குளித்தலைக்கும் திருக்கடம்பூருக்கும் ஓடிவிட்டனவோ?

தார்ப்பார்க்கர் பசுமாடு மிகவும் சாது. கடம்பு மரத்தில் சாய்ந்தபடி கண்ணன் குழலூதியபோது இந்த வெள்ளைப்பசு கண்ணனைச் சுற்றிக்கொண்டு காவல் புரியும். வெண்ணை திருடிய கண்ணன் தார்ப்பார்க்கர் பசுக்களை மேயவிட்டுக் கடம்ப மரத்தில் அமர்ந்து காவல் புரிந்ததும் உண்டு. கண்ணனைப் பசு காத்ததா? பசுக்களைக் கண்ணன் காத்தானா? ஆனால் பிருந்தாவனத்தைக் காத்தது கடம்பு மரங்களே. தமிழில் வெண்கடம்பு என்று கூறப்படுவது கண்ணனைக் காத்த கடம்ப மரங்களே.

கடம்ப மரத்தில் லட்டு வடிவில் மஞ்சள் பழம் பூப்பந்துபோல் வாசமுடன் பழுக்கும். தேவர்களும் அசுரர்களும் திருப்பாற்கடலைக் கடைந்து அமிர்தம் பெற்றார்கள். எனக்கு உனக்கு என்று இவர்கள் சண்டை போட்டபோது கருடன் அமிர்தத்தை ருசித்துவிட்டு நேராகக் கடம்பமரம் வந்து மூக்கைத் துடைத்துக்கொண்டதாம். ஆகவே, கடம்பமரத்துக் காற்றுப்பட்டாலே போதும். கொடிய விஷமுள்ள காளியாவின் மூச்சு இந்தக் கடம்பை எதுவும் செய்யமுடியவில்லை. கண்ணன் காளியமர்த்தனம் செய்து காளியனை அங்கிருந்து விரட்டும் சக்தியை வழங்கிய இம்மரத்திற்கு மிகச் சிறந்த மருத்துவக் குணமுள்ளதில் வியப்பில்லை. குறிப்பாக விதைகளில் நஞ்சை முறிக்கும் சக்தி உள்ளது. விதைகளை அரைத்துக் குடித்தாலே நஞ்சு நீங்கும்.

தலையில் பற்றுப் போட்டால் தலைவலி, நீர்க்கோவை நீங்கும். குழந்தைகளுக்கு ஏற்படும் வயிற்று வலிக்குக் கடம்பு மரப் பழத்தைப் பிழிந்து சர்க்கரை, சீரகம் பொடிசெய்து வழங்கப்படும். இதற்கு வெப்பத்தை ஆற்றும் சக்தி உண்டு. வயிற்று வலியைப் போக்குவதுடன் நீர்க்கோவை ஜுரத்தையும் கண்டிக்கும். பிறந்த குழந்தையின் மண்டை உச்சியில் எலும்பு சேர்வதற்கும், நோய்ப் பாதுகாப்பிற்காகவும் கடம்ப மரத்தின் பட்டையை அரைத்துத் தடவுவார்கள். கடம்ப மரத்தின் பட்டைச் சாற்றில் பொடித்த படிகாரத்துடன் எலுமிச்சம் பழத்தையும் பிழிந்து கூடவே சிறிது அபினையும் சேர்த்துக் குழைத்துக் கண் வளையத்தில் தடவினால் கண் வீக்கம் நீங்கும். கடம்பு விதையை மிளகு சேர்த்து எலுமிச்சம்பழச்சாறு விட்டு மெழுகுப்பதமாக அரைத்து தினமும் 2 வேளை சுண்டக்காய் அளவு உட்கொண்டால் இந்திரிய பலவீனம் குணப்படும்.

வெண்கடம்பு சுமாரான உயரம் வளரும். அடிச்சுற்று 6 அடி வரை பருக்கும். சுமார் 30 அடி உயரும். இந்த மரம் இந்தியா முழுவதும் வியாபித்துள்ளது. வடக்கே இமயமலைக்காடுகளிலும், விந்திய சாத்பூரா மலைக்காடுகளிலும் மேற்குத் தொடர்ச்சி மலைக்காடுகளிலும் நிறைய காணப்படும். மரத்தின் மதிப்பு சுமார். மஞ்சள் கடம்புதான் அதிகம் விரும்பப்படுகிறது. ஆனால் இந்த மரம் அழகாகக் காட்சி தரும். இல்லாவிட்டால் கண்ணன் எவ்வாறு கவரப்படுவான்? பசுமையான தளிர் இலைகளில் ஆங்காங்கே பந்துபோல் மஞ்சள் பூக்கள் பழமாகும். மரமே கூட சந்தனம் போல் தழையமைப்புடன் உருண்டு திரண்டு குடை விரித்திருக்கும்.

வெள்ளைக் கடம்பு சதுப்பு நிலத்தில் வளரும். ஆகவே ஆற்றோரம், கண்மாய்க் கரை, குளக்கரைகளில் நடுவது நன்று. உவர் மண்ணில் வளராது. நீர்த்தேங்கலைத் தாங்கி வளரும். இது சற்று மென்மையான மரம். தீக்குச்சி செய்யலாம். மெல்லிய பெட்டி செய்யலாம். ஏற்றுமதிக்குரிய சுருட்டுகள் இம்மரப்பலகையில் செய்த பெட்டியில் வைத்து அனுப்பப்படுகிறது. சுருட்டுப் பெட்டிகள் எவ்வளவு காலமானாலும் உளுவான் வராது. எந்த விஷமும் ஏறாது. பூச்சி அரிக்காத மென்மையான மரப்பெட்டிகள் செய்யக் கடம்புக்கு நிகர் கடம்புதான். கடம்பு இலை, பட்டை ஆகியவற்றை விவசாயிகள் பூச்சி விரட்டியாகவும் பயன்படுத்தலாம். வனத்துறையை அணுகினால் கடம்புக்கன்று கிட்டும். கோவை வனத்துறைக் கல்லூரியில் அல்லது ஆழியாறு ஆனைக்கட்டி வனச் சரகர் மரப்பண்ணையிலும் விதைகள், கன்றுகள் கிடைக்கும்.

54. மருதாணி

மணமகளின் அலங்காரம்

தாவரஇயல் பெயர்	:	Lawsonia inermis Lawsonia alba (Lythraceae)
சம்ஸ்கிருதம்	:	மத்யந்த்ரிகா
ஹிந்தி	:	மேஹந்தி
ஆங்கிலம்	:	Henna

திருமண நாளின் முன்னிரவுக்கு 'மேந்திராத்' என்று வட இந்தியாவில் தடபுடலாக ஆட்டமும் கொண்டாட்டமும் இருக்கும். மேந்திராத் என்றால் மருதாணி இரவு. 'மேந்தி லகி மேரி ஹாத்' என்றெல்லாம் சினிமாக்கள் வந்தன. மாப்பிள்ளை அழைப்பு என்று நாம் கூறும் நாளில் தமிழ்நாட்டிலும் மணப்பெண்ணுக்கு மருதாணி இடுவார்கள். அநேகமாக இந்தியாவின் எல்லா மாநிலங்களிலும் மருதாணி இல்லாத திருமணமே இல்லை. மருதாணி இலைகளைப் பறித்து அம்மியில் விழுதுபோல் அரைத்து மணப்பெண்ணின் கைகளிலும், கால்களிலும் கூடு கட்டுவார்கள். கல்யாணம் வந்தால்தான் மருதாணி இடுவது என்பதல்ல. கிராமங்களில் ஆண் பெண் வித்தியாசமின்றி குழந்தைகளும் பெண்களும் மாதம் ஒருமுறை மருதாணி இட்டுக்கொள்வார்கள். இரவு தூங்கப்போகும் சமயம் அம்மா, அத்தை, அக்காள் யாராவது குழந்தைகளுக்கு இடுவார்கள். கையில் மருதாணி கூடு

கட்டியுள்ள சமயத்தில் குழந்தைகளுக்கு மாறி மாறி சொறிந்துகொள்ள முடியாதபடி உடம்பில் அரிக்கும். "அம்மா, முதுகு அரிக்குது" என்று ஒரு குழந்தை கத்தும். இவர்களுக்குச் சொறிந்து விடுவதற்காகவே அம்மாவோ அக்காவோ மறுநாள் மருதாணி இட்டுக்கொள்வார்கள்.

நவ நாகரிக உலகில் நல்லது கெட்டது தெரியாமல் இன்று மருதாணி என்ற பெயரில் ரசாயனச் சிவப்பை இட்டுக்கொள்கின்றனர். கடையில் விற்பது நிஜமான மருதாணி இல்லை. மருதாணித் தூளுடன் ரசாயனமும் கலந்திருக்க வாய்ப்புண்டு. மருதாணியின் புண்ணாற்றும் பண்பினை அறிந்திருந்த முன்னோர்கள் வேலை செய்யும் பெண்களின் கரங்களைப் பாதுகாக்கும் ஒரு யோசனையில்தான் மருதாணிக்கு இவ்வளவு முக்கியத்துவம் தரப்பட்டுள்ளது.

இந்தியாவில் மட்டுமல்ல, இஸ்லாமிய நாடுகளிலும் மருதாணியின் புகழ் நிலை நிறுத்தப்பட்டுள்ளது. ஒன்பது உலக அதிசயங்களில் ஒன்றான எகிப்திய மம்மியின் (இறந்த பரோ மன்னனின் உடல்) நகங்களில் மருதாணிக்கரை அழியாமல் உள்ளது. வரலாற்று ஆசிரியர் பிளினி மருதாணியை 'எகிப்தின் புனித மரம்' என்று குறிப்பிட்டுள்ளார். ஹீப்ரு மொழியில் எழுதப்பட்டுள்ள 'சாலமன் பாடலில்' (சுமேரிய நாகரிகம்) "என் காதலி எங்கிடு திராட்சைத் தோட்டத்தில் படர்ந்துள்ள மருதாணி மலர் வாசம்போல் சுகந்தம் வீசுகிறாள்" என்ற குறிப்பு உள்ளது.

இவ்வளவு சிறப்பு வாய்ந்த மருதாணியின் மருத்துவ முக்கியத்துவம் பலருக்கு வியப்புத்தரும். ஏனெனில் மருதாணியின் பட்டைக்குத் தாமிரத்தை முறிக்கும் திறன் உண்டாம். தாமிரம் முறிந்த மருதாணிச் செந்தூரம் ஒரு சிறந்த மருந்து. மருதாணிப் பட்டை தொழுநோய்க்கு மருந்து. ஈரல் வீக்கம், மண்ணீரல், மூத்திரப்பையில் கல் போன்ற பிரச்சினைகளுக்கு மருதாணி மரத்துப் பட்டையைப் பொடித்து மதுவில் நொதியல் போட்டு பானமாக வழங்குவது ஒரு பாரம்பரிய வைத்திய முறை. தூக்கமின்மைக்கு மருதாணி மலர்கள் நல்ல மருந்தாகும். மருதாணி மலர்களை ஒரு பையில் நிரப்பித் தலையணையாக வைத்துக்கொள்ளலாம். நல்ல தூக்கம் வருமாம்! மருதாணி இலைகளைச் சாறு பிழிந்து தண்ணீர், சர்க்கரை அல்லது பால் கலந்து உள்ளுக்கு மருந்து கொடுத்தால் ஆண்களுக்கு விந்து ஒழுகலையும், உஷ்ண வலிப்பு நோயையும், குளிர் வலிப்பு நோயையும் கட்டுப்படுத்தும். இதே பிரச்சனை பெண்களைப் பாதிக்கும்போது மருதாணி விதைகளையும், உலர்ந்த இலைகளையும் தூள் செய்து மெல்லிய துணியில் உருட்டி யோனித்

துவாரத்தில் வைத்துக்கொள்ள வேண்டும் என்ற மருத்துவ யோசனை மருத்துவக் களஞ்சியத்தில் கூறப்பட்டுள்ளது.

இருப்பினும் மருதாணி பெரும்பாலும் பூச்சு மருந்தாகவே அதிகம் பயனாகிறது. நரை தெரியாமலிருக்க மருதாணியைத் தலைமுடியில் ஆண், பெண் இருபாலரும் பயன்படுத்துகின்றனர். சிலர் தாடி, மீசையில் கூட மருதாணி இடுவதுண்டு. சாதாரணமாகக் கை கால்களில் மருதாணி பூசுவதால் தோல் நோய் அண்டாது. கால் புண்ணுக்கும் கைப்புண்ணுக்கும் மருதாணியே கைகண்ட மருந்து. மருதாணிக் களிம்பு எல்லாவிதக் கட்டிகளையும் புண்ணையும் ஆற்றும். வாதநோய், வலிப்புநோய் நிவாரணி. பெரியம்மையினால் கண்கள் பாதிக்காமல் இருக்க உள்ளங்கால்களில் மருதாணி பூசும் மரபு அராபியர்களிடமும், பாரசீகர்களிடமும் உண்டு. மேற்காசிய இஸ்லாமியர்கள் தலைவலிக்கு மருதாணிப் பற்றுப் போடுவார்களாம். அவர்கள் நல்ல நிறமாக உள்ளதால் நெற்றியில் மருதாணிப் பற்றுப் போட்டால் கறை தெரியாது போலும்! யூதர்கள் மருதாணி மலர் வாசனைக்குளியல் போடுவார்கள். அதாவது மருதாணி மலர்களைக் காய்ச்சி வடித்து எடுத்த வாசனைத் திரவத்தை நீரில் கலந்து குளிப்பதுண்டு. காந்திகிராமம் லெட்சுமி சேவா சங்கத் தயாரிப்பு மருதாணித் தைலம். இது இளநரையையும் முடி உதிர்தலையும் பொடுகையும் நீக்கும்.

இவ்வளவு மருத்துவச் சிறப்பு இருந்தும் மருதாணி மரம் அருகி வருகிறது. மருதாணிக்கு மாற்றாக சிந்தட்டிக் வாசனையும் ரசாயனச் சிவப்பும் நுழைந்துவிட்டதால் நிஜமான மருதாணி வாய்ப்பு இழந்து வருகிறது. இது ஒரு குறுமரம். மழைக்காலத்தில் குச்சி நட்டாலே வந்துவிடும். முதிர்ந்த மரத்திலிருந்து விதை எடுத்தும் கன்றுகள் போடலாம். மருதாணி அருமையான உயிர் வேலி. மிகச் சிறந்த வேலிப்பயிர். லேசாக முள் உண்டு. வறட்சி தாங்கும். முற்காலத்தில் எல்லாக் கிராமங்களிலும் மருதாணி சாதாரணமாகக் கிடைக்கும். இப்போது அலைந்து திரிந்து கண்டுபிடிக்க வேண்டியுள்ளது. நர்சரிகளில் கன்றுகள் கிடைக்கும் வாய்ப்பு உண்டு. எங்குமே கிடைக்காவிட்டால் திண்டுக்கல் மாவட்டத்தில் உள்ள பழனிமலைப் பாதுகாப்புக் கழக நர்சரிகளில் கிடைக்கும் வாய்ப்பு உண்டு. மருதாணியை விவசாயிகள் உயிர்வேலியாகவும், வலை விரிப்பயிராகவும் (Trap crop) நட்டு முக்கியப் பயிர்களுக்குப் பாதுகாப்புத் தரலாம். கூடவே அழகின் பயனையும் மருத்துவப் பயனையும் பெறலாம்.

55. நொச்சி

ஜலதோஷ நிவாரணி

தாவரஇயல் பெயர்	:	Vitex negundo (Verbenaceae)
சம்ஸ்கிருதம்	:	சேபாலிகம், நிர்குண்டி சிந்துவரம்
ஹிந்தி	:	நிசிந்தா

மூக்கிலிருந்து நீர் ஒழுகல், ஜலதோஷத் தலைவலி போன்ற சமயங்களில் கைகண்ட மருந்து நொச்சித்தைலம். அலோபதி வைத்தியத்தில் உடனடி நிவாரணம் என்று கூறுவோருக்கு நொச்சித் தைலம் நல்ல சவால். இது என் சொந்த அனுபவம். இதுபோன்ற சூழ்நிலையில் காந்தி கிராமம் சித்த ஆயுர்வேத மருந்தக மருத்துவர் மாணிக்கம், தலையில் நொச்சித் தைலம் தேய்த்துக் குளிக்கச் சொல்வார். தலைவலி – ஜலதோஷம் போயே போச்சு. தேவைப்பட்டால் திரிபலா சூர்ணம் வழங்குவார். அதன் பின்னர், மருத்துவக்

களஞ்சியத்தைப் புரட்டிப் பார்த்தால் நொச்சி ஜலதோஷத்துக்கு மட்டுமல்ல; பல நோய் நிவாரணி என்ற உண்மை புரிந்தது.

தமிழ்நாட்டில் முறையான சாகுபடி இல்லாமல் ஆற்றோரங்களிலும் கால்வாய்ப் பகுதிகளிலும் மண்டி வளர்கிற குறு மரம். புதராக வளர்கிறது. எல்லோராலும் அறியக்கூடிய இந்த மரத்திற்கு ஏராளமான மருத்துவப் பண்புகள் உள்ளன. இந்த மரத்தின் இலை, பட்டை, பூ, பழம், வேர் எல்லாமே மருந்துகள். வட இந்தியாவில் வங்காளம், ஒரிஸா நீங்கலாக மற்ற மாநிலங்களில் அரிது. ஆனால் தென்னிந்தியாவில் இதன் வளர்ச்சிக்குப் பஞ்சமில்லை. நொச்சியில் வெள்ளை ரகமும் நீலரகமும் உள்ளன. கருநொச்சி என்பது அபூர்வம். சில மருத்துவர்கள் கருநொச்சிக்கு மட்டுமே மருத்துவ குணம் உள்ளதென்று கூறுவதற்கு எந்த வகை ஆதாரமும் இல்லை. சிலர் நீல நொச்சியையே கருநொச்சி என்கிறார்கள். வங்காளத்தில் வெள்ளை நொச்சி விரும்பப்படுகிறது. அங்குதான் ஆயுர்வேத மூலிகை ஆராய்ச்சிகளும் நிகழ்கின்றன. வெள்ளை, கறுப்பு, நீலம், எல்லாமே நிசிந்தா. நிசிந்தா என்றால் "கவலை இல்லாதவை" – அதாவது நொச்சியிருக்கும் போது நோய் பற்றிய கவலை இல்லை, என்பது பொருள்.

நொச்சி இலை ஒத்தடம் கொடுத்தால் வாயுப்பிடிப்பு, சுளுக்கு அகலும். நொச்சி இலையைச் சட்டியில் போட்டு பிறகு அடுப்பில் சூடுசெய்து உடம்பு ஏற்கும் அளவு சூடாக ஒத்தடம் கொடுக்க வேண்டும். அந்தக் காலத்தில் பானைச் சமையல் மட்டுமல்ல; பானை ஒத்தடமும் சிறப்பானது. ஒத்தடம் கொடுப்பதுடன் வலியுள்ள இடத்தில் துவையலாக அரைத்தும் பூசலாம். விரை வீக்கம், சூதக வலிக்கும் பூச்சு நல்லது. மண்ணீரல் வீக்கமும் கட்டுப்படும், ஜலதோஷம், மூக்கு ஒழுகல் பிரச்சனைக்கு நொச்சி இலைகளை ஒரு துணிப்பையில் அடைத்துத் தலையணையாகப் பயன்படுத்தினாலே போதுமாம். உலர்ந்த நொச்சி இலையைத் தூள் செய்து பீடிப்புகை பிடிப்பதும் உண்டு. நொச்சி துவர்ப்பும் கசப்பும் நிரம்பியது. நொச்சி இலைச்சாறு கர்ப்பப்பை ஒழுகலையும் வயிற்றுப் புண்ணையும் ஆற்றும்.

நொச்சித் தைலம் பற்றி ஆரம்பத்திலேயே கவனித்தோம். நொச்சி இலைச் சாறும் நல்லெண்ணெய்யில் காய்ச்சப்படுகிறது. இது மூக்கு ஒழுகுவதை நிறுத்தும். இதைத் தலைப்பகுதியிலும் கழுத்திலும் தேய்த்துக்கொண்டு சில மணி நேரங்கள் உடலில் ஊறவிட்டுப் பின்னர் இளஞ்சூட்டு வெந்நீரில் குளித்தால் ஜலதோஷம் நீங்குவதுடன் – ஸ்பாண்டிலிட்டிஸ் அதாவது கழுத்துவலி நீங்கி காதில் தங்கிய நீரும்

வெளியேறும். கவிராஜ் ஜோகீந்திரநாத் சென் என்ற வங்காள மருத்துவர் – கடந்த நூற்றாண்டில் (1924) சீழ்ப்பிடித்து அழுகிச் சொட்டும் புண்ணுள்ள இடது புஜத்தையே நீக்கவேண்டும் என்று அலோபதி வைத்தியர்கள் கைவிட்ட ஒரு நோயாளிக்கு தினமும் நொச்சித் தைலம் ஊற்றியே ஒரு மாதத்தில் குணப்படுத்தியுள்ளதாக மருத்துவக் களஞ்சியத்தில் குறிப்புள்ளது. பாவப்பிரகாஷ் வைத்தியத்தில் நொச்சி இலையுடன் திப்பிலி சேர்ந்த கஷாயம் நீர்க்கோவை ஜுரத்திற்கும் கேளாச் செவியைக் கேட்க வைக்கவும் பயனாகிறது. காதில் உள்ள நீரடைப்பை எடுத்துவிடும். மற்றொரு சிறப்பான வைத்தியமும் உள்ளது. பிரசவத்திற்கு முன்னும் பின்னும் கர்ப்பப்பையில் ஏற்படும் வலி நீங்க நொச்சி இலைகளை ஊறவைத்த தண்ணீரைச் சூடுசெய்து உடம்பில் ஊற்றவேண்டும் என்று ரோக்ஸ் பார்க் குறிப்பிடுகிறார். தீராத வாதநோய் வலிப்பு அகல நொச்சி இலையுடன் பூண்டு, ரோஜா மொட்டு அல்லது காசினி விதைப்பூ சேர்த்த அரிசிக்கஞ்சி வழங்கப்படுகிறது. மிளகு, நெய் இரண்டும் சேர்த்து நொச்சிக் கொழுந்தை அரைத்து வழித்த சாரம் 2 தோலாவுடன் 2 தோலா பசு மூத்திரத்யையும் சேர்த்து தினம் 1/2 தோலா வெறும் வயிற்றில் குடிக்க வேண்டும். இது ஈரல் வீக்கத்திற்குரிய மருந்து (1 தோலா என்பது 12 கிராம்.)

நொச்சி வேர்ப்பட்டையின் சாரம் விரை வீக்கம், புண்ணுக்கு டிஞ்சராகத் தடவப்பட்டது. நொச்சி வேரைப் பொடி செய்து அந்தத் தூள் மூலத்திற்கும், சீத பேதிக்கும் மருந்தாக வழங்கப்பட்டது. நொச்சிவேர் நாள்பட்ட புண், குடல் புண், வயிற்றில் உள்ள புழு கிருமி நாசினி. குஷ்டத்திற்கும் தடவப்படுகிறது. நொச்சி மலர்கள் இதய நோய்களின் கைகண்ட மருந்து. உலர்ந்த பூக்களைத் தூள் செய்து சூர்ணமாக வயிற்றுப்போக்கு, ஜுரத்திற்கும் வழங்கலாம். இது வயிற்றில் உள்ள புண்ணிலிருந்து வரும் ரத்தப்போக்கை நிறுத்தும். நொச்சி விதைகளின் சூர்ணமும் புண்ணாற்றி, வெப்பாற்றி. நொச்சி இலையை ஆவி பிடிக்கவும் பயன்படுத்தலாம். ஜலதோஷத்திற்கு அதுவும் சிறந்த முறை. நொச்சி இலையும் பட்டையும் தேள்கடி மருந்து. இவ்வளவு சிறப்புள்ள நொச்சியை விவசாயிகள் பசு மூத்திரத்தில் நொதிக்கவைத்துப் பயிர்மீது தெளித்து வேளாண்மையில் பயிர்ப்பாதுகாப்பும் செய்யலாம். பல இயற்கை விவசாயிகளுக்கு நல்ல பலன் கிட்டியுள்ளது.

நொச்சி சுமார் 20 அடி உயரம் மலைப்பகுதிகளில் வளரும். இது நெடுமரமாகாமால் ஏராளமாகப் பக்கக்கிளைகளை வெடித்துக்கொண்டு புதராக வளரும். புதர்க்காடு உருவாக்க நொச்சி பயிர் செய்யலாம். சமநிலப்பகுதிகளில் 12 அடி உயரம் வரை வளரும். தை மாதம் முதல் சித்திரை

அரிஸ்டாட்டில்

வரை மலைப்பகுதிகளில் பூங்கதிர் தோன்றிப் பூக்கும். சமநிலப் பிரதேசங்களில் ஆடி முதல் புரட்டாசி வரை பூங்கதிர் தோன்றும். பொதுவாக இப்புதர் மரத்திற்கு திட்டவட்டமான பருவம் இல்லை. நீருள்ள இடங்களில் காவிரி டெல்டாப் பகுதிகளில் வாய்க்கால்கரைகளில் நொச்சிப் புதர்களை நிறையப் பார்க்கலாம். விருட்ச ஆயுர்வேதத்தில் நொச்சியை நீரோட்ட அடையாளமாகக் குறிப்பிட்டுள்ளார். நொச்சி வளர்ந்துள்ள இடத்தில் நீரோட்டம் உண்டு என்பது அவர் கணக்கு. நொச்சியை ஆடுமாடு தின்பதில்லை. ஆகவே நொச்சியைப் புதிதாகப் பயிரிடும் அவசியம் இல்லை. இருப்பதைப் பயன்படுத்தினாலே நமது பொருளாதாரம் மேன்மையுறும்.

56. புன்னை

பூச்சொரியும் மரம்

தாவரஇயல் பெயர்	:	Calophyllam inophyllam (Guttiferae)
சம்ஸ்கிருதம்	:	புன்னாகம், பஞ்சசேகரம்
ஹிந்தி	:	சுர்பன், சுர்புங்கா, சுல்தான் சம்பா
ஆங்கிலம்	:	Alexandrian Laurel

பெரிய இடத்துப்பெண் என்ற சினிமாவில் "கட்டோடு குழலாட" என்று தொடங்கும் கண்ணதாசன் இலக்கியம், இசையானதை யாரால் மறக்கமுடியும்? இதில் ஒரு வரி "புன்னைமரம் பூச்சொரிய சின்னவளே நீ ஆடு." கவிஞர் வாசனையுள்ள பூவின் அழகை ரசித்தார். எனினும் ரசனைக்குரியது புன்னை மர இலைகளே; மிகவும் வித்தியாசமான தோற்றம். இலத்தீன் மொழியில் இதன் பெயர் கோலோஃபைலம். இதன் பொருள், "இலையின் அழகு". பச்சைப் பசேலேன்று இலைகளுடன் நரம்புகள் வெளித்தெரியும் என்பதை அய்நோபைலம் என்ற சொல் குறிக்கும். பச்சை முகங்களுக்குப் பால் போன்ற பன்னீர் புஷ்பங்கள் பொட்டு வைத்துள்ள அழகைக் கவிஞர் ஆராதிப்பதில் என்ன தவறு? பூக்களால்தானே இலைக்கு அழகு. புன்னை மர இலைகளும் அழகை அள்ளித்தருகிறது. மரம் அழகாய் இருந்தால் போதுமா? மருத்துவ குணம் வேண்டாமா? நிறையவே உண்டு.

அரிஸ்டாட்டில்

மருத்துவத்திற்குரிய பயன் இருந்தும் அதற்குரிய திட்டம் இல்லை. தமிழ்நாட்டில் பல அரிய மரங்களில் இதுவும் ஒன்று. பனையைப் போல் பயன் இருந்தும் பயனாகாத பல மரங்களில் புன்னையும் ஒன்று.

புன்னை

புன்னை விதைகளில் பெரிய பருப்புகள் உண்டு. அதில் 60% எண்ணெய் உள்ளது. இலுப்பை மர எண்ணெயைப் போலவே புன்னைக்கொட்டை எண்ணெய்யும் அற்புத மருந்து. மேலைநாடுகளில் இதை டோம்பா ஆயில் (Domba Oil) என்று சந்தைப்படுத்துவதால் இதற்கு நல்ல ஏற்றுமதி வாய்ப்புள்ளது. மிகச்சிறந்த வலி நிவாரணி. வாயுவைக் கண்டிக்கும். பெண் நோயால் ஏற்படும் புண்ணையும் ஆற்றும். குறிப்பாக ஆண், பெண் இருபாலருக்கும் மர்மஸ்தானத்தில் ஏற்படும் ஒழுகலுக்கு டோம்பா எண்ணெயை ஐரோப்பியர்கள் பயன்படுத்துவார்கள். தோல் பகுதியில் ஜவ்வு போன்ற மெல்லிய பாகத்தில் புண்ணாகி நிணநீர் (Mucous membrane of the genito urinary organs) கசிவதைத் தடுப்பதில் இதுவே திட்டவட்டமான மருந்து என்று மருத்துவக்களஞ்சியம் குறிப்பிடுகிறது. இவ்வாறே புன்னை மரப் பிசினும் உடலின் மற்ற பாகங்களில் ஏற்படும் புண்ணை ஆற்றும். புன்னை மரப்பட்டையைக் கஷாயமாக உள்ளுக்குத் தரலாம். வெளிப் புண்களைக் கழுவி மருந்திடவும் டெட்டால் லோஷன்போல் பயனாகும். வயிற்றுக்குள் ஏற்படும் ரத்தக்கசிவும் கட்டுப்படும். புன்னை மரப் பசுமை இலைகள் கண்ணுக்கு மருந்து. புன்னை இலைகளைப் பறித்துத் தண்ணீரில் ஊறவைத்து அந்தத் தண்ணீரால் கண்களைக் கழுவினால் கண்வீக்கம் சரியாகும்.

மற்றொரு வைத்தியமும் முன்மொழியப்பட்டுள்ளது. இலைகளுடன், பட்டைகளைத் துண்டாக்கிப் புன்னை மரக்கோந்தையும் தண்ணீரில் ஊறவைக்க வேண்டும். அப்போது தண்ணீரில் மேல்பரப்பில் எண்ணெயாக

மிதப்பதை எடுத்துக் கண்வீக்கத்திற்குத் தடவிக்கொள்ளலாம். தமிழ் வைத்தியத்தில் புன்னை மரப் பூக்களும் கண்நோய்களை ஆற்றும் என்ற குறிப்பு உண்டு. புன்னை விதையையும் பருப்பையும் அரைத்துப் பற்றுப் போட முடக்கு வாதம் கீல்வாதம் விலகும்.

புன்னை மரத்தைக் குறிப்பிடும்போது நாம் அறியவேண்டிய ஒரு தகவல் சங்கர நாராயணர் கோவிலுடன் தொடர்புள்ளது. சங்கரன் கோவில் என்ற ஊரில் சங்கரநாராயணர் உள்ளார். பெயரை வைத்தே அவர்கள் திருநெல்வேலி மாவட்டத்துக்காரர் என்று கூறிவிடலாம். முன்னொரு காலத்தில் அங்கு ஒரு பெரிய புன்னை வனம் பூச்சொரிந்து புன்னை மரங்களில் ஏராளமான புற்றுகள் உருவாயின. அந்தப் புற்றுமண் எப்படிப்பட்ட நோயையும் தீர்க்கும். இது என்ன மூடநம்பிக்கை என்று சிலர் கூறலாம். புன்னை மரப்பட்டையைச் செல்லரித்து உருவாக்கிய கரையான் மண் அற்புத மருந்துதானே! சங்கரன் கோவில் சென்றால் புற்றுமண் பிரசாதம் தருவார்கள். அது உண்மையில் புன்னை வனப் புற்றாக இருந்தால் சஞ்சீவிதான்.

திருமயிலாப்பூர் (புன்னை)　　　புன்னை

புன்னை மரம் பல கோவில்களில் தல விருட்சம். சங்கரன் கோவில் தவிர திருப்புனவாயில், திருப்புகனூர், திருமயிலாப்பூர், திருவெண்ணெய் நல்லூர், திருவேட்டக்குடி, திருஇடவெந்தை, திருக்கோவிலூர், திருப்பாடகம், திருப்புள்ளாணி, பூதக்குடி என்று பல கோவில்களில்

புன்னையே தல விருட்சம். இலுப்பை எண்ணெயைப் போலவே புன்னை மர எண்ணெயும் தீப்பந்தம் பிடிக்கவும், கோவில்களில் விளக்கேற்றவும் பயனானது. நாளடைவில் இந்தப் பயன் அருகியது மட்டுமல்ல; புன்னை வனங்களே அழிந்துவிட்டன.

புன்னை மரங்களைக் கடற்கரைப் பகுதியில் நடலாம். இன்று சுனாமியால் பாதிப்படைந்த கிராமங்களில் புன்னை வனங்களை உருவாக்கலாம். கடற்கரைப் பகுதிகளில் இதை வாதா மரம், தென்னை, சவுக்கு, கொடுக்காப்புளியுடன் இணைத்து நடலாம். இது மண்ணையும் திருத்தும். இதன் பொருள் மற்ற இடங்களில் வராது என்பதல்ல. சற்று வண்டல் படிந்த பூமியில் சிறப்பாக வளரும்.

இன்று நகரங்களில் உள்ள பெரிய பங்களாக்களில் அழகுக்காக இந்த மரம் நடப்பட்டு வளர்ந்துள்ளது. எளிதாக விதை சேகரிக்க முடியாமல் வனங்களே அழிந்துவிட்டன. புன்னைக்கொட்டைகளை சேகரித்து விவசாயிகள் தங்கள் வீடுகளில் நடவேண்டும். புன்னை இலையையும் பூச்சிவிரட்டியாகப் பயன்படுத்தலாம். புன்னை மரங்களும் தச்சுவேலைக்கு உதவக்கூடியது. இதன் மரப்பயனும் அதிகம். புன்னை விதைகள் கோவையில் வன இயல் கல்லூரி வளாகத்தில் உள்ள வனமரபியல் கோட்டத்தில் கிடைக்கும். நான் புன்னை மரக்கன்றுகளை ப.ம.பா. கழகம், கன்னிவாடி ராமசாமியிடமிருந்து பெற்று என் ஆதிலட்சுமிபுரத் தோட்டத்தில் நட்டு 1 வயதாகிவிட்டது. 10 அடி வளர்ந்துள்ளது. புன்னை வனம் வளர்க்க வேண்டும். புன்னை மரத்தைப் பூச்சொரிய வைத்து புன்னா கவராளி ராகத்தில் இன்னிசை பாடினால் இதரப் பயிர்களும் பூத்துக்குலுங்கி காய்க்கும். கனியாகும்; மனிதனுக்கும் பயனாகும்.

57. தாழை மரம்

தாயின் காப்பகம்

தாவரஇயல் பெயர்	:	Pandanus odoratissimus (Pandanaceae)
சம்ஸ்கிருதம்	:	கேதகி, தூலி புஷ்பிகா
ஆங்கிலம்	:	Fragrant Screwpine

அணைத்து வளர்க்கும் தாய்க்கு அணைப்பில் அடங்கும் குழந்தை இல்லாவிட்டால் தாய்மை சுகத்தை அனுபவிப்பது எப்படி? தண்ணிலவு தேனிறைக்கத் தாழைமரம் நீர் தெளிக்கப்படாமல் நீரோடைகளில், ஆறுகளில், கேட்பாரின்றிப் புதராக வளர்ந்து இன்மணம் பரப்புவதுடன் மலடு நீங்க மருத்துவம் தருகிறது. வடக்கில் வேரைப் பயன்படுத்துகின்றனர். தெற்கில் குறிப்பாகத் தமிழ் வைத்தியத்தில் தாழம்பூவை விழுதாக அரைத்துப் பாலில் கலந்து வடிகட்டி வழங்கலாம் என்பது செவிச் செய்தி. மருத்துவக் களஞ்சியத்தில் தாழைமரத்தின் வேரை – வேர்க்கிழங்கை எடுத்துவந்து அதை அரைத்துப் பசும்பாலில்

(நாட்டுப்பசு) கலந்து வடிகட்டாமலேயே தரலாம். தாய்மை ஏற்படுவது மட்டுமல்ல; ஏற்கெனவே உருவான கரு கலையும் ஆபத்தையும் தடுக்குமாம்.

இப்படிப்பட்ட அருமையான மருத்துவ குணத்தை யார் ஆராய்ந்து பார்த்தனர்? இது பற்றி ஆய்வுகள் தொடங்கினால் என்ன? அநேகமாக தாழையின் மேற்படி மருத்துவ உபயோகம் பழங்குடி மக்களின் பாரம்பரிய அறிவின் ஒரு அம்சமாகவே இருக்கலாம். தாழம்பூவுக்குச் சற்று வணிக முக்கியத்தும் இருப்பினும் தாழையை நாடும் மக்கள் குறைவு. ஒருமுறை நாங்கள் சோழநாட்டில் திருக்கருகாவூர் என்ற திருத்தலம் சென்றிருந்தோம். அங்கு முல்லை வனேஸ்வரருக்கு அம்பிகையாக இருப்பவர் கரும்பனையாளம்மை என்ற கருப்பரக்ஷகி. முல்லை ஆண்பாலாகவும் பனை பெண்பாலாகவும் உள்ள புதுமை இந்தத் தலத்தில் உள்ளது. இங்கு வந்து வேண்டிக்கொண்டால் குழந்தை பிறக்கும் என்பது ஐதீகம். கர்ப்பம் கலையாமல் இருக்கும் என்பதும் ஐதீகம். இங்கு வெளியே தாழம்பூ விற்கிறார்கள். தாழைப்புதர் நிறைய உள்ளதாகவும் கூறப்பட்டது. ஆதரவற்ற ஏழைப் பெண்ணுக்கு அம்பிகையே மருத்துவம் பார்த்து சுகப்பிரசவம் ஆனதாக ஒரு புராணம் உண்டு. அந்த அம்பிகை என்ன வைத்தியம் செய்திருக்கலாம் என்பதற்குக் காவிரிப் புதர்களில் மண்டியுள்ள தாழை மரம் பதில் அளிக்கலாம். உண்மையில் திருச்சாய்க்காடு (சாயாவனம்) பூம்புகாரில் உள்ளது. திருநாவுக்கரசர் பாடிய திருத்தலம் அது. அங்கு தாழைமரம் (தாழம்பூ) தல விருட்சம்.

ஏழையார் கடை தோறுமிடு பலிக்கென்று
கூழை வாளர வாட்டும்பிரானுறை கோயில்
மாழையொண் கண்வனைக் கை நுளைச்சியார் வண்பூந்
தாழை வெண்மடற் கொய்து கொண்டாடு சாய்க்காடே

என்று அப்பர் சுவாமிகள் தாழம்பூவைச் சிறப்பித்துள்ளார்கள். இவை தவிர பல்லவனம், சங்கவனேஸ்வரம், அன்பில் திருமால் ஆகிய திருக்கோயில்களிலும் தாழை தல விருட்சமாகும். மருத்துவக் களஞ்சியத்தில் தாழையின் குணம் வாதம், கபம், மேகம் சார்ந்த பிணியகற்றும் என்று கூறுகிறது. குறிப்பாக முற்காலத்தில் பிரமேகம் என்ற நோய்வந்தால் தாழை வைத்தியம் செய்யப்படும். மேகநோய் என்பது உடல் வெப்பம் ஏறிச் சூட்டால் ஏற்படும் பல பிரச்சனைகள். உடல் ரணமாகும். இப்படி வரும்போது உப்பில்லாப் பத்தியம் இருந்து கொண்டு பின்வரும் வைத்தியம் செய்யலாம். வெக்கை தீவிரமாயிருந்தால் தாழங்கிழங்கு 2 தோலா எடைக்கு (1 வெள்ளி ரூபாய் எடை) நறுக்கி அரைத்துச் சீனி சேர்த்து ஜூஸ் 1 வாரம் வெறும் வயிற்றில் அல்லது தாழம்பூவையும் இதே அளவு கொழுந்தாக அரைத்துச் சீனியுடன் சீரகம்

சேர்த்துத் தரலாம். இரண்டு தாழம்பூவைக் குறுக்கே அரிந்து 1 லிட்டர் நீரில் 1 நாள் ஊறல் போட்டுச் சாறு கொதிக்க வைத்து வடிக்கட்டி 1 கிலோ சீனாக்கற்கண்டு கலந்து தேன் பதமாகக் காய்ச்சி சிரப் செய்துகொண்டு சற்று நீர் கலந்து குடித்துவந்தாலும் வெப்பம் அகலும். தாழம்பூ மூக்குப்பொடி, தாழம்பூ பீடி எல்லாம் நாசி, தொண்டை நோய் மருந்து என்று கூறப்பட்டுள்ளது. குறிப்பாக காக்காய் வலிப்பு நோய் உள்ளவர்களுக்குப் பரிந்துரைக்கப்படுகிறது.

தாழையின் பரவலான பயன் தாழம்பூ செண்ட். இப்போது பாரீசிலிருந்து விதம் விதமான உயர்ந்தரக செண்டுகள் வருகின்றன. முற்காலத்தில் முகலாய சாம்ராஜ்யத்தில் தாழம்பூ வாசனை மட்டுமே சிறப்பாகப் பயன்பட்டது. இதைப் பற்றி 'பாபர் நாமா'வில் குறிப்பு உள்ளது.

கஸ்தூரியில் வாசனை இருந்தாலும்
அது காய்ந்த நிலையில் உள்ளது.
தாழம்பூவை ஈரமான கஸ்தூரி என்று
கூறவேண்டும். தாழையின் மையம்
வெளிப்படுத்தும் வாசனைக்கு
ஈடேது? இணை ஏது?

—பாபர்

1525இல் இந்தியாவில் ஆட்சி செய்த மொகலாயப் பேரரசர் பாபர் அருமையான பாரசீகக் கவிஞருமாவார். மான் வயிற்றிலிருந்து எடுக்கப்படும் கஸ்தூரி வாசனையை விடவும் தாழம்பூ உயர்வு என்று குறிப்பிட்டதன் மூலம்

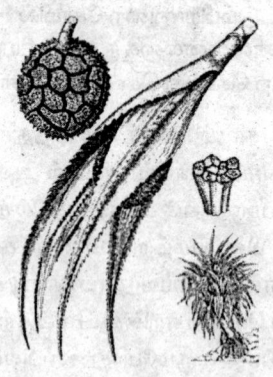

தாழை

அன்றே மான் வேட்டைக்கு அவர் முற்றுப்புள்ளி வைக்க முயற்சி எடுத்துள்ளதையும் பாராட்டலாம்.

அரிஸ்டாட்டில்

தாழையில் சிவப்பு, வெள்ளை என இரண்டு வகை உண்டு. இரண்டிலும் மணம் ஒன்றே. ஆடி, ஆவணியில் வெண் தாழம்பூ மடல் விரிக்கும். செந்தாழம்பூ என்றால் செக்கச் செவேலென்று இருக்காது. மஞ்சள் நிறத்தைத்தான் செந்தாழம்பூ என்று கூறுகின்றனர். இது பனிக்காலம் தாண்டி மடல் விரிக்கும். மாசி, பங்குனி மாதங்களில் செந்தாழம்பூ கிட்டும். தாழம்பூ தைலம் நல்லெண்ணெயில் காய்ச்சி எடுக்கப்படுகிறது. இது தலைவலிக்கு நல்லது. இயற்கை வழியில் தாழம்பூ செண்ட் எடுக்கலாம். தாழம்பூவின் இயல்பு மணத்தைவிட சிந்தட்டிக் மணம் மலிவு. செயற்கையான மலிவுகளை நாடி மனிதனும் மலிந்துவிட்டான். கத்தாழை மீது செலுத்தப்படும் கவனம் தாழையில் செலுத்தப்படுவது இல்லை. தாழையை யாரும் வீட்டில் நடுவது இல்லை. தாழம்பூ வாசனைக்கு சர்ப்பம் வரும் என்று மக்கள் நம்புவதால் தாழையை ஆற்றுக்கு அர்ப்பணித்துவிட்டனர். இன்று நெருக்கமான நகரத்தில் மனிதனைப் பார்த்து சர்ப்பம் அஞ்சி வருவதில்லை. தாழை நடாதபோதும் வருவது ஏன்? ஆற்றங்கரையில் காடாக முளைத்துள்ள தாழைக்கன்றை வேரோடு கொண்டுவந்து நட்டால் வீட்டுக்கும் தாழை மணம் வரும். வேண்டாம் இந்த விஷப்பரீட்சை என்றால் விட்டுவிடலாம்.

58. வெள்வேல்

மேக நிவாரணி

தாவரஇயல் பெயர் : Acacia leucopholoea (Mimosaceae)

சம்ஸ்கிருதம் : ஸ்வேத பார்புரம்

ஆங்கிலம் : White Babul

காட்டினாலும் அயர்த்திடைக் காலனை
வீட்டின னானுரை வேற்காடு
பாட்டினார்பணிந் தேத்திட வவ்வார்
ஓட்டினால் விளை ஒல்லையே.

திருஞானசம்பந்தரின் தேவாரத்தில் சென்னைக்கு அருகில் உள்ள திருவேற்காடு இவ்வாறு போற்றப்படுகிறது. திருவேற்காடு கோவிலின் தலமரம் வெள்வேல். 'ஆலும் வேலும் பல்லுக்குறுதி' என்ற பழமொழிக்கு இணங்க இது பல்லுக்கு வேல். அதாவது பல்லைப் பாதுகாக்க வேலங்குச்சியால் தேய்க்க வேண்டும். கருவேலைவிட வெள்வேல் சிறந்தது. இது தலமரம் என்பதால் இதன் மருத்துவக் குணம் வெள்ளிடை. தலைசிறந்த மேகநோய் நிவாரணி.

தொண்டை நாட்டுக்குரிய சிறப்பு மரம் வெள்வேல் என்பதை அறிவுறுத்தும் வேல்காடு – திருவேற்காடு என்று ஒரு சிறப்பைப் பெற்றுள்ளது. இந்த மரத்தின் தண்டுப்பகுதி வெள்ளையாக இருக்கும். இரட்டைச் சிறகமைப்புள்ள கூட்டு இலைகள் பொடியாக இருக்கும். மஞ்சள் நிறத்தில் கொத்துக் கொத்தாக மலர்கள், அதன் பின் காய்கள் உருவாகும். 2 அல்லது 3 அங்குல நீளத்தில் கொத்துக் கொத்தாகக் காய்கள். வெள்ளாட்டுக்கு இவைதான் திருப்பதி லட்டு. விரும்பிச் சாப்பிடும். ஆடு கொழுக்க வேண்டுமானால் வெள்வேல் விதைக் காய்கள் வேண்டும். வெள்வேல் வேகமாக வளர்ந்துவிடும். தரிசு நில மேம்பாட்டுக்கும் சரி, நீர்வடிப் பகுதி மேம்பாட்டுக்கும் சரி வேலமரக்காடுகள் அதாவது ஏராளமாகத் திருவேற்காடுகள் உருவாகிவிட்டால் ஆட்டுக்கு மிகவும் சத்தான உணவு கிடைக்கும். பொருளாதாரம் – குறிப்பாக DRY ZONE – வறட்சிநிலம் வளமை பெறும். வேலமரம் கல் பூமியில் வளரும். பாறை இடுக்கிலும் வேர் துளைத்துச் செல்லும்.

'ஆலம்பட்டை பித்தத்தை நீக்கும். வேலம்பட்டை மேகத்தை நீக்கும்', என்பது பழமொழி. தாழை மரம்போல் வேல மரமும் வெக்கை தணிக்கும். வெள்வேல் மரத்துப் பிசினை தினமும் 5 கிராம் அளவு எடுத்து வாயில் மென்று வர வறட்சி இருமல், தொண்டைப்புண் குணமாகும். தொடர்ந்து சாப்பிட்டால் தாது பெருகும். வெப்பம் தணிந்து உடல் அழகு கூடும். அசுர பலம் ஏற்படும்.

பிசின் சாப்பிட முடியாவிட்டால், இலைக் கொழுந்தை அரைத்துக் கொட்டைப் பாக்களவு எடுத்து நாட்டுப் பசும்பாலில் கலக்கி இருவேளை வெறும் வயிற்றிலும், அரை வயிற்றிலும் குடித்தால் மேக நோய் விலகும். இதே வேலங்கொழுந்தைத் தாய்ப்பாலில் கலந்து அரைத்ததைச் சட்டியில் இளஞ்சூட்டில் வதக்கித் துணியில் முடிந்து கண்களில் ஒத்தடம் கொடுத்தால் சிவந்த கண் வெள்ளையாகும். இவ்வாறே கொழுந்தை அரைத்து ஆசனவாயில் வைத்துக் கோவணம் கட்டிக்கொண்டால் மூலத்தில் உள்ள வெடிப்புகள், ரணங்கள் ஆறிவிடும். தினம் 'ஆலைப்போல் வேலைப்போல் ஆலம் விழுதினைப் போல்' –பல் துலக்கினால் பல்வலி வராது. ஆனால் பிரஷ்ஷில் பேஸ்ட் வைத்துத்தான் தேய்க்கிறோம். என்ன செய்யலாம்? வேலாம்பட்டையை இடித்து ஊறல்போட்டு தினமும் அதை வடிகட்டி வாய் கொப்பளித்தால் போதும். வாய், தொண்டைப் புண் மட்டுமல்ல; கல்லீரல் வீக்கம், பல்லாட்டம், வாய் துர்நாற்றம் கூட விலகும். வெள்வேல் பட்டையுடன் அருகம்புல் வேரையும் அரைத்து எடுத்து விழுதை நல்லெண்ணெய்யில் காய்ச்சி வடித்த தைலத்தை வாரம் இருமுறை சிரசில் தேய்த்துக்

கொள்வதுடன் உடலிலும் தேய்த்து நன்கு ஊறியபின்பு இலுப்பைப் பிண்ணாக்கு அரப்பு அல்லது சுத்தமான சீயக்காய்த்தூளில் தேய்த்து ஸ்நானம் செய்து வந்தால் சர்வாங்க வாதம் விலகுவதுடன் பித்த மயக்கம், வாதக்காய்ச்சல், இடுப்பு வலி எல்லாம் விலகும். இவ்வளவு அருமையான மருத்துவகுணம் உள்ளதால்தான் கருமாரியம்மன் வேப்ப மரத்துடன் வேலமரத்தையும் கேட்கிறாள். திருவேற்காடு சென்று கருமாரியம்மனைக் கும்பிடுவது சரி. அதன்பின் கருமாரியம்மன் நினைவாக ஆத்தாளுக்குப் பிரியமான வெள்வேலை வீட்டில் நடுவது நல்லதல்லவா? அருமையான மருத்துவ மரத்தை வைத்துக்கொண்டு அலோபதி வைத்தியத்தை நாடுவது நன்மை பயக்குமா? விவசாயிகளுக்கும் ஒரு செய்தி உண்டு. வெள்வேலைப் போல் சிறந்த வேலிப்பயிர் எதுவுமே இல்லை. வெள்வேலை வேலிப்பயிராக வைத்துவிட்டால் உள் வேலிக்குள் எல்லாப் பயிரும் ஊக்கம் பெறும். இது அதிகம் நிழலடிக்காது. நிழலடிக்க விடாமல் ஆட்டுக்கீதாரியின் வாங்கறுவாள் பணி செய்யும். செவ்வல், செவ்வல் சரளை, மணற்பாங்கான வண்டல் பூமி, பாறை நிலம், மலைப்பகுதிகளில் வெள்வேல் – கருவேலை அண்டவிடாது. கரிசல் பூமியில் கருவேல் வெள்வேலை அண்டவிடாது. வேல் வீரத்தின் சின்னம். வீரர்களாக வாழ வேலம்பாலைக் (கோந்து) குடிக்கலாம். வணிகரீதியாக வேலங்கன்று விற்கப்படுவது இல்லை. விதைகள் கிட்டும். விதைகளைச் சேகரித்து நாற்றுப்பாவிப் பைகளில் கன்று போட்டு உயிர்வேலி அமைத்து உயிர் பெறலாம்.

வெள்வேல்

59. தழுதாழை

அற்புத சஞ்சீவி

தாவரஇயல் பெயர்	:	Clerodendron phlomoides (Verbenaceae)
சம்ஸ்கிருதம்	:	கனிகாரிகம், அக்னிமந்தம், வாதகின்
ஆங்கிலம்	:	Agnimantham

இந்த அற்புத மூலிகையைப் பயன்படுத்தி வெற்றிகண்ட மருத்துவர் கொரலம்பட்டி முத்துச் சேர்வையைப் பற்றி தினமணி கதிரில் (27–04–1998) 'நடமாடும் மரபுச் செல்வம்' என்று நான் எழுதிய கட்டுரையை நினைவில் கொள்க. தழுதாழையைக் காப்பாற்றி வளர்த்த முத்துச் சேர்வை உயிருடன் இல்லை. சோற்றுக் கற்றாழையும், காட்டாமணக்கும் கவனத்தைக் கவர்ந்துள்ளதைப் போல் பாரம்பரியச் சிறப்புள்ளதும், வ்ராகத பஞ்சமூலி – அதாவது வ்ராகக பஞ்சமூலத்தில் ஒன்றான தழுதாழையை கவனிப்பார் யாருமிலர்.

தழுதாழையின் இலைச்சாறு கசப்பு மிக்கது. கிருமி நாசினி, வாத நிவாரணி. இதன் வேரில் துவர்ப்பு அதிகம். அருமையான வெப்பாற்றி. புண்ணாற்றும் பண்புடையது. இலைச்சாறுக்கும் அந்த குணம் உண்டு. அம்மை நோய் இறங்கிய பிறகு தழுதாழை ரசம் வைத்து உண்ணச்செய்யும் மரபு பழங்குடி மக்களிடம் உண்டு.

தழுதாழையில் வெள்ளை, கறுப்பு இரண்டும் உள்ளது. இரண்டுமே மருந்து. வெள்ளைத் தழுதாழை நல்லது என்று வடக்கிலும் கருப்புத் தழுதாழை நல்லது என்று தெற்கிலும் கூறப்படுகிறது. நொச்சி விஷயத்திலும் அப்படியே. வடஇந்தியர்கள் வெள்ளை நொச்சிதான் மருந்து என்பதுபோல் தென்னாட்டவர் கருப்பு நொச்சியை மருந்து என்கின்றனர். இரண்டிலும் உள்ள ரசாயனங்கள் ஒன்றுதான். வடக்கில் உள்ள தழுதாழை மலர்கிறது. தெற்கே பூப்பது அரிது. தென்னாட்டுச் சித்தர்களில் தேரையர் இதை ஆராய்ந்துள்ளார். அது முழுமையாகத் தெரியவில்லை. காந்திகிராம லெட்சுமி சேவா சங்கம் சித்த–ஆயுர்வேத மருந்தகத்தில் மட்டுமே 'வாதகேசரித் தைலம்' விற்கப்படுகிறது. தேரையர் தைல வர்க்கம் என்று சுவடிக் குறிப்புப்படி தழுதாழையின் ரசம் தைலமாகியுள்ளது. இந்த மூலிகை திண்டுக்கல் – சிறுமலைப்பகுதியில் உள்ளது. இதை வாதமடக்கி என்று அழைக்கின்றனர். தஞ்சை மாவட்டத்தில் வாதமடக்கி என்றால் அது வாதநாராயணனுக்கு மட்டுமே பொருந்தும். இரண்டுக்குமே வாதநோய் தீர்க்கும் குணம் உண்டு. தழுதாழை இலை பெரிதாயிருக்கும். நல்ல பச்சை நிறத்தில் வளமாகவும் இருக்கும். குறுமரம், புதர்மரம் என்றுகூடச் சொல்லலாம். புதராக மண்டும் இயல்புள்ளது.

சுமார் 100 ஆண்டுகளுக்கு முன்பு வாழ்ந்த ஒரு கிறித்தவப் பாதிரியார் இறக்கும் சமயம் அவரைக் கொரலம்பட்டி முத்துச்சேர்வை கவனித்து வந்ததாகவும் அவரே இந்த மூலிகையின் ரகசியத்தைத் தன்னிடம் கூறியதாகவும் முத்துச்சேர்வை என்னிடம் கூறினார். சிறுமலையில் மண்டியிருந்த மூலிகைகளை முத்துச்சேர்வை வக்கம்பட்டியில் இருந்தபோது அங்குள்ள குடகனாற்றுக்கரையில் ஏராளமாக நட்டு வைத்தார். ஏழாண்டுகளுக்கு முன்பு தழுதாழை புதர்க்காடாக மண்டியிருந்தது. இன்றுள்ள நிலை தெரியவில்லை. முத்துச் சேர்வையோடு தழுதாழை வைத்தியமும் அழிந்துவிட்டது. இப்போது காந்திகிராமத்தில் லெட்சுமி சேவா சங்க சித்த – ஆயுர்வேத மருந்தக வளாகத்திலும் 5, 6 மரங்கள் உள்ளன. இதைப் போத்தாக நட்டாலும் மழைக்காலத்தில் தழையும். இதையும் உயிர் வேலியாக விவசாயிகள் பயன்படுத்தலாம். முத்துச்சேர்வை செய்து வந்த சிறப்பு மிக்க கால்நடை வைத்தியங்களைப்பற்றி நான் பதிவு செய்துள்ள விவரங்கள் கவனிக்கத்தக்கவை.

பொதுவாக மாடுகளுக்கு வரும் வயிறு சம்பந்தமான நோய்கள், பொம்மென்று முகவீக்கம், தெளியா நிலை ஆகியவற்றுக்கு இவர் தரும் தழுதாழை மருந்து முறை: **மூன்று கைப்பிடி அளவு வலம்புரிக்காய், பதினைந்து மிளகு, சிறிது கருஞ்சீரகம் ஆகியவற்றுடன் இடித்து அதை ஒரு படி தண்ணீரில் கலக்கி அதில் கடுகளவு கஸ்தூரி மெழுகைச் சேர்த்தால் எல்லாம் செந்நிறமாக மாறும். இந்தத் தழுதாழைத் தண்ணீரை நோயுற்ற மாடுகளுக்குக் காலை வெறும் வயிற்றில் தரவேண்டும். இதுபோல் மூன்று நாள் தந்தால் மாடு குணமாகும்.** மனிதர்களுக்கு வழங்கும்போது நீர்விடாமல் இடித்ததை ஒரு ரூபாய் எடை அளவு ஒரு உருண்டை உண்டால் ஆஸ்துமா, காய்ச்சல், வாந்தி, மயக்கம் விலகும். **இவர் தழுதாயைக்கொண்டு எலும்புமுறிவுக்கு (மாடுகளுக்கு) வைத்தியம் செய்துவந்தார். மேற்படி மருந்தை உள்ளுக்கு வழங்கிவிட்டுச் சாறுபிழிந்த சக்கையை மறுபடியும் இடித்து நீர்ப்பதத்துடன் எலும்பு முறிந்த இடங்களில் தடவி மூங்கில் சப்பைகளைக் கொண்டு கட்டிவிடவேண்டும். எலும்புகள் ஒன்று சேரும்.** இவர் ஒரு காலத்தில் திண்டுக்கல் பகுதியில் குறிப்பாக செம்பட்டியிலிருந்து ஒட்டன்சத்திரம் வரை மிகவும் புகழ்மிக்க மாட்டு வைத்தியராகத் திகழ்ந்துவந்தார். இவர் சிறப்பு பெரும்பாலும் இலவச வைத்தியமே. விவசாயிகளே உவந்து கொடுப்பதை வாங்குவார். கறார் பேர்வழி இல்லை. மாடுகள் குளிரில் விறைத்து கட்டையாகக் குன்றிவிடும். மாட்டுக்கு வரும் ஜன்னியை குந்து / நடுக்கம் என்பார்கள். இப்படிப்பட்ட சூழ்நிலையில் நிறையக் கூழாங்கற்களைத் தரையில் பரப்புவார் அதன்மீது வைக்கோல், குப்பை சத்தைகளை எரியவிட்டுக் கற்களைச் சூடாக்குவார். பின்னர் ஒரு சணல் சாக்கை எடுத்து அதில் புளித்த நீராகாரம் ஊற்றி நனையச்செய்து அதை சூடேற்றிய கற்கள் மீது போட்டுத் தழைதாழைச் சாற்றை சாக்கில் ஊற்றை இளஞ்சூட்டில் மாட்டுக்கு ஒத்தடம் கொடுத்துக் காப்பாற்றுவார்.

பஞ்ச மூலத்தில் ஒன்றான இந்த மூலிகை அழியும் நிலையில் உள்ளது வியப்பாயுள்ளது. இது ஆற்றோரம் நீர் நொச்சியைப் போலவே புதராக வளர்ந்து மரங்களாகும் இயல்புள்ளது. வறட்சியிலும் வளரக்கூடியது. இதை விவசாயிகள் நட்டு வளர்க்கவேண்டும். நொச்சி, வேம்பு, எருக்கு ஆகியவற்றைப் பூச்சிவிரட்டியாகப் பயன்படுத்தும் விவசாயிகள் தழுதாழையையும் பூச்சிவிரட்டி நொதியலுக்குப் பயன்படுத்தலாம். இது பஞ்ச மூலிகைகளில்

ஒன்று என்பதால் பயிர்களுக்கு வரும் நோய்களை இது சிறப்பாகவே குணமாக்கும் என்பதில் சந்தேகம் வேண்டாம். இம்மரங்கள் வக்கம்பட்டிக் குடவனாற்றுக்கரையில் புதர்போல் மண்டியுள்ளன. சிறுமலைப் பகுதியிலும் உண்டு. அருகி வரும் மூலிகைகளைச் சேகரித்து அவற்றைப் பரவலாக்கும் பணிக்கு நிதி ஒதுக்கப்படுகிறது. அந்தப் பட்டியலில் தழுதாழை இல்லை. அதிகம் படிப்பறிவு இல்லாத முத்துச் சேர்வை எதுவும் பிரதிபலன் எதிர்பார்க்காமல் நட்டு வளர்த்து வறுமையில் வாடி 90 வயது வரை வாழ்ந்து சில ஆண்டுகளுக்கு முன்பு மறைந்துவிட்டார். அவர் விட்ட பணியை மற்றவர்கள் தொடர்ந்து தழுதாழை மரங்களைப் பயிர் செய்து கால்நடைகளைக் காப்பாற்ற வேண்டும்.

அரிஸ்டாட்டில்

60. கருவேப்பிலை
கறிவேப்பிலை

தாவரஇயல் பெயர்	:	Murraya Koenigii
		(Syn) Bergera koenigii
		(Rutaceae)
சம்ஸ்கிருதம்	:	சுரபிநிம்பா
ஹிந்தி	:	கட்நிம்
ஆங்கிலம்	:	Curry-leaf tree

கருவேப்பிலை தன் குணத்தால் கறிவேப்பிலையானது. தென்னிந்திய உணவுகளுக்கு – அதிலும் சைவ உணவுக்கு மணம் வழங்கும் அற்புத இலைகள் இவை. உண்மையில் கருவேப்பிலை 30 அடி வரை உயர்ந்து கிளை பரப்பும் மரம். ஆனால் வணிக முக்கியத்துவம் கருதி இதை விவசாயிகள் மரமாக வளர விடுவதில்லை. குளைகளை ஒடித்து அவ்வப்போது கவாத்து செய்து கருவேப்பிலையை விற்றுக் காசாக்குவதால் இது செடியாகவே காட்சி தரும். முதிர்ந்த மரத்திலிருந்து பழம் கீழே கொட்டி அல்லது பறவைகள் உண்டு எச்சமிடும்போதும்

ஏராளமாகக் கன்றுகள் முளைக்கின்றன. கருவேப்பிலையை மரங்களாக நான் வளரவிட்டதால் என் வீட்டுக்குக் குயில்கள் வருகின்றன. கருவேப்பிலைப் பழங்களை உண்டுவிட்டுக் கறுப்பாக அது கழிக்கும் எச்சம் அருகில் உள்ள தென்னை மரத்திற்கும் ஊட்டம். இதுவரை நான் சுமார் 50000 கருவேப்பிலைக் கன்றுகளை இலவசமாக வழங்கியுள்ளேன். எனது மாடித் தோட்டத்தையும் மண்புழு நர்சரியையும் பார்க்க வருபவர்கள் வெறுங்கையோடு செல்வதில்லை.

கருவேப்பிலைக்கும் வேப்பிலைக்கும் உறவு அதனதன் இலை அமைப்பில்தான். வேப்பிலை கிளிப் பச்சை நிறத்தில் இருக்கும்; கருவேப்பிலை நல்ல கரும்பச்சையாக இருக்கும். கருவேப்பிலையின் இலை சிறிது. வேப்பிலையைப் போல் விளிம்பில் பல் இருக்காது. கருவேப்பிலையை மரமாக வளரவிட்டால் அதிகம் பருமனாவதில்லை. ஆனால் மரம் கனமாக உள்ளதால் கலப்பை போன்ற உழவுக்கருவிகள் செய்யலாம். கருவேப்பிலை ஏறத்தாழ செஞ்சந்தன மரத்தைப்போல் கனமானது என்பதால் அதற்குரிய பயனை இதிலும் பெறமுடியுமா? கதிர் வீச்சை இதுவும் தடுத்து நிறுத்துமா என்ற ஆராய்ச்சி தேவை.

கருவேப்பிலையில் உள்ள மருத்துவப் பொருள் கோயினிஜின் (Koenigin). இலைகளிலிருந்து கோயினிஜின் வாசனை எண்ணெய் வடிக்கலாம். அப்படி ஆவியாக்கி வடித்து எடுக்கப்படும்' எண்ணெய் வில்வ இலை எண்ணெய்போல் இருக்கும். எனினும் கருவேப்பிலை வாசனை எண்ணெய்யின் பயன்கள் பற்றி எதுவும் ஆராயாமல் இருப்பது நமது துரதிருஷ்டம். கருவேப்பிலையைச் சிலர் சித்தர் மூலிகை என்று பூச்சி மருந்து அடிக்காத இலைக்கொழுந்தை உண்பதுண்டு. பொதுவாக இதன் இலை, பட்டைக் கஷாயம் சுவையின்மைக்கும் வயிற்றுப் பிரச்சனைகளுக்கும் நல்லது. பத்திய மருந்தாக கருவேப்பிலைப் பொடியை வீட்டில் உள்ள பாட்டிமார் செய்வதுண்டு. இலைகளை ஒவ்வொன்றாக ஆய்ந்து இரும்பு வாணலியை அடுப்பில் வைத்து ஈரப்பதம் நீங்கும் அளவில் புரட்டி (தீயவிடாமல் இளஞ்சூட்டில்) எடுத்துக்கொண்டு அத்துடன் உப்பு, சீரகம் ஆகியவற்றைச் சுட்ட கருவேப்பிலைகளைச் சேர்த்து இடித்துச் சலித்தால் பச்சை நிறத்தில் அற்புதமான மருந்துப் பொடி. மிக்சியிலும் அரைக்கலாம். சுடு சாதத்தில் நெய்விட்டுச் சற்று இந்தப் பொடியைப் போட்டு உண்ணலாம். கடைகளில் விற்கப்படும் கருவேப்பிலைப் பொடியில் ருசியிருக்காது. காரம் இருக்கும். இது எங்கள் குடும்ப பார்முலா. அதாவது (கருவேப்பிலை + உப்பு + சீரகம்) சொந்த சமையல் செய்யும் ஆண்களுக்கு இது அவசியம். அம்மி அல்லது மிக்சியில் கூடச் சிறிது புளியுடன் இஞ்சி, பிரண்டை வைத்துத்

துவையலாகவும் அரைத்து இட்லி, தோசைக்குத் தொட்டுக்கொள்ளலாம். இது மலச்சிக்கலுக்கும், வயிற்றுப் பொருமலுக்கும் மருந்து. கருவேப்பிலைக் கஷாயம் ஜுரத்திற்கு வழங்கலாம்.

சிலரின் வாழ்க்கை கருவேப்பிலையைப்போல் ஆகிவிடுகிறது என்பார்கள். சமையலில் வாசனைக்குச் சேர்க்கும்போது கருவேப்பிலை கறிவேப்பிலையாகிறது. உண்ணும்போது அதை ஒதுக்கி வைத்துவிடுவார்கள். அதையும் சேர்த்துச் சாப்பிடலாம். கருவேப்பிலையில் ஏ வைட்டமினும், கால்சியமும், நார்ப்பொருளும், தாதுப்புக்களும் புரதச்சத்தும் உள்ளது.

கருவேப்பிலை சாகுபடியில் பல நுட்பங்கள் உள்ளன. மரங்களாக சாகுபடி செய்ய விரும்பினால் 12 அடி இடைவெளியில் ஒரு ஏக்கருக்கு சுமார் 450 கன்றுகள். வணிகரீதியாக யாரும் மரமாக வளர்ப்பதில்லை. 3 அடி இடைவெளிவிட்டு ஒரு ஏக்கருக்கு 6000 கன்றுகள் நட்டு லாபம் பெறுகின்றனர். கருவேப்பிலைக்குக் கூடுதல் இடைவெளிவிட்டு அதிகம் சூரியஒளி படச் செய்தால் நோய் வராது. சுமார் ஐந்து அடி இடைவெளிவிட்டு மரமாக நட்டால் சுமார் 120 கிலோ எடைக்குக் கருவேப்பிலையை அறுவடை செய்யலாம். சாதாரணமாக செம்மண், செம்மண் வண்டல் பூமிக்கு நன்கு வளரும். ஓரளவு சரளை பூமியிலும் இயற்கை வழி சாகுபடியில் வரும். களர் நிலத்தில் வருவது சிரமம். கோவையில் கருவேப்பிலைக் கன்று விற்பவர் ஒருவரிடம் பேச்சுக் கொடுத்தேன். “ரத்தத்தில் குளுக்கோஸ் அளவைக் கருவேப்பிலை கட்டுப்படுத்துவதாகவும், நுரையீரல் புற்றுநோய் செல்களை கருவேப்பிலைச்சாறு அழிக்கும்” என்றும் கூறினார். ‘சரி, கருவேப்பிலைக்கு இலைப்புள்ளி, அசுவினி நோய் வந்தால் என்ன செய்வீர்’ என்றேன். “மெட்டாசிஸ்டாக்ஸ் அடிக்கணும் கார்பன்டாசிம் அடிக்கணும்” என்றார். அடபாவி மனிதா “இம்மருந்துகள் தெளித்த கருவேப்பிலையைத் துவையல் அரைத்துச் சாப்பிட்டால் புற்றுநோய் வரும் வாய்ப்பு உள்ளதே தவிர, அகலும் வாய்ப்பு இல்லை.” நீங்கள் இயற்கை வழியில் பசுமூத்திரத்தில் வசம்பு, வேப்பங்கொட்டை, புகையிலை, பால்பெருங்காயம் ஆகியவற்றைத் தூள் செய்து கலந்து தெளிக்கலாம். மண்ணுக்கு மண்புழு உரம் அமுதக்கரைசல். இலைகள் மீது பஞ்சகவ்யம் தெளிக்க வேண்டும். அப்போதுதான் கருவேப்பிலையை மருந்தாகப் பயன்படுத்தலாம். பூச்சி மருந்து அடித்தது கருவேப்பிலை இல்லை. விஷ வேப்பிலையாகும்.

61. அகில்

அகர் பத்தி மரம்

தாவரஇயல் பெயர்	:	Aquilaria agallocha
		(Syn) A.malaccensis
		(Thymelaeaceae)
சம்ஸ்கிருதம்	:	அகரு
ஹிந்தி	:	அகர்
ஆங்கிலம்	:	Aloe-wood

அகிலைச் சேர்த்து வாசனை நிரப்பிய செண்டுகள் அதிகம் பயனாகின்றன. உண்டால் உடலுக்கும் புத்துணர்ச்சி. பொதுவாக இது மணமூட்டவே பயனாகிறது. தரமான அகில் தூளை உடலில் பூசினால் வாசனை, உடையில் தடவினாலும் வாசனை.

— அயினி – அய் – அக்பரி (1595)

மொகலாயப் பேரரசு ஆடம்பரத்திற்குப் பெயர்போனது. அகிலைத்தான் ஆரம்பத்தில் அகர்பத்திக்குப் பயன்படுத்தினார்கள். இன்று மணத்தை விட நெடியடிக்கும் பத்திகளே பயனாகின்றன. இவற்றில் அகில் தூள் மருந்துக்குச் சற்று காட்டினால்கூட போதும். திருக்காறாயில் என்ற சிவஸ்தலத்தில் அகில் தல விருட்சமாகும்.

அரிஸ்டாட்டில்

அகில் என்ற அகர் மரம் தெற்கில் அபூர்வமாயுள்ளது. கிழக்கு இமயமலைக் காடுகளிலும் வங்காளதேசம், மியான்மர் (பர்மா) நாட்டிலும் அதிகம் உண்டு. தென்னிந்தியக் கிழக்குக் கடற்கரைப் பகுதிகளில் அபூர்வமாகக் காண முடிகிறது. இது நல்ல உயரமாக வளரக்கூடிய மரம். நல்ல தழைமரம். இலைகள் கனமாயிருக்கும். பெரியதாயிருக்காது, சிற்றிலைகளே. காம்பு நுனியில் கொத்துக் கொத்தாகப் பூக்கள் மலரும். மணிபோல் மலர் அமைப்புள்ளது. காய் ஒரு அங்குலத்திற்குக் கடுக்காய்போல் காய்த்திருக்கும். அகில் கட்டைக்குத்தான் மணம் உண்டு. சாதாரணமாகக் காலில் கட்டைவிரல் வீக்கம் வருவதற்குரிய காரணம் ரத்தத்தில் யூரேட் உப்பு அளவு தூக்கலாகும்போது இப்படிப்பட்ட அறிகுறி ஏற்படும். அகில் மரத்தூளை பேஸ்ட் வடிவில் 30 நெல் எடை உள்ளுக்குச் சாப்பிடலாம். அகில் உண்டால் நரம்புக்குப் புத்துணர்வு. வாயுத் தொல்லையை நீக்கும். பொதுவாக அகில் மரத்தின் மருத்துவ குணங்களில் பித்த நீர்ப்பெருக்கம், வீக்கம் கரைதல், வெப்பத்தை ஏற்றித்தருதல் ஆகிய பண்புடையதாகக் கூறப்படுகிறது. அகில் பொடி 20 கிராமை 100 மில்லி நீரில் கொதிக்கவைத்து மூன்று மணி நேரம் ஊறிய பின்பு வடிகட்டிக் குழிவி சீனி சேர்த்து மூன்றுவேளை சாப்பிட்டால் உடல்பலம் ஏற்படும். வாயுத் தொல்லை அகலும். அகிலுடன் சந்தனம், மட்டிப்பால், பளிங்கு சாம்பிராணி சமஅளவு இடித்துப் பொடித்த அகில் புகை மயக்கத்தைத் தெளிய வைக்கும். மூர்ச்சை தீரும். 400 கிராம் அகில் தூளை 4 லிட்டர் நீரில் கலந்து 24 மணி நேரம் ஊறவைத்த தண்ணீரை அடுப்பில் வைத்து மிதமான தீயில் அரைலிட்டராக வற்றவைத்துப் பின் 250 மில்லி பசும்பால், 250 மில்லி நல்லெண்ணெயை அதில் சேர்க்க வேண்டும். 10 கிராம் தான்றித்தோல், 10 கிராம் அதிமதுரம் இரண்டையும் துவையலாகப் பால்விட்டு அரைத்து எல்லாவற்றையும் சேர்த்து மீண்டும் பதமாகக் காய்ச்சி வடித்த தைலத்தை வாரம் இருமுறை தலையில் தேய்த்துக்கொண்டு ஸ்நானம் செய்தால் நீர்க்கோவை, பீனிசம், மேகம் போன்ற நோய்கள் பஞ்சாய்ப் பறக்கும்.

அகிலுடன் வேறு சில மருந்துச் சரக்குகள் சேர்ந்த ஜாவ-ரூச-உதா என்ற இனிப்பு மருந்து நரம்புத் தளர்ச்சி, ஆண்மைக் குறைவு, தலை சுற்றல், வெள்ளைப்படுதல் போன்ற பல நோய்களை குணப்படுத்தும். வட இந்திய ஹக்கீம் (மருத்துவர்) களிடம் இது கிட்டும். இந்த மரத்திலிருந்து வடியும் கோந்தும் வாசனைப் பொருள்.

மரங்களுக்கு நோய் வந்தால் மரம் வைத்தவர்கள் விலைபோகாதே என்று கவலைப்படுவார்கள். ஆனால் அகில் மரத்திற்கு நோய் வந்தால் மரத்தின் மதிப்பு கூடும். இம்மரத்திற்கு கோந்து வடியும் நோய் வரவேண்டும். கிளை, அடிமரம், நுனிமரம் எங்கும் அதன் உள்பகுதியில் கோந்து வடிந்து

கருமை நிறம் பெறும். இத்தயை மரத்தின் மதிப்பு நோயற்ற மரத்தைவிடப் பன்மடங்கு அதிகம். வெளித்தோற்றத்தில் நோய்வந்த மரத்தை அடையாளம் காண்பதும் கடினமாகும். ஒருவிதமான காளான் மரத்திற்கு அகர் வாசனையை வழங்குகிறது. அகர் மரம் சிற்பவேலைக்கு உகந்தது. இம்மரத்திலிருந்து எடுக்கப்படும் வாசனை எண்ணெய் சோப்பு வாசனைக்குப் பயனாகிறது.

அகில் மரத்தில் வாசனை தரும் காளாள் இயல்பு நிலை

கோவை வனத்துறை மரபியல் கோட்டத்தில் விதை கிடைக்க வாய்ப்புண்டு. இங்கு கிடைக்காவிட்டால் இந்தியாவின் வனத்துறைத் தலைமையிடம் டேராடூனில் உள்ளது. அங்கிருந்தும் விதைகளைத் தருவிக்கலாம். வங்காளம், ஒரிசா, அசாம், உத்தராஞ்சல் பகுதியில் உள்ள வனத்துறை மரபியல் கோட்டங்களிலும் முயன்றால் அகில் மர விதைகள் பெற்று மலைப்பகுதிகளில் வளர்க்க முயற்சி செய்யலாம். காவிரியின் கழிமுகத்திலும் அகில் வரும். திருக்காறாயில் என்ற ஊர் திருவாரூர் மாவட்டத்தில் உள்ளது. ஆகவே அப்பகுதி வனங்களில் அகில் மரம் கிடைக்க வாய்ப்பு உண்டு. இவ்வளவு சிறப்புள்ள மணம் நிறைந்த அகிலை இங்கும் வளர்த்து வளம் பெறுவோம்.

அகில்

62. பூவரசு

மரங்களிலும் அரசுதான்

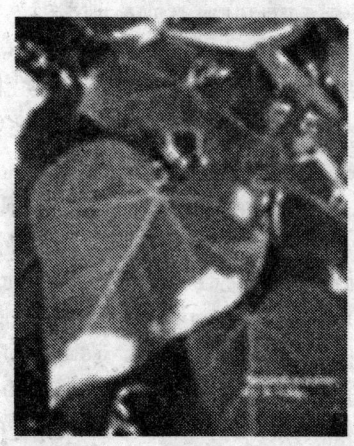

தாவரஇயல் பெயர்	:	Thespesia populnea (Syn) Hibiscus populnea (Melvaceae)
சம்ஸ்கிருதம்	:	கர்தபந்தம், சுபரஷ்வகம்
ஹிந்தி	:	போருஷ்
ஆங்கிலம்	:	Tuleep Tree, Portia tree

பூவரசு இந்தியாவுக்கு எப்போது குடிவந்தது என்பதை ஊகிப்பது கடினம். தமிழ் நாட்டில் பூவரசு இல்லாத கிராமமே இல்லை. தமிழ்நாட்டில் கடற்கரைப் பகுதிகளில் பூவரசு செழித்து வளரக்கூடியது. மாங்குரோவ் உயிர்ச் சூழலுக்கு இதுவும் ஒரு பொருத்தமான மரம். வங்காளத்தில் சுந்தரவனத்திலும் பூவரசு மிகுந்துள்ளன. இது மதச்சார்பற்ற மரம். எந்தத் திருக்கோயிலிலும் இது தல மரமாகச் சிறப்புப் பெறவில்லை. நாகலிங்கமும் அப்படியே. பூவரசு, நாகலிங்கம் இரண்டுமே ஆப்பிரிக்க அறிமுகங்களாகும். எனினும் பிற்கால வழக்கில் இவை கோவில்களில் நடபட்டுப் புனித மரமாயிருக்கலாம். தாவர இயல் பெயரில் உள்ள தெஸ்பீசியா – கிரேக்க

புராணத்தில் வரும் கிருஷ்ணபரமாத்மா – அதாவது ஹெர்க்குலிஸ், ஒற்றைக் கையால் சிங்கத்தை நெரித்துக் கொன்றவன். தெஸ்பீசிஸ் என்ற குறுநில மன்னன் தனது 50 பெண்களையும் அவனுக்குப் பரிசாக வழங்கி 50 வீரத்திரு பேரன்களைப் பெற்றுத்தர வேண்டினான். அனேகமாக அந்தப் புராண அடிப்படையில் சார்டினா தீவுகளில் பூவரசு தோன்றியிருக்கலாம். இந்த மரத்தின் தமிழ்ப் பெயரிலும் அரசு உண்டு.

வைத்தியர்களின் கருத்துப்படி பூவரசு மரத்திற்கு அரச மரத்திற்குரிய அதே நோயாற்றும் பண்பு உண்டு. இது விந்துவைப் பெருக்கும். மலத்தைக் கட்டும். எரிச்சலையும் தணிக்கும். புண்ணாற்றும். இது குளிர்ச்சியைத் தரும் மரம். உடலுக்கு மட்டுமல்ல பூவரசு மர நிழலும் குளிர்ச்சிதான்.

பூவரசு மரத்தின் இலை, பூ, காய் எல்லாவற்றையும் அரைத்து எல்லா வகை சருமநோய்க்கும், வீக்கத்திற்கும், மூட்டு வலிக்கும் பூசிப் பற்றுப் போடலாம். பூவரசு வேர்க்கு இனிப்புத்தன்மை உண்டு. இதன் வேரை சுத்தப்படுத்தி அரைத்து விழுதாக்கிப் பாலில் கரைத்துச் சாப்பிட்டால் பாலுணர்வு தூண்டப்படும். அரச மரவேர்க்கும் இதே பண்பு உண்டு. இதை நான் கூறவில்லை. இந்திய மருத்துவக் களஞ்சியத்தில் இப்படிப்பட்ட குறிப்பு உள்ளது. பூவரசின் பூ மிக அழகாயிருக்கும். தேனீக்களைக் கவர்ந்திழுக்கும். பூவரசம் பூ பூத்தவுடன் தேனீக்கள் மண்டும். பூவரச மரத்தில் சட்டியோ பெட்டியோ கட்டித் தேன் எடுத்துக் குடித்தாலும் வயிற்றுக்கு அதுவும் மன்மதக் குளிகைதான்! இவ்வளவு விஷயம் பூவரசுக்குள் உள்ளதை அறிந்தும்கூட, பூவரச மரத்தைப் பயிர் செய்யாமல் இருப்பது எவ்வளவு அறியாமை.

பூவரசு நடுத்தரமான உயரம் வளரும். சுமார் 50 அடி உயரம் பார்க்கலாம். இதை முறையாக வளர்த்து நேராக உயரச்செய்துவிட்டால் தேக்குமரத்தை விட பூவரசில் லாபம் அதிகம் உண்டு. நல்ல விலையும் பெறலாம். 4 முதல் 5 அடி சுற்றளவுக்குப் பருமன் கிட்டும். அடர்ந்த பசுமையான தழை அமைப்பில் தங்கவிளக்கு பதித்தாற்போல் பூவரசம்பூ பூத்துக் குலுங்கும். பூப்பதற்கு சீசன் இல்லை. எப்போதும் பூக்கள் பார்க்க முடியும். தை மாதம் பூக்கள் நிறைய இருக்கும். தை மாதம் பூவரசம் பூ பூத்தவுடன் பெண்ணுக்கு சேதி வருவதும் இயல்புதான்.

தமிழ்நாட்டுத் தச்சர்களைக் கேட்டால் பூவரசு மரத்தின் பெருமைகளை நிறையவே பேசுவார்கள். இழைக்கவும் அறுக்கவும் அருமையான மரம். வீடுகட்ட உறுதியான மரம். பழங்கால ஓட்டு வீடுகளில் உத்திரம், நிலை, சன்னல், தூண் எல்லாம் பெரும்பாலும் பூவரச மரங்களில் செய்து பொருத்துவார்கள்.

ஏனெனில் பூவரசு வீட்டுக்கு அவ்வளவு குளிர்ச்சி தரும். நன்கு வளர்ந்த மரத்தில் வைரப்பகுதியும் வளர்ந்து உறுதியை வழங்குகிறது. பூவரசு மரத்தில் நாற்காலி, மேசை உட்பட பல மரச்சாமான்கள் செய்யவும் ஏற்றது.

பூவரசு மரத்தில் ஆராய்ச்சி செய்யும் பாமர விவசாயி திரு. G. ரங்கநாதன் மலிவு விலையில் கன்றும் வழங்குகிறார். முகவரி: பார்க்க இணைப்பு – **6.**

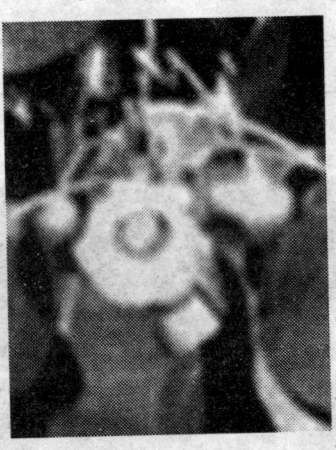

பூவரசம் பூ பூத்தாச்சு. பொண்ணுக்கு சேதி வந்தாச்சு.

பூவரசந்தழை நல்ல உரம். நெல்வயல்களில் குலை மிதிக்கலாம். புங்கன் கொழுஞ்சிக்கு நிகராக நைட்ரஜன் தழைச்சத்து உள்ளது. கால்நடைக்குத் தீவனம் வழங்கலாம். தழைகளுடன், பூக்கள், காய்கள் ஆகியவற்றை அரைத்துப் பசுமூத்திரத்தில் புளிக்க வைத்துப் பூச்சி விரட்டியாகவும் பயன்படுத்திப் பயிர்களுக்கு வரும் நோய்களையும் கட்டுப்படுத்தலாம்.

பயிர்வேலியாகட்டும் உயிர் வேலியாகட்டும் பூவரசு வீடுதோறும் வளர வேண்டிய மரம். கடற்கரைப் பகுதிகளில் இது செழித்து வளரும். பெரிய பெரிய பூவரசு மரங்களைக் காவிரியின் கழிமுகப் பகுதிகளில் காணலாம். நெய்தலில் மட்டுமல்ல; மருதம், முல்லை, குறிஞ்சி, பாலைத் திணைகளிலும் பூவரசு வளரும். முடிச்சுகள் இல்லாமல் ஓங்கி உயர்ந்து வளரக்கூடிய மரங்களைப் பெற விதைக்கன்றுகளே நல்லது. சமயங்களில் போத்து அல்லது குச்சி நட்டு வளர்பவை அதிக முடிச்சுகளுடன் வளைந்து வளரும். புவியில் பசுமையை நிலை நாட்டி வளமுடன் வாழ மனிதனின் வளமைப் பெருக்கத்திற்கும் உதவக்கூடிய பூவரசு நட்டு இயற்கை இன்பம் பெறுவோம்.

63. ஆனைப்புளி

மாயையின் தோற்றமா? மாயா தத்துவமா?

தாவரஇயல் பெயர்	:	Adansonia digitata (Malvaceae)
சம்ஸ்கிருதம்	:	கோரக் சிஞ்ச்
ஹிந்தி	:	கோரக் அம்லி
ஆங்கிலம்	:	Boabab

ஆனைப்புளியை ஒரு அதிசய மரம் என்று கூறுவார்கள். இது ஒரு கற்பக மரம். பல்லாயிரம் ஆண்டுகள் வாழக்கூடிய மரம். புவியில் ஒரு சில மரங்களே இவ்வாறு எஞ்சியுள்ளன. இப்படி எஞ்சியுள்ள அதிசய மரங்களில் ஆனைப்புளியும் ஒன்று. இந்த மரத்தைப் பற்றி நிறையக் கதைகள் உண்டு. வட இந்தியாவில் அலகாபாத்துக்கு அருகில் பஞ்சபாண்டவர்கள் நட்டதாகச் சொல்லப்பட்ட 5000 வயதுள்ள மரம் 20ஆம் நூற்றாண்டு இறுதியில் பட்டுவிட்டதாம். இவ்வாறு பட்டமரம் பெங்களூரு தாவர இயல் தோட்டத்திலும் உள்ளது. பகவத்கீதையில் 15ஆம் அத்தியாயத்தின் தொடக்கத்தில்,

"முடிவில்லா ஞானம் மேலே வேர்களும் (ஊர்த்வ மூலம்)
கீழே கிளைகளும் (அத சாகம்) உள்ள அஸ்வத்தம் போன்றது.
அதன் இலைகளே வேதங்கள். அதை அறிந்தவனே வேதவித்து."

–பகவத்கீதை அத். 15, 1–6

இவ்வாறு பகவத்கீதையில் விவரித்துள்ளபடி இதன் உருவ அமைப்பு தலைகீழாக இருக்கும். அடிமரம் 30 அடி விட்டம் கொண்ட அசுரமான பருமன். இவ்வளவு பருமன் எந்த மரத்திலும் காண்பதற்கில்லை. தடித்த அடிமரம் உயரமாகாமல் சிறு சிறு கிளைகளை மேலே உருவாக்கும். இதற்கு நேராக நடுமரத்தில் வேர்கள் தடித்து நீட்டியபடி காணப்படும்.

வயதான மரங்களில் கிளைகள் சிறுத்து பருமன் இல்லாமல் வேர் போல் காட்சி தரும். கீழே நடுமரத்தில் நீண்டுள்ள வேர்களோ பருமன் நிறைந்த கிளைபோல் தோன்றும். கிளைகள் வேராகவும், வேர்கள் கிளையாகவும் பார்க்க வினோதமாயிருக்கும். சில சமயம் இந்த மரத்தைத் தொலைவிலிருந்து பார்க்கும்போது மரமே தலைகீழாக நடப்பதைப் போல் ஒரு மாயத்தோற்றம் தருமாம். மாயத் தோற்றமா? மாயைத் தத்துவமா? இந்த மரத்தின் இளமைப் பருவம் எப்படியிருக்கும்? 70 அடிக்கு மேல் உயராது. பக்கவாட்டில் பருமன் 30 அடி. கிளைகள் எல்லாம் பசுமையான இலைகளின் அடர்த்தியுடன் கொழுத்து உயர்ந்துள்ளதைப் பார்த்தால் ஒரு ஆனை மரமாக மாறியது போலவே இருக்கும். இதனால்தான் இதற்கு ஆனைப்புளி என்று பெயர் வந்ததோ? அப்படி இல்லையாம். இதன் பட்டையிலிருந்து உரித்த நார் யானையைப் போல் வலுவுள்ளதாம். வட இந்தியர்கள் **"ஹாத்திகட்டியாம்"** என்கிறார்கள். இந்த மரத்தின் இலை, பழம், பட்டை ஆகியவை மருந்தாகவும் பயனாகிறது.

இந்த மரத்தின் கிளைகளில் பழங்கள் வெளவால் போல் தொங்கிக்கொண்டிருக்கும். ஏறத்தாழ பஞ்சு தரும் இலவங்காய் அளவு பருமன் இருக்கும். உள்ளே உள்ளது ஆனைப்புளி. இதில் எல்லாச் சத்தும் உள்ளது. குளுக்கோஸ்கூட உள்ளது. ஆனைப்புளியுடன் அத்திப்பழம் சேர்த்த சிரப் சிறந்த வெப்பாற்றி. மருந்தாகத் தரும்போது இதில் அத்திப்பழத்துடன் சீரகம், இந்துப்பு, திப்பிலி, கடுக்காய்த்தூள், சர்க்கரை கலந்து சர்பத்தாகப் பருகலாம். காச நோயுள்ளவர்கள் இரவில் இருமி இருமிக் கோழை கோழையாகத் துப்புவார்கள். இவ்வாறு கோழை வருவதை நிறுத்துவதுடன் இரவு நேரம் தேகம் வேர்ப்பதையும் நிறுத்தும். காய்ச்சலையும் தணிக்கும். பித்தத்தால் ஏற்படும் அஜீரணம், வயிற்றில் அமிலம் சுரந்து ஏற்படும் வாயுத்தொல்லை இரண்டுக்குமே ஆனைப்புளி அருமருந்து. ஆனைப்புளியை

மோரில் கரைத்துக் கொடுத்தால் சீதப்போக்கு, வயிற்றுப் போக்கு எல்லாமே நிற்கும். இதன் இலையுடன் ஊகப்புட்டை (Salvadora indica) வேர் மற்றும் சுக்கு சேர்த்து அரைத்த மாவை மூட்டு வலிக்குப் பிளாஸ்டர் பூச்சுப் போட்டால் மூட்டுவலிக்கு நிவாரணம்.

ஆனைப்புளி மரப்பட்டைக் கஷாயம் முறை ஜுரத்தைக் குணப்படுத்தும். ஆக இவ்வளவு மருத்துவக் குணங்களுக்கு மேல் சில சிறப்புச் செய்திகள் உண்டு. இம்மரத்தின் தோற்றம் இந்தியா, ஆப்பிரிக்கா ஆகிய இரு புவியியல் பகுதிகளுக்கும் பொதுவானது. இந்தியத் தோற்றம் புராண அடிப்படையானது. பாரதக்கதைகளில் கோரக் முனிவர் தவம் செய்த இடம் என்பதால் வடமொழிகளில் இம்மரத்திற்கு கோரக் என்ற பெயர் உண்டு. தாவர இயல் அறிஞர்கள் முதலில் ஆப்பிரிக்காவில் கண்டுபிடித்ததால் ஆப்பிரிக்காவைத் தோற்ற மையமாகக் குறிப்பிடுகின்றனர். இந்தப் புளியை மனிதன், குரங்கு, பன்றி ஆகிய மூன்று ஜீவன்களைத் தவிர வேறு பிராணிகள் இதைச் சீண்டுவதில்லை. இந்தப் பழத்தில் எல்லாச் சத்துக்களும் உண்டு. இதை உண்டே புராணகாலத்து முனிவர்களும், சித்தர்களும் உயிர் வாழ்ந்தது மட்டுமல்ல; திடகாத்திரமாகவும் வாழ்ந்தனராம். இந்த மரத்தில் பொந்துகள் உருவாகும். இம்மரமே யானை வயிறுபோல் உள்ளதால் இந்தப் பொந்தில் 5000 லிட்டர் மழைநீர் சேமிக்கலாம். பின்னர் கீழே ஒட்டை போட்டுத்

பொந்துள்ள அடிமரத்தில் அமர்ந்துள்ள மனிதர்கள் பொம்மையாகிவிட்டனர்

தண்ணீர் எடுத்துக்கொள்ளலாம். இவ்வாறு இம்மரம் தண்ணீர்த் தொட்டியாக ஆப்பிரிக்காவில் பயனாகிறது. குடைந்த மரத்தை நெல் சேமிக்கும் பத்தாயமாகவும் பயன்படுத்தலாம். ஆப்பிரிக்கா மற்றும் கிழக்கு கங்கைச்

சமவெளிப் பழங்குடி மக்கள் இலைகளையும் உணவாகப் பயன்படுத்துவார்களாம். எனினும் இம்மரத்தின் நார் உபயோகமே அதிகம். பட்டையை உரித்து நார் எடுத்தாலும்கூட மீண்டும் மீண்டும் பட்டை உருவாகும்.

இவ்வாறு வியக்க வைக்கும் தோற்றமும் பயனும் நிறைந்த மரங்கள் அருகிவிட்டன. இம்மரம் தென்னிந்தியக் கடற்கரைப் பகுதிகள், ஸ்ரீலங்கா, ஒரிஸ்ஸா, வங்காளம் போன்ற பிராந்தியங்களில் சிறப்பாக வளரும். குஜராத், மகாராஷ்டிரா அடங்கிய மேற்குத் தொடர்ச்சி மலைப் பிரதேசங்களிலும் முதிர்ந்த மரங்களை அபூர்வமாகப் பார்க்கலாம். இவ்வரிய மரத்தின் விதைகளை முயன்று பெற்று – அதாவது கேரளம், மகாராஷ்டிரம், டேராடூன், மேற்கு வங்க வனத்துறை அல்லது அப்பகுதியில் வன வேளாண்மைக்குப் பாடுபடும் தொண்டு நிறுவனங்கள் மூலம் பெற்றுத் தமிழ்நாட்டை வளமாக்குவோம்.

வாழ்வு தரும் மரங்கள்

64. சப்போட்டா
பாலோடு பழம்

தாவரஇயல் பெயர்	:	Manilkara achras (Sapotaceae)
மெக்சிகன்	:	சிகோபோட்
ஹிந்தி	:	சிக்கு
ஆங்கிலம்	:	Sapodilla

சப்போட்டாவின் சரித்திரம் வித்தியாசமானது. சப்போட்டா மரம் மெக்சிகோவின் காணிக்கை. இந்த மரம் மெக்சிகோ, கவுதமாலா, மேற்கிந்தியத் தீவுகள் – தென்னமெரிக்க நாடுகளில் உள்ள காட்டு மரம். அமெரிக்கர்களோ, ஐரோப்பியர்களோ, சப்போட்டாப் பழங்களை விரும்புவதில்லை. வெளித்தோற்றம் அழகாயில்லை. இதைப் பக்குவமாகப் பறித்துப் பயன்படுத்தும் பொறுமையும் அவர்களுக்கு இல்லை என்பதால் அங்கெல்லாம் இதன் வணிக முக்கியத்துவம் குறைவு. மெக்சிகோ, மைய அமெரிக்கக் காடுகளில் இம்மரம் 60 அடி உயரம் வளரும். மெக்சிகோவின் பூர்வீக நாகரிகத்தை மாயாப் பண்பாடு என்பார்கள். தொல்சிறப்பு வாய்ந்த

அரிஸ்டாட்டில்

இந்த நாகரிகத்தின் அழிவை எடுத்துக்காட்டும் வழிபாட்டுத் தலத்தின் நிலைவாயில் சப்போட்டா மரத்தினாலானது. அதில் நுட்பமான வேலைப்பாடுகள் உண்டு. சப்போட்டா என்பது மெக்சிகோவின் இலுப்பைதான். தமிழ்நாட்டுத் தேர்கள் இலுப்பை மரத்தில் குடைந்தவை. அத்தேர்களில் சிற்ப வேலைப்பாடுகள் உள்ளதைப்போல் மெக்சிகோவின் சப்போட்டாவில் உண்டு. சப்போட்டா மரம் சிவப்பாகவும் கனம் குறைந்தும் பூச்சி அரிக்காமலும் இருக்கும்.

சப்போட்டாப் பழம் இன்சுவை நிரம்பியது. வெளியே சற்றுச் சொரசொரப்புள்ள மென்தோல், உள்ளே வெல்லச் சர்க்கரை நிறத்தில் மணமான கதுப்பு. பளபளக்கும் பெரிய கருப்பு விதை. இம்மரத்திலிருந்து காய் பறித்துப் பழத்தைப் பக்குவம் செய்யும் நுட்பம் தெரியாவிட்டால் வீண். காயை உண்ணமுடியாது. அவ்வளவு துவர்ப்பு. மரத்திலேயே பழுத்துக் காய்கள் கீழே விழும் சமயம் – பறித்து ஒரு அறையில் உலரவிட்டு, அதில் உள்ள பால் வற்றிய பின்னரே இனிப்புச்சுவை பிறக்கும். பாலோடு பழம் இருந்தால் உண்ணமுடியாது. 2, 3 நாட்கள் அறையில் உள்ள தட்பவெப்பத்திற்கு வந்துதான் கனியாகும். காய்களுக்குப் புகைமூட்டமும் போடுவதுண்டு. ஒரு காலத்தில் இந்த மரத்துப்பாலை சுவிங்கத்திற்குப் பயன்படுத்தினார்கள். பாலை மெக்சிகர்கள் 'சிக்கிள்' என்றும் பழத்தை 'சிக்கோ போட்' என்றும் அழைப்பார்கள். இந்தியாவுக்கு சப்போட்டாவை அறிமுகப்படுத்தியவர் மும்பையைச் சேர்ந்த தீன்ஷா பெட்டிட் என்ற பார்சி இந்தியர். பெரிய அளவில் சாகுபடி செய்தவர் காஸ்ஜி பலன்ஜி படேல், பின்னர் அர்த்ஷிர் இரானி. மகாராஷ்டிரா மாநிலத்தில் முதல் முறையாக 1896இல் அறிமுகம் செய்து 1898இல் இரானி பெரிய அளவில் பயிரிட்டு வெற்றிபெற்றதைத் தொடர்ந்து, மேற்குக் கடற்கரைப் பிராந்தியத்திலிருந்து சென்னைக்கு அறிமுகமாகி திண்டுக்கல்லுக்கு வந்தது. தமிழ்நாட்டில் சப்போட்டா சாகுபடியில் திண்டுக்கல் முன்னணி மாவட்டம் என்பது மட்டுமல்ல; வருடம் 365 நாளும் சப்போட்டாப்பழம் திண்டுக்கல்லில் கிட்டும். ஆங்கில மொழியில் சப்போட்டா என்பது Calocarpum mammosum ஆகும். நாம் சப்போட்டா என்று பயிரிட்டுள்ள மரம் ஆங்கிலத்தில் சப்போடில்லா ஆகும். அது திருந்திய சாகுபடிப் பயிராக விரிவாகவில்லை. காட்டுமரமாக மெக்சிகோ – கவுதமாலா காடுகளில் உள்ளது. அதன் பாலையும் சுவிங்கத்திற்குப் பயன்படுத்தலாம். பழத்தையும் உண்ணலாம்.

சப்போட்டாவே அறிமுகப்பயிர் என்பதால் இதன் மருத்துவக்குணம் பற்றிய ஆய்வுகள் குறைவு. பழத்தில் எல்லா வைட்டமின்களும் தாதுப்புக்களும், சர்க்கரைச் சத்தும் உள்ளது. சப்போட்டா மரங்களிலிருந்து வழியும் பால்கொண்டு ஒரு காலத்தில் இயற்கைச் சுவிங்கம் மிட்டாய் தயாரானது. இதற்கும் வரலாறு உண்டு. மெக்சிகோ ராணுவ ஜெனரல் அண்டோனியோ லொபஸ்–டி சான்டா அனா (Antonio Lopez de Santa Ana) என்பவர் நாடு கடத்தப்பட்டு 1989இல் நியூயார்க் நோக்கிக் கப்பலில் வந்தபோது, ஒரு சக பிரயாணியாகக் கூட வந்த ஆடம் என்ற அமெரிக்கருக்குத் தன் பையில் கிடந்த சப்போட்டா பால் சுவிங்கத்தை வழங்கினாராம். ஆடம் அதைச் சுவைத்துப் பார்த்துவிட்டு, ஒரு தொழிலையே தொடங்கிவிட்டார். அப்படி வந்ததுதான் 'Adams New York Gum' அதில் இனிப்பு, மணம் எல்லாம் கூட்டி வியாபாரம் செய்து ஆடம் கோடீஸ்வரரானார். இப்போது ஏராளமாக சிந்தடிக் சுவிங்கம் போட்டிக்கு வந்துவிட்டதால் சப்போட்டா சுவிங்கம் மதிப்பிழந்துவிட்டது. புதிய சுகாதார விழிப்புணர்வு காரணமாக இந்தியாவில் கூட புதிய தொழில் முயற்சி தோன்றலாம்.

சாதாரணமாகத் தோட்டக்கலை வல்லுனர்கள் ஒட்டுக்கட்ட நிறையக் கனி விளையும் குட்டை மரங்களைத் தேர்வு செய்வார்கள். ஆனால், ரப்பர் மரம்போல் மரத்தைச் சேதப்படுத்தி சப்போட்டாப் பால் எடுக்கப் பெருமரமே நன்று. ரப்பர் மரப்பால் உண்ணக்கூடியது அல்ல. ஆனால் சப்போட்டாப்பால் உலர்ந்தால் உண்ணக்கூடிய சுவிங்கம். ஆகவே, சப்போட்டாவில் பெருமரங்களை வளர்க்க வேண்டும். இது பால் தரும் மரம் (Latex Tree) என்பதால் மழைக்கவர்ச்சி செய்ய மரம் உயரமாக வேண்டும். இயற்கை வழியில் உடலுக்குக் கேடு இல்லாத சுவிங்கம் மிட்டாய் தயாரித்துப் புதிய தொழிலுக்கு அடித்தளம் இடலாம். இந்த முயற்சியை வனத்துறையோ, தோட்டக்கலைத் துறையோ ஆய்வு செய்யலாம்.

சப்போட்டாவை மட்டுமே நடாமல் சப்போட்டாவைப் போல் வறட்சி தாங்கி வளரக்கூடிய நெல்லி, மா, முருங்கை போன்ற மரங்களைச் சேர்த்து நடுவதுடன் வரப்புகளில் காற்றுத் தடுப்பாக வேம்பு, வெள்வேல், கொடுக்காப்புளி, இலுப்பை, வாகை, கொன்றை போன்றவற்றை நடுவது பாதுகாப்பானது. ஏக்கருக்கு 400 முதல் 500 கன்றுகள் கலப்பாக நடும்போது 200 மரங்கள் சப்போட்டாவும் 300 பிற மரங்களும் நடுவது நன்று.

அரிஸ்டாட்டில்

தோட்டங்களில் சப்போட்டா நன்றாகக் காய்த்துப் பழமாக PKM-1 ரகமே சிறந்தது. இது பாலா மரத்தில் (Manilkara hexandra) ஒட்டுக் கட்டப்படுகிறது. இது இயற்கை விவசாயத்தில் முத்திரை பதித்துள்ளது. திண்டுக்கல் மாவட்டத்தில் அம்மையநாயக்கனூருக்குக் கிழக்கே சிறுமலைத் தொடர் அடிவாரத்தில் S.M.K. ஜேம்ஸ் பொட்டிகுளத்தில் பெரிய அளவில் சப்போட்டாவை இயற்கை வழியில் சாகுபடி செய்வதுடன், விவசாயிகளுக்குத் தரமான கன்றுகளை வழங்குகிறார். P.K.M.-1 என்பது பெரியகுளம் தேர்வு ரகம். இப்போது இந்த ரகத்தை பெரியகுளத்தில் தேடுவதைவிட பொட்டிகுளத்தில் தேடலாம். தொடர்புக்கு போன் 98654 60165 அல்லது 04543-238419.

பாலாமரம்

இந்த மரம் அரிதாகி வருகின்றன. சப்போட்டாவிற்கு ஒட்டுக்கட்ட இது பயனாகிறது. ஆந்திர மாநிலத்தில் ராஜமுந்திரி என்ற ஊரிலிருந்து பாலாக் கன்றுகள் தருவிக்கிறார்கள். இது 30 அடி உயரமுள்ள புதர் மரம். தஞ்சை மாவட்டத்தில் பட்டுக்கோட்டை அருகில் செருவாவிடுதியில் உள்ள போத்தியம்மன் காடுகளில் இம்மரம் நிறைய உண்டு. அங்குள்ள வனக்காவலர்கள் மூலம் விதைகள் பெற்று நாற்று எழுப்பலாம். இங்குள்ளவை முதிர்ந்த மரங்கள். பழங்கள் ஈச்சம்பழம் போல் இருக்கும். இது மருத்துவ மரம். இந்தப் பழங்கள் உடம்புக்கும் நல்லது. இதன் லத்தீன் வழக்கு Manilkara Hexandra

---

65. ஆமணக்கு
அருமருந்து

தாவரஇயல் பெயர்	:	Ricinus communis
குடும்பம்	:	Euphorbiaceae
சம்ஸ்கிருதம்	:	எராண்டா, காந்தர்வ ஹஸ்தம், ஹஸ்தி கர்ணம்
ஹிந்தி	:	எண்டி
ஆங்கிலம்	:	Castor

ஆமணக்கு வரப்புப் பயிராக வளரும் சிறுமரம். தொழில் பயன் நிறைந்த எண்ணெய் வித்துப் பயிர் மட்டுமல்ல, மிகவும் அருமையான மூலிகையும் கூட. காட்டில் ஆமணக்கு புதர்போல் மண்டியிருந்தால் அங்கு யானைகள் வரும் என்று விருட்ச ஆயுர்வேதம் (322) குறிப்புக் காட்டுகிறது. இதை இந்தியாவில் தோன்றிய பயிர் என்று ஒரு சாரார் கருத்தும், ஆப்பிரிக்காவில் தோன்றியதாக ஒரு சாரார் கருத்தும் உண்டு. உற்பத்தியில் இந்தியாவுக்கு முதலிடம். பிரேசிலுக்கு இரண்டாவது இடம். உலக உற்பத்தியில் 50% இந்தியா என்றால் 40% பிரேசில். இந்தியாவில் உற்பத்தியாகும் சுமார் 8 லட்சம் டன் ஆமணக்கு

உற்பத்தியில் குஜராத்தின் பங்களிப்பு மட்டும் 75%. பின்னர் ஆந்திரப்பிரதேசம், ஒரிஸா, ராஜஸ்தான், கர்நாடகம் எல்லாம் கடந்து தமிழ்நாட்டுக்கு வரும்போது இதன் பங்களிப்பு அற்பசொற்பமே. இன்று நிலை இன்னும் மோசம். விஷமான காட்டாமணக்குப் பயிருக்குள்ள மரியாதையையும் நல்லாமணக்கு இழந்துவிட்டது. இது எவ்வளவு சிறப்பான தமிழ் மருந்து என்பதை மறந்துவிட்டோம்.

கிர் காடுகளிலும், வங்கக் காடுகளிலும் மண்டியுள்ள ஆமணக்கு 19ஆம் நூற்றாண்டிலிருந்து பம்பாய் ராஜதானியில் முறையான சாகுபடிக்கு வந்த காரணம் இதன் ஏற்றுமதி (எண்ணெயாக) வணிக நோக்கில்தான். நாளடைவில் சர்வதேசச் சந்தை விலையைவிட இந்திய விலை உயர்ந்துவிட்டதால் ஏற்றுமதி குறைந்தது. சர்வதேசச் சந்தைவிலை கூடும்போது ஏற்றுமதி உயரும்.

ஆமணக்கில் இரண்டு ரகம் உண்டு. இதில் உயர்ந்து வளரக்கூடிய செந்நிற வகை மணிகளில்தான் எண்ணெய் சதவீதம் 40 சதம் இருக்கும். சற்றுக் குட்டையாக உள்ள வெளிர்ப்பச்சை ரக மணியில் 35 சதம் எண்ணெய் வீதம் உண்டு. ஆமணக்கின் எண்ணெய், விதை, வேர், இலை எல்லாமே மருந்து. மேலே கூறிய எண்ணெய் சதவீதம் பவர்ரோட்டரியில் கிட்டுவது. இப்போது நவீன முறையில் சால்வண்ட் எக்ஸ்ட்ராக்ஷன் மூலம் பிழிந்தால் புரதம் தனியாகப் பிரிந்து முழு எண்ணெய் அளவு 50 முதல் 56 சதவீதம் வரை எடுக்கலாம். மருந்துக் கடைகளில் Franch oil என்பது மருத்துவ விளக்கெண்ணெய்தான். மருத்துவக் களஞ்சியத்தில் பிரான்ஸ், இத்தாலி விளக்கெண்ணெய் பற்றிய குறிப்பு உள்ளது. Cold Pressing – நாட்டுச் செக்கில் ஆட்டிய எண்ணெயையே உள்ளுக்குத் தரலாம். பிரான்ஸ் – இத்தாலி எண்ணெய்களில் பருப்பில் உள்ள தொலியும் நீக்கப்பட்டுப் பிழியப்படுவதால் மருத்துவ குணம் வீரியம். French oil என்று வெளிநாட்டில் காப்புறுதி வணிக உரிமை உள்ளதால் அப்பெயரில் விற்க முடியாது. ஆகவே சென்னைத் தயாரிப்பில் Franch oil என்று விற்கப்படுகிறது. எகத்தாளமான விளம்பரம். French oil உள்ளுக்குச் சாப்பிடலாம். இந்திய எண்ணெய் Franch oil வெளிப்பூச்சுக்கு மட்டுமே. மூட்டுவலி, நரம்பு வலி, தசைப்பிடிப்பு, கடி என்று பலவற்றுக்கும் மருந்துதான்.

19ஆம் நூற்றாண்டில் மன்னார்குடியில் எங்கள் வீட்டுப் பாட்டிமார்கள் – என் தந்தை வயிற்றுப்பாட்டி, அத்தை, பின் எனது தாயார் வரை பாட்டி வைத்தியப் பரம்பரை நீடித்தது. எனது பாட்டி லட்சுமி அம்மாள் சிறுவயதில் கும்பகோணத்தில் ராஜவைத்தியம் செய்துவந்த நம்பூதிரியிடம் பணிபுரிந்து அனுபவம் பெற்றவர்கள். நம்பூதிரிக்கு இவர்கள் மருந்து அரைத்தும்,

கிளறியும் பணி செய்வார்களாம். மூன்று தலைமுறையாகப் பிரசவ காலத்திலும் சரி, குழந்தைக்கும் சரி விளக்கெண்ணெய் புகட்டுவதுண்டு. நாட்டுச் செக்கில் சுத்தமான விளக்கெண்ணெய் ஆட்டப்பட்டு வீட்டுக்கு வரும். பிரசவித்த பின்னர் தாய்க்கு விளக்கெண்ணெயைக் கொடுத்து உள் புண்களையும் மூத்திரப்பை அடைப்பு, இடுப்புவலி, சீதபோக்கு என்று பல பிரச்சனைகளைச் சீர் செய்யும் மரபு உண்டு. அந்தக் காலத்தில் வீட்டில் உள்ளவர்களே பிரசவம் பார்ப்பார்கள். மருத்துவச்சி வராவிட்டாலும் கூட சமாளிக்கும் தைரியம் இருந்தது. பிரசவத்திற்குப் பின் வயிறு விழாமல் செய்யும் வித்தைகளும் எங்கள் வீட்டுப் பாட்டிமார்கள் அறிந்து வைத்திருந்தனர். இனி மருத்துவக் களஞ்சியக் குறிப்புகளை கவனிப்போம்.

சக்கரதத்தாவின் குறிப்பில் விளக்கெண்ணெயை பேதிக்குத் தரும் போது பசு மூத்திரத்தில் கலந்து சேர்த்துத் தரலாம். குறிப்பாக சிறு குழந்தைகள், முதியோருக்கு இதுவே பாதுகாப்பான பேதி மருந்து. தாய்மார்களுக்குக் குழந்தை பால் குடித்து முடித்த பின்பு முலைக்காம்பில் விளக்கெண்ணையைத் தடவச் சொல்வார்கள். இயல்பான நோய் எதிர்ப்பி என்பதால் முலைக்காம்பில் புண் வராது. சிலருக்கு இடுப்பும் தொடையும் சந்திக்கும் இடத்தில் தொடையில் பிடிப்பு ஏற்பட்டு நடக்க முடியாமல் சிரமப்படுவார்கள். இதற்கு சாரங்கதாரா வைத்தியப்படி 10 பங்கு விளக்கெண்ணெய் 5 பங்கு மஞ்சிஸ்தான் (சித்திரவள்ளிக் கிழங்கு) நீர்விட்டு அரைத்த துவையல், 5 பங்கு கடுக்காய்த்தூள், 4 பங்கு மஞ்சள், 4 பங்கு சுக்கு, அபினி 3 பங்கு (கிடைக்காவிட்டால் கசகசா) துவையலாக அரைத்துக் கொதிக்கவைத்து ஆறிய பேஸ்டை இளஞ்சூட்டில் தடவவேண்டும். அடிவயிற்றில் குடல் பிடிப்பு – குடல் முறுக்கு – ஏற்பட்டால் உதரவிதானத்தில் பூசித் தடவலாம். ஆமணக்கின் வேரிலும் மருந்து உண்டு. அதுவும் வலி நிவாரணி. எகிப்து முதல் ரோம் வரை புராதன நாகரிகங்களில் ஆமணக்கு அருமையான வலி நிவாரணி என்று சான்றுக் குறிப்புகள் உண்டு. மஞ்சள் காமாலை மருத்துவத்திலும் இது அடக்கம். ஆரம்ப காலகட்டத்தில் கரிசாலை மட்டும் உதவும். மஞ்சள்காமாலை மிகவும் முற்றிய நிலையில் உணவு செல்லாமல் வாழ்வா சாவா என்ற நிலையில் பத்தாண்டுகளுக்கு முன்பு என் மனைவி சென்னையில் பிரபல மருத்துவமனையில் சேர்க்கப்பட்டு குளூகோஸ் ஊசியால் உயிர்வாழ்ந்த நிலையில் இக்டஸ் மாத்திரை வழங்கப்பட்டது. அதில் ஆமணக்கின் பங்கு அதிகம். கூடவே மஞ்சள் கரிசாலையுடன் கீழாநெல்லியின் பங்கும் உண்டு. ஆமணக்குக்குக் கல்லீரலைச் செயல்படவைக்கும் சக்தி உண்டு. என் மனைவிக்கு வந்தது புனர்ஜன்மம்.

தாய்மார்களுக்குப் பால் கட்டினாலும் சரி, பால் சுரக்கவும் சரி நல்லாமணக்கு இலையை நெருப்பில் வாட்டி முலையில் போட்டுக்

கொள்வதுண்டு. அதிகம் பால் சுரக்கப் பசுக்களுக்கு நல்லாமணக்கு இலைகளை அரைத்துக் கொடுப்பார்கள். அதைத் தாய்மார்களும் சாப்பிட்டால் முலைப்பால் கூடுதலாகச் சுரக்கும். கடுமையான மலச்சிக்கலுக்கு இனிமா கொடுக்கும்போது வெறும் சோப்புநீரை ஆசனவாயில் ஏற்றுவார்கள். இந்திய மருத்துவர்கள் சோப்பு சேர்த்த விளக்கெண்ணெய் எமல்ஷனை ஏற்றுவார்கள். பெருங்குடல் முழுமையாகச் சுத்தமாகிவிடும். மஞ்சள் காமாலை நோய்க்கு நல்லாமணக்கு இலையுடன் சமபங்கு கீழாநெல்லியைச் சேர்த்து அரைத்த துவையல் விழுதை வைத்தியர்கள் வழங்குவதுண்டு. மூட்டுவலி, முதுகுவலி போன்ற பிரச்சனைக்கு ஆமணக்கு விதைப் பருப்பின் தொலியை நீக்கிவிட்டு நீரில் ஊறவைத்து விழுதாக அரைத்துப் பாலில் காய்ச்சிக் கஷாயமாக வழங்கலாம் என்று பாவப்பிரகாஷ் வைத்தியம் கூறுகிறது.

இயற்கை விவசாயிகள் ஆமணக்கை ஊடாகப் பயிரிடும்போது, இது வலைப்பயிராகச் (Trap crop) செயல்பட்டு முக்கியப் பயிரை நோயின்றி காப்பாற்றும். குஜராத்தில் இயற்கை விவசாயிகள் வேம்பைவிட ஆமணக்கையே தலைசிறந்த பூச்சிவிரட்டியாகப் பயன்படுத்துகின்றனர். ஆமணக்குப் பிண்ணாக்கை வேர்ப்பூச்சி எதிரியாகப் பயன்படுத்துகின்றனர். கால்நடைகளுக்கு மறந்தும் ஆமணக்குப் பிண்ணாக்கை வழங்கக்கூடாது. இதில் உள்ள ரைசினின் (Ricinin) அளவுடன் இருந்தால் மருந்து. அளவு மீறினால் விஷம். கழிச்சல் நோய் வந்துவிடும். இன்று இதன் பரவலான பயன் மசகு எண்ணெய் (Lubricated oil) அருமையான பயோடீசல். விஷமான காட்டாமணக்கை வளர்ப்பதைவிட இதன் மருத்துவகுணத்திற்காக நல்லாம்மணக்கை வளர்ப்பது நாட்டுக்கும் வீட்டுக்கும் நல்லது.

66. எருக்கு

சூர்ய மூலிகை

தாவரஇயல் பெயர்	:	Calotropis gigantea (Asclepiadaceae)
மெக்சிகன்	:	அர்க்கா, சூர்யபத்ரம்
ஹிந்தி	:	அக்
ஆங்கிலம்	:	Swallow wort

எருக்கு மிகவும் அற்புதமான மருத்துவ மரம். இதை மரமாக வளரவிடாமல் அழிக்கப்படுவதால் செடியாகக் காட்சி தருகிறது. நன்கு முதிர்ந்த மரத்திற்கு அதிக சக்தி உண்டு. சாதாரண சக்தி அல்ல; சூரிய சக்தி. அர்க்கா என்றால் சூரியன் என்று பொருள். அர்க்கா மருவி எருக்கானது. இப்புதர் மரம் இந்தியா முழுவதிலும் பரவியுள்ளது. எருக்கின் சாரத்தில் அக்குண்டாரின், காலோட்ராபின் ஆகிய மருந்துகள் உண்டு. இது வெளிப்பூச்சு மருந்து மட்டுமல்ல; உள் மருந்தும் ஆகும். ஆஸ்துமா, சொறி-சிரங்கு, பாம்புக்கடி, தேள்கடி நஞ்சு முறிவு, மலமிளக்கி, வயிற்றுக் கடுப்பு

என்று பலவகை நோய்கள் தீர்ப்பதுடன் ஆண்களின் விந்து சக்தியைக் கூட்டும் இயல்புள்ளது. எருக்கின் தோற்றம் பற்றிய தைத்ரேய உபநிடம் வழங்கும் செய்தி சிந்திக்கத்தக்கது. சக்தி வேண்டி தேவர்கள் சூரிய யாகம் செய்தபோது சூரியனுக்கு வழங்கிய பால் பூமியில் விழுந்து அதுவே எருக்காக வளர்ந்து பாலைப் பொழிகிறதாம். மருத்துவக் களஞ்சியத்தில் விந்து சக்தியைப் பெருக்கும் எருக்கு மருந்து பற்றிய குறிப்பு உள்ளது. அதாவது 125 எண்ணிக்கை எருக்கம் பூக்களைப் பறித்து நன்கு உலரவைத்துப் பின் தூளாக்க வேண்டும் அதன் பின் 1 வெள்ளி ரூபாய் எடைக்கு (1 தோலா) கிராம்பு, அதே அளவு எடைக்கு ஜாதிக்காய், ஜாதிபத்திரி, அக்கிரகாரக் கிழங்கு (Anacylus pyrethrum) ஆகியவற்றையும் தூள் செய்து ஆறுமாத்திரைகள் செய்து தினம் 1 மாத்திரை வீதம் பாலில் கலந்து சாப்பிட்டால் ஆண்களின் மலட்டுத்தன்மை நீங்குவதுடன், தேஜஸ் (உடல்பலம்) பெருகி ஒளி பெறலாம்.

இந்திய மருத்துவத்தில் எருக்குத்தைலம் (அர்க்க தைலம்) 16 பாகம் எருக்குச் சாரம், 8 பாகம் நல்லெண்ணெய், 1 பாகம் மஞ்சள் என்ற விகிதாச்சாரத்தில் காய்ச்ச வேண்டும் என்ற குறிப்புண்டு. இது சொறி–சிரங்கு, படர்தாமரை போன்ற சரும நோய்களை குணப்படுத்துவதுடன் பெண்களுக்கு வேண்டாத இடத்தில் முடி வளராமல் இருக்க உதவும். தலையில் தேய்க்கக் கூடாது. பரிபூர்ண வழுக்கை சம்பவிக்கும்.

எருக்கம் பூக்களை உலரவைத்துத் தூள் செய்து 2 நெல் எடைக்கு (மிகவும் குறைவாக) அதாவது 1 சிட்டிகை பனங்கற்கண்டு போட்டுக் காய்ச்சிய வெந்நீரில் போட்டு மேலும் கொதிக்க விட்டுக் குடிக்கலாம். எருக்கில் காரமும் அரிப்புத்திறனும் அதிகம். அளவுக்கு மீறினால் விஷம். ஏனெனில் எருக்கம்பால் கள்ளிப் பாலைப் போல் கர்ப்பத்தைக் கலைக்கும். அளவோடு மற்றப் பொருள்களுடன் கலந்து செயல்பட்டால் அற்புத மருந்து. நன்கு முதிர்ந்த எருக்க மரத்தின் வேர்ப்பட்டைகளில் நச்சுத்தன்மை குறைவாயிருக்கும் என்பதால் அப்படிப்பட்ட வேர்ப்பட்டைக் கஷாயம் ரண ஜன்னியை குணப்படுத்துமாம். ஜுர மருந்து. எருக்கின் இலை, தண்டு, பூ, பால் எல்லாம் அரைத்து விழுதாக்கி பட்டாணி அளவில் உருட்டி மாத்திரையாக்கி வெயிலில் உலரவைத்து நேர்த்தி செய்த மாத்திரை தினம் ஒன்று என்ற அளவில் உள்ளுக்குத் தரப்பட்டால் எல்லாவிதமான சரும நோய்களும் விலகும். எருக்கில் உள்ள கார – அரிப்பு நிலையைக் குறைக்க அம்மான் பச்சரிசி என்ற மூலிகையையும் (அதிலும் பால் உண்டு – அதிக துவர்ப்பி) சேர்த்து பேதி மருந்தாக வழங்கப்படுகிறது.

விஷப் பாம்புக்கடிக்கு எருக்கு இலையை விழுதாக அரைத்து ஒரு கோலிக் குண்டு அளவு தரும் மரபு கிராமங்களில் உண்டு. தேள்கடிக்கு இதில் பாதி அளவு. சரக சம்ஹிதைக் குறிப்பில் முதிர்ந்த மரப்பட்டையை மூல ரணத்திற்கும், புண்களை ஈ மொய்க்கால் மூட எருக்கின் இலையையும் முன்மொழியப்பட்டுள்ளது. போரின்போது ஏற்படும் காயங்களுக்கு எருக்கு இலை கட்டப்பட்ட சான்றுக்குறிப்பு உண்டு. சுஷ்ருதர் நாய்க்கடி, செவிப்புண், ஆஸ்துமா ஆகிய நோய் மருந்தாக எருக்கைக் குறிப்பிடுகிறார். வாகபட்டர் பல்வலிக்கும், சக்கரதத்தர் யானைக்கால், விரைவீக்கத்திற்கும், பாவப்பிரகாஷ் கணைய நோய்க்கும் பயன்படுத்திய விவரம் சுவடிக் குறிப்புகளில் உண்டு.

விவசாயத்தில் எருக்கைப் பூச்சி விரட்டியாகவும், குலை மிதிப்பாகவும் பயன்படுத்தும்போது கூடவே வேம்பு, சோத்துக்கத்தாழை, நொச்சி, உண்ணிச் செடியும் சேர்க்கப்படுவதை கவனிக்கலாம். எருக்கின் தண்டுப்

வெள்ளெருக்கு

திண்டுக்கல் - ஆத்தூர் வட்டாரத்தில் - வெள்ளெருக்குக்குப் பஞ்சம் இல்லை. ஆனால் பிற பகுதிகளில் அது அரிதாகி வருகிறது.

பாகத்தில் வெண்மையான பால் பூச்சுப் பிசிறுகள் இருக்கும். விதைகள் பஞ்சுடன் காற்றில் பறந்து புதர்களில் முளைத்துச் செடியாக வளரும். எருக்கு மரத்தில் பிள்ளையார் செய்து பூஜை அறையில் வைப்பதும், விநாயகர் சதுர்த்தி கொண்டாடும்போது மண்பிள்ளையாருக்கு எருக்கம்பூ மாலை அணிவிக்கப்படுவதும் புதிய மரபுகள். திருஎருக்கம்புலியூர், திருக்கானாட்டு

முள்ளூர் ஆகிய திருக்கோயில்களில் எருக்கு தல மரமாக உள்ளது. எருக்கில் வெள்ளெருக்கு சிறப்பானது என்று அறியப்படுகிறது. எனினும் நோயாற்றும் பண்பு இரண்டு எருக்கு வகைகளுக்கும் உண்டு என்று மருத்துவக் களஞ்சியம் கூறுகிறது. திருஞானசம்பந்தர் தேவாரத்தில்

    இலையார் தரு சூலப் படையெம் பெருமானாய்
    நிலையார் மதில் மூன்று நீறாய் விழவெய்த
    சிலையான் எருக்கத்தம் புலியூர்த் திகழ்கோயில்
    கணயான அடியேத்தக் கருதா வினைதானே.

என்று பாடியுள்ளார்.

மலர்விழிகள்

இன்பத்தோட்டங்களில் ஆங்காங்கே அழகிய
தடாகங்கள் அமைத்து அங்கு அன்னப்
பறவைகள் அணி செல்லட்டும்.
தடாக ஓரங்களில் பூ மரங்களை நடுக.
மலர்களே விழியாகி தடாகநீரைப் பார்க்கட்டும்.

— சுரபாலர் 'விருட்சாயுர் வேதம்' பாட்டு 294

67. பதிமுகம்

(சேப்பன்)

சிவப்புச் சாயமரம்

தாவரஇயல் பெயர்	: Caesalpinia sappan (Caeselpiniaceae)
	: சீசல்பினியா சேப்பன்
சம்ஸ்கிருதம்	: ரத்தமுத்தம், பதங்கம்
ஆங்கிலம்	: Sappan wood

பதிமுகம் பற்றிய விளம்பரம் விவசாயிகளை மிகவும் கவர்வதாயுள்ளது. ஒரு ஏக்கரில் 50 லட்சம் 60 லட்சம் சம்பாதிக்கலாம் என்று கூறப்படுகிறது. அவ்வளவு இல்லாவிட்டாலும் 5 லட்சம் கிடைத்தால்கூட போதுமே. தமிழில் 'பதிமுகம்' என்ற சொல் புதிதாக உருவானது. தாவர இயல் பெயரில் 'சேப்பன்' என்ற சொல் உள்ளது. ஆங்கிலத்திலும் சேப்பன் உள்ளது. ரத்த மரம், சேப்பன், பதங்கம் என்று தமிழ் வழக்கு உள்ளது. பதங்கம் என்பதுவே பொது வழக்கு. தமிழ் உட்பட பல இந்திய மொழிகளில் பதங்கம் என்பதுவே சரியான சொல்லாட்சி. பதி என்ற சொல் மருதநிலத் தலைவனைக் குறிக்கும்.

அரிஸ்டாட்டில் 229

ஊரைக் குறிக்கும். முற்காலத்தில் சிவப்பு நிறம் பெற இம்மரம் பயன்பட்டது. வைரம் பாய்ந்த கட்டை ரத்தம்போல் இருக்கும். சம்ஸ்கிருத மொழியில் ரத்தம் என்ற சொல் சிவப்பு நிறத்தையும் குறிப்பதால் சேப்பன் என்ற பெயர் வந்தது போலும்!

பாரம்பரியமாக இந்தியாவில் இயற்கைச் சாயத்திற்குப் பயன்பட்டு வந்துள்ளது. காந்திகிராம அறக்கட்டளையில் இயற்கை சாயப் பட்டறை உள்ளது. சமீபத்தில் பதங்கம் என்ற பதிமுகம் பயன்படுத்தியதில் தரமான சிவப்பு நிறம் கிட்டியது. ரசாயனத்தில் ஹேமடாக்சிலின் (Heamatoxylin) என்ற வேதியியல் பொருளுக்கு இது சரிநிகர் சமானம். இது சுலபமாக நீர் உட்பட ஈத்தர், ஆல்கஹால் ஆகியவற்றில் கரையக்கூடியது.

பதங்கம் என்றால் சந்தனம், சாம்பிராணி போன்ற வாசனை தரும் பொருள் என்று அர்த்தம். இதிலும் வாசனை எண்ணெய் – மரத்தின் சாரத்திலிருந்து எடுக்கலாம். இந்த மரத்தின் சாரத்திற்கு (பதங்க நீருக்கு) – மருத்துவ குணம் உண்டு. வயிற்றுப்போக்கு, சீதபேதி, சிலவகை தோல் வியாதிக்கும் பயனாகும். அளவுடன் உள்ளே பருகலாம். பெரும்பாலும் தோலில் காளானால் ஏற்படும் புண்களுக்கு இந்தச் சிவப்பு மரப்பூச்சு பயன்பட்டது. காதில் சீழ் வடியும் நோய்க்கு முற்காலத்தில் குலால் என்ற மருந்து தயாரித்துக் காதில் ஊதுவார்கள். பதங்கத்தூளுடன் ஆரோரூட் கிழங்கு மாவையும் (ஒட்டுவதற்கு) கலந்து குலால் மாவு செய்வதுண்டு.

இந்தப் பதிமுகமோ, பதங்கமோ, ரத்த முத்தமோ இதுநாள் வரை யாரும் சீண்டவில்லை. திடீரென்று மவுசு வந்தது எப்படி? முதலாவதாக இதன் ஏற்றுமதித் தேவை. மேலைநாடுகளில் உண்ணும் பொருள்களில் ரசாயன நிறமி (Synthetic colours) தடைசெய்யப்பட்டுவிட்டதால் உண்ணும் பொருள்களுக்குரிய இயற்கை நிறமி – குறிப்பாக அந்நிய மதுபானங்களில் நிறச்சேர்க்கை பெரிதும் விரும்பப்படுகிறது. இந்திய மதுபானங்களில் ரசாயன நிறமிகள்தான் பயனாகின்றன. மேலைநாடுகளில் குளிர்பானங்களில் பெப்சிகோலா, கோக்கோ கோலாவுக்கும் இயற்கை நிறம் பயன்படுத்தும் திட்டம் உண்டு. நாட்டுச் சாராயத்தில் பதிமுக மரச்சாரத்தைக் கலந்து சீமைச் சாராயமாக மாற்றும் உத்தி கேரளத்தில் உண்டாம். மிகவும் ஆரோக்கியமான கலப்படம்!

இப்போது இதன் அங்காடி விலை, உலர்ந்த மரக்கட்டைக்கு (சந்தனம் போல்) ஒரு கிலோ ரூ. 50/–. சந்தன விலையைவிட 10 பங்கு குறைவு என்றாலும் இது வேகமாக வளரக்கூடியது. நட்ட 15 ஆண்டுகளில் வெட்டலாம் என்று கூறுகின்றனர். 20 ஆண்டுகளுக்கு முன்பு

நட்டவர்களுக்கு இன்று லாபம். இன்னும் 20 ஆண்டுகள் கழித்து இந்த விலை விட்டுமா? எனினும், பதிமுகம் சுற்றுச்சூழலுக்கும், மனித ஆரோக்கியத்திற்கும் நன்மை தரும் மரமே. சந்தனம் போல் இதற்கும் சிறப்பு உண்டு. ரத்த சந்தனம் என்றும் கூறலாம். மணம் வேறுவிதம். இன்று பவானி, காவிரி, நொய்யல் போன்ற நதிகளில் ரசாயன சாயப்பட்டறைக் கழிவுகள் மாசு ஏற்படுத்துகின்றன. இயற்கை சாயப்பட்டறைக்கு ஆதரவு இருக்குமானால் பதிமுகத்தின் வருங்காலத் தேவை சிறப்புடன் விளங்க வாய்ப்பு உண்டு.

பதிமுகம் உண்மையில் பாழ்நிலங்களில் வளரும் புதர் மரமே. சீசல்பீனியா போண்டக் புதராக வளரும் மருத்துவச் சிறப்புள்ள கழக்கொடி விதை – கொடி ரகம். இதே சீசல்பீனியா குடும்பத்தின் மற்றொரு வகையான

பதிமுகம்

சீசல்பீனியா சேப்பன், பெரிய அளவில் மரமாகிறது. உயரம் சுமார்தான். பதிமுகம் கன்று வழங்கும் வர்த்தக நிறுவனங்கள் ஏழே ஆண்டுகளில் இந்த

மரத்தில் வயிரம் பாய்ந்து அறுவடைக்குத் தயாராகும் என்று கூறுகிறார்கள். பருமன் குறைவு உயரமும் சுமார். அடியில் பிடித்து வெட்டிய பிறகு மீண்டும் தழைக்கும். பலமுறை அறுவடை செய்யலாம். இதன் ஆயுள் 40 ஆண்டுகள். 3 வெட்டுகள் தாங்கும். பதிமுகம் நட்டால் கோடி கோடியாகப் பணம் கிடைக்கலாம் என்பது இயலாது. ஆனால் பதிமுகம் நமக்கு மிகவும் தேவையான மரம். இதை ஏற்றுமதி செய்வதும் உண்மை. ஆனால், இதை உள்ளூரில் பயன்படுத்தினால் நல்லது. குறிப்பாக நீரில் மாசு உருவாக்கும் ரசாயனச் சாயப்பட்டறைகளுக்கு மாற்றாக இயற்கை சாயத்திற்கு மூலப்பொருள் வழங்கக்கூடிய பதிமுகம் மனித நலவாழ்வுக்கு ஏற்ற மரம் என்பதால் இதை நடலாம். இதற்கு வணிக முக்கியத்துவம் உள்ளது. பதிமுக நாற்றுகள் கேரள அரசின் மானிய உதவியுடன் ரூ.5/–க்குக் கிடைக்கிறது. பாலக்காட்டில் வாங்கலாம்.

தொடர்பு முகவரி : The Farming Trust of India, BPL KOTTUPATHA Junction. MARUDHARU. P.O. **PALAKKADU** - 678 007. போன்: 0491–2572246 செல்: 09249792275.

இப்போது ப.ம.பா.க. மரநாற்றுப் பண்ணையைக் கன்னிவாடியில் நடத்தும் ராமசாமியிடமும் பதிமுக நாற்றுக் கிடைக்கிறது. முகவரியை இணைப்பில் காண்க. செல் எண்– 9865437876.

68. மகாகொனி

தேக்கின் மாற்று

தாவரஇயல் பெயர்	:	Swietenia mahagoni (Meliaceae)
ஆங்கிலம்	:	Mahagoni

எல்லா இந்திய மொழிகளும் இம்மரத்தை மகாகனி என்றோ மகோகனி என்றும் குறிப்பிடுகின்றன. மகாகொனி என்பதே சரியான உச்சரிப்பு. தேக்கு மரத்தைவிட மதிப்புள்ள மரம். தேக்கு வளர நீர்வளம் வேண்டும். ஆனால் வறட்சியிலும் வளர்வது மகாகொனி. தேக்கை வளர்த்து நஷ்டம் அடைந்தவர்கள் மகாகொனி வளர்த்து விரைவாகவும் லாபம் பெறலாம். இருபது வயதுள்ள இளைஞர் – விவசாயி இன்றே ஒரு மகோகனி மரத்தை நட்டு வளர்த்தால் அவர் ஐம்பது வயது முதுமைக் காலத்தில் இன்சூரன்ஸ் தொகை வருவதுபோல் பல லட்ச மதிப்புள்ள மரம் அறுக்கலாம். வறட்சி

தாங்கி வளர்கிறது. நீர்வளம் உள்ள பகுதியில் வேகமாக வளரும். 15 அடி சுற்றளவும் – பக்கக் கிளை விடாமல் செங்குத்தாக 80 அடி உயரம் வளர்ந்து நல்ல விலையும் பெறும். என்னும் 20 ஆண்டிலிருந்தும் வெட்டலாம். நல்ல பருமன் கிட்டும்.

மிகவும் சமீபகாலத்தில்தான் 17ஆம் நூற்றாண்டில் கிழக்கிந்தியக் கம்பெனி தாவரஇயல் வல்லுனர்களால் ஜமைக்கா (மேற்கு இந்தியத் தீவு) விலிருந்து இந்தியாவுக்கு – முதலில் கொல்கத்தா தாவரவியல் தோட்டத்திற்கு மகாகொனி நாற்று விதைகள் வந்தன. அதன்பின் மறந்துவிட்டார்கள். பின்னர் 19ஆம் நூற்றாண்டில் சில நாற்றுகள் சென்னைக்கு வந்து மரங்களாயின.

தமிழ்நாட்டின் வறட்சி சூழ்நிலைக்கு மகாகொனி தேக்கைவிடச் சிறந்தவை என்று பல்வேறு வனவியல் ஆர்வலர்கள் உணர்ந்துள்ளனர். மிகவும் அண்மைக் காலத்தில்தான் மகாகொனியின் பரவல் தொடங்கியது. மகோகனி மரப்பரவலில் பழனி மலைப்பாதுகாப்புக் கழகம் ஒப்பற்ற பணிகளை ஆற்றியுள்ளது. ஆண்டுதோறும் அதிக அளவில் மகாகொனி நாற்று விற்பனையை மிகக் குறைந்த விலையில் செய்து பரப்பிவருகிறது. வறட்சியிலும் வளரக்கூடிய இயல்புள்ளதால் மகாகொனியே விவசாயிகளுக்கு ஏற்ற உயிர்ப்பாதுகாப்பைத் தரும் பயிர்வேலி. உச்சியில் அடர்ந்த தழையமைப்பைக் கொண்டுள்ளதால் பழப்பயிர்களுக்கு ஏற்ற காற்றுத் தடுப்பு மரமாக உதவும். முருங்கை, எலுமிச்சை, ஆரஞ்சு, சப்போட்டா போன்ற படர்ந்து வளரும் மரங்களுக்குக் காற்று அரண் கட்டாயம் வேண்டும். வாழைக்கு மிக மிக அவசியம், மரங்கள் சாயாமலும், கொப்புகள் ஒடியாமலும் பயிர்வேலியாகப் பல மரங்களை நடுவது நமது மரபு. அத்தகைய பயிர்வேலி உணவுவகைப் பயிர்களுக்கு உயிர்வேலியாகவும் அமைவதில் மகாகொனிக்கு ஈடு இல்லை.

ஓங்கி உயர்ந்து நிழல் காட்டாமல் வளரும் இம்மரம் பல்வேறு அழகிய வேலைப்பாடுகள் செய்யக்கூடிய சிலை மரமாகும். மரச்சிற்பங்கள், நுண்ணிய வேலைப்பாடுகள் செய்ய மரத்தச்சர்களுக்கு ஒத்துழைக்கும் உறுதி மரம். கப்பலும் கட்டலாம். பிளைவுட்டும் செய்யலாம்.

உலர்ந்த இலையில் மிலியனோன் (Melianone) என்ற சத்துப்பொருள் உள்ளது. பட்டையில் 15% டானின் உள்ளது. தோல் பதனிட ஏற்றது. பொதுவாக எல்லா மரப்பட்டைகளிலும் டானின் உண்டு. இப்போது யாருமே மரப்பட்டைகளைக் கொண்டு தோலைப் பதனம் செய்வதில்லை. தோல் தொழிற்சாலைகளினால் திண்டுக்கல், வாணியம்பாடி, வேலூர் சுற்றுச்சூழல்,

மண், பாலாறு எல்லாம் மாசாகிவிட்டன. மரங்கள் வழங்கும் பொருள்களால் இயற்கைச் சாயப்பட்டறைகளும், தோல் பதனிடும் தொழிற்சாலைகளும் வளர்ந்துவிட்டால் வேறு புதிய சொர்க்கத்தை இப்புவியில் தேடவேண்டிய அவசியமே இல்லை.

மகாகொனி விதை எண்ணெய் மூலம் பெயிண்ட், சோப்பு செய்யலாம். இதில் மகாகொனின், ஆக்சோகெடுனின், சைக்ளோ மகோஜினால் போன்ற வேதியியல் பொருள்கள் கிட்டும். பெட்ரோலியம் – ஈத்தர் சால்வென்ட் எக்ஸ்ட்ராக்ஷன் முறையில் விதையிலிருந்து 50% எண்ணெய் எடுக்கலாம். வேப்பெண்ணைப் போல் இதுவும் கிருமி நாசினி. பயிர்ப் பாதுகாப்புக்கும் இயற்கை வழியில் பயனாகும். மேற்கிந்தியத் தீவுகளில் இம்மரத்தைக் கொய்னா மரத்திற்கு மாற்றாகப் பயன்படுத்துவார்கள். மகாகொனியின் மரப்பட்டையும் மலேரியாக் காய்ச்சலை குணப்படுத்தும். வேப்பம்பட்டை கஷாயம்போல் மகாகொனிப் பட்டையில் ஊறல் கஷாயத்தையும் சிறிது உள்ளுக்குச் சாப்பிட்டு நோய் எதிர்ப்பு சக்தி பெறலாம். துவர்ப்பி. வெக்கையை நிறுத்தும்.

இன்று மகாகொனியின் பயனைப் பொதுப்பணித்துறையினரும் வனத்துறையினரும் நன்கு உணர்ந்துகொண்டுள்ளனர். சாலை மரங்களுக்கு இது தேர்வாயுள்ளது. சென்னை – பெங்களூர் புதிய தேசிய நெடுஞ்சாலைகளில் மகாகொனி நடப்பட்டுள்ளதைக் கவனிக்கலாம்.

நன்கு தேறிய மரம் – அதாவது 30 முதல் 40 ஆண்டு வளர்ந்த மரத்தை அறுத்து வேலை செய்தால் கருமையும் சிவப்பும் கலந்த ஒரு தங்கமயமான பளபளப்பு உண்டு. 'தக தக தக வென ஒரு தங்க வேட்டை' – இம்மரத்தில் உண்டு. தச்சர்களின் பயனுக்கேற்ற கனமும் கடினமும் உண்டு. தேக்குமரத்திற்குரிய எல்லாச் சிறப்பும் இதற்கும் உண்டு. மரத்தை இலகுவாகப் பதனப்படுத்தலாம். காற்றிலே உலரவிட்டாலே பதமாகும். களவாய் முறையிலும் பயன்படுத்தலாம். வெடிப்போ சுருக்கமோ ஏற்படுவதில்லை. நீடித்து உழைக்கும். கரையான் அரிக்காது. கைக்கருவிகளால் அழகாக இழைத்து – உளி கொண்டு திருத்தம் செய்யலாம். நன்கு பாலிஷ் ஏற்கும் இது முதல் தரமான மரம். சுற்றுச்சூழலுக்கு நண்பன். மகாகொனி கன்றுகள் வனத்துறை நர்சரிகளில் கிட்டும். பழனிமலைப் பாதுகாப்புக்கழக நர்சரியில் எப்போதுமே இந்த மரக்கன்று கிட்டுகிறது. வனத்துறைக்கும் இவர்கள் வழங்குகின்றனர்.

தொடர்பு முகவரி: திரு. ராமசாமி, பழனி மலைப் பாதுகாப்புக்கழக மரக்கன்று நர்சரி. கன்னிவாடி, திண்டுக்கல். போன்: **9865437876**.

69. மூங்கில்

ஒரு பசுமைத் தங்கம்

தாவரஇயல் பெயர்	:	Bambusa arundinaecea (Gramineae)
ஆங்கிலம்	:	Bamboo
சம்ஸ்கிருதம்	:	வம்சம், தவாக்ஷ்ரி
ஹிந்தி	:	பன்ஸ்

'மூங்கில் இலை மேலே தூங்கும் பனி நீரே' 'புல்லாங்குழல் கொடுத்த மூங்கில்களே' என்றெல்லாம் அழகுணர்வுடன் கவிஞர் மூங்கிலைப் பற்றிப் பாடியுள்ளார். புல்லாங்குழல் ஒருவகை நாணலிலிருந்து செய்யப்படுகிறது. மூங்கில், கரும்பு, நாணல் எல்லாமே புல் குடும்பம். அதாவது GRAMINEAE. ஆனால் ஜீனஸ் (genus) வேறு. ஜீனஸ் வேறுபட்டாலும் கரும்பு விஞ்ஞானி சர் வெங்கட்ராமன் மூங்கிலையும் நாணலையும் ஒட்டுக்கட்டி ஒரு கரும்பு வகையை உருவாக்கியுள்ளார்.

இம்மரம் தரும் பயன்களுக்கு அளவே இல்லை. மூங்கில் நட்டு வளர்த்த 5 ஆண்டுகளுக்குப் பின்பு தூரிலிருந்து ஓரடி விட்டு வெட்டினால் மீண்டும் தழையும். பழங்குடி மக்களின் பசுமைத் தங்கமாகிய மூங்கில் மிகச் சிறந்த உயிர்வேலி. வேலி ஓரங்களில் பசுமையாக வளரவிட்டு உள்ளே சாகுபடி செய்யப்படும் கனிவகைப் பயிர்களுக்கு காற்றுத் தடுப்புச் செய்யலாம். மூங்கில் மிகவும் அருமையான மூலிகைப் பயிர்.

மூங்கில் உப்பு என்பது மிகச்சிறந்த மருந்து. நாட்டு மருந்துக்கடைகளில் கிடைக்கும் மூங்கில் உப்பைத்தான் சம்ஸ்கிருதத்தில் தவாக்ஷிரி என்கின்றனர். குழாய் மூங்கிலில் உட்புறம் வெள்ளிப்பூச்சு இருக்கும். சிலிசிக் அமிலம் இவ்வாறு வெள்ளை நைட்ரேட்டாகப் படிந்துள்ளது. இதில் 90 சதவீதம் சிலிக்கா. இந்த தவாக்ஷிரி என்ற மூங்கில் உப்பை 8 கிராம் எடுத்துக்கொண்டு கூடவே, 4 கிராம் லவங்கப்பட்டை ஆகியவற்றுடன் 16 கிராம் கல்கண்டு சேர்த்துப் பொடிசெய்து அந்தப் பொடியில் தினமும் இருவேளை 3 கிராம் வீதம் எடுத்துப் பாலில் கலக்கிக் குடித்தால் மேகவேட்டை தணிந்து விந்து சக்தி வீரியம் பெறுவதுடன் தீராத இருமல் – காசமும் விலகும்.

மூங்கில் இலையைப் பிழிந்து சாறெடுத்து அதில் தேன் கலந்து சாப்பிட்டாலும் இருமல் விலகும். மூங்கில் இலையை அரைத்து முள் தைத்த இடத்தில் பூசினால் முள் வந்துவிடும். மூங்கில் இலையை உலர்த்திக் கொளுத்தி எடுத்த சாம்பலைப் புண்கள் மீது தூவினால் புண் ஆறும். அதையே பல்பொடியாகவும் பயன்படுத்தலாம்.

தாய்மார்களுக்குப் பேறுகாலங்களில் கர்ப்பப்பைக் கசடுகளை வெளியேற்ற மூங்கில் குருத்தை துண்டாக நறுக்கி 1 லிட்டர் நீரில் கொதிக்கவைத்து அரை லிட்டராக வற்றியதும் வேளைக்கு 100 மில்லி அருந்தி வரலாம். மகப்பேறின் போது ஏற்படும் உதிரச் சிக்கலுக்கு மூங்கில் மரத்தின் மேல் தோலை உரித்து 20 கிராம் அளவு சேர்த்து 10 கிராம் மஞ்சள், 10 கிராம் கருஞ்சீரகம் கலந்து கஷாயம் போட்டுப் பின் பனங்கற்கண்டு போட்டுக் குடிக்கலாம்; 2 வேளைக்கு 2 டம்ளர் போதுமானது.

மூங்கிலரிசி கண்நோய், நீரிழிவு, தீராத காய்ச்சல் ஆகியவற்றுக்கு மருந்து. மூங்கில் கிழங்கு, குருத்து, அரிசி எல்லாமே உணவும்கூட. பழங்குடி மக்கள் உண்கின்றனர். மூங்கில் குடிசை அழகு. காட்டு விலங்குகளிடம் இருந்து காப்பாற்றிக்கொள்ள மூங்கில் மச்சு வீடுகளை அசாம் – வடகிழக்கு மாநிலங்களில் பார்க்கலாம்.

மூங்கிலில் 1000 வகை உண்டு. இந்தியாவில் 150 வகைகள் உள்ளன. தமிழ்நாட்டில் 2 வகைகள் மட்டுமே உண்டு. ஒன்று கல்மூங்கில்; இதன் தாவரஇயல் பெயர் – Dendro Calamus Structus; பிரம்பு வகை மூங்கில். இரண்டாவது பொந்து அல்லது குழாய் மூங்கில். மற்ற வகை மூங்கில்களில் குறிப்பிடத் தகுந்தவை: 3. RHINO BAMBOO (Dendrocalamus) காண்டாமிருக மூங்கில், உயரம் 90 அடி, விட்டம் 12 செ.மீ. 4. GIANT BAMBOO (Dendrocalamus giganteus) ராட்சஸ மூங்கில் (100 அடி உயரம் 1 அடி விட்டம். 5. Muli Bamboo (Melocanna laccifera) மூலி மூங்கில் (40 அடி உயரம் 5 செ.மீ. விட்டம்) பசுமையாகவும் குறைந்த உயரத்திலும் அடர்ந்திருக்கும். பூ, பழம் காட்டு விலங்குக்கு உணவு.

மூங்கிலின் பயன் அபரிமிதமானது. மிகவும் தரமான காகிதம் தயாரிக்க மூங்கில் வேண்டும். சூழலுக்கு எதிரியான பிளாஸ்டிக்கிலிருந்து மீள மூங்கில் கூடை, மூங்கில் தட்டு. கலைநயமிக்க மூங்கில் கட்டுமானங்கள் அழகைத் தூண்டும். வறண்ட பிரதேசங்களுக்குக் கல்மூங்கில் ஏற்றது. 30 அடிக்குமேல் உயராது. குறைந்த அளவு தார் கட்டும். அழுத்தமான கம்பு கிட்டும். சிலம்பம் சுற்றும் கம்புகள், போலீஸ்காரர்களின் கைத்தடி. கல்மூங்கிலால் ஆனவை.

பொந்து அல்லது குழாய் மூங்கில்களே வணிக ரீதியாக லாபம். 100 அடி உயரம் வளரும். இது வறட்சியில் வளராது. சதுப்பு நிலக்காடுகளில் நல்ல உயரம் செல்லும். புதராகத் தூர் கட்டும். 10 அங்குலச் சுற்றளவும் வரும். இரண்டு கணுவை வெட்டினால் மூங்கில் பாத்திரம் கிட்டும். பழங்குடி மக்களிடம் வேலைப்பாடுள்ள மூங்கில் பாத்திரத்தைப் பார்க்கலாம். உள்ளே குடைந்துவிட்டால் பாசனக்குழாய். ஆப்பிக்காவின் பி.வி.சி. பைப் மூங்கில்தான். தூர்கட்டி நிறைய கிளை வெடிப்பதால் அதிக முட்கள் உள்ள படல்கள் தயாரித்து வீட்டைச் சுற்றி மூங்கில் வேலி போடலாம்.

மூங்கிலுக்கு வயது என்று எதுவும் இல்லை. வாழையடி வாழையாக வெட்ட வெட்டத் துளிர்க்கும். 30 ஆண்டுகளில் 300 மூங்கில்கள் வெட்டலாம். சாதாரணமாக 5 ஆண்டுகளுக்கு ஒரு முறை அறுவடை செய்வார்கள். நட்ட நான்காவது ஆண்டிலிருந்து மூங்கில் அறுவடை செய்யலாம். 20 அடி இடைவெளிவிட்டு மூங்கில் நட்டுத் தூர்க்கட்ட விடுதல் நலம். இடைவெளியில் வேறு பயிர்கள் / மரங்கள் நடலாம்.

70. சிறுநாகப்பூ

சின்னப்பூ அல்ல

தாவரஇயல் பெயர் : Mesua ferrea (Glusiaceae)

ஆங்கிலம் : Cobra's saffrom

சம்ஸ்கிருதம் : கஜபுஷ்பம், சம்பெர்யம், நாககேசரம், நாகபுஷ்பம்.

சிறு நாகப்பூ என்று நாட்டு மருந்துக் கடையில் கேட்டால் இதன் உலர்ந்த இதழைத் தருவார்கள். நல்ல கருஞ்சிவப்பாகவோ – கறுப்பாகவோ இருக்கும். இதன் பூ, மொட்டு, காய், விதை, வேர், எண்ணெய் எல்லாமே மருந்துச் சரக்குகள். ஆயுர்வேத மருந்துகள் பலவற்றில் இதையும் கூடச் சேர்ப்பார்கள்.

சிறு நாகப்பூ என்பது சின்னப் பூவும் அல்ல. சின்ன மரமும் அல்ல சம்ஸ்கிருதத்தில் கஜபுஷ்பம் – யானைப்பூ, வெளுத்த சம்பகம் என்ற பொருளில் இம்மலரைக் குறிப்பிடுகின்றனர். சுமார் 4 அங்குலம் அளவுள்ள பெரிய வெள்ளை நிறப்பூ. ஏறத்தாழ நாகலிங்கம் போல் இருக்கும். நிறம் வெண்மை.

இலைச் சந்துகளில் ஒற்றைப் பூவாகவோ, இரட்டைப் பூவாகவோ, மூன்று பூக்களாகவோ பூக்கும். காயும் பெரியது. 2 அங்குலம் கோள வடிவில் இருக்கும். புற இதழ் காயுடன் ஒட்டியிருக்கும். முதிர்ந்தால் பழம் கருஞ்சிவப்பாக மாறும். பழங்கள் (ஏறத்தாழ நாகப்பழம் போல் இருக்கும் – பூ ஒட்டியிருக்கும்) ஒன்று முதல் நான்கு விதைகள் உண்டு.

தாவர இயல் பெயரில் உள்ள (ferrea) ஃபெர்ரியா என்றால் மிகவும் கடினமான மரம் என்று பொருள். ஒரு கன மீட்டர் மரத்தின் எடை 1100 கிலோ வரை இருக்கும். இந்த மரம் அதிகபட்சம் 100 அடி உயரம் செல்லும் பெரிய மரம். கனத்த அடிமரமும், அடர்ந்த தழையமைப்பும் கொண்ட இம்மரம் சூழலின் நண்பன்.

அசாம், இலங்கை, மேற்குத் தொடர்ச்சி மலை போன்ற ஈரச்செழிப்புள்ள இடங்களில் மிகப் பெரிய மரங்களை (யாரும் வெட்டாமல் இருந்தால்) பார்க்கலாம்.

குற்றாலக் காடுகள், பழனி மலைத்தொடர், நீலகிரி காடுகளிலும் உண்டு. சமநிலைப் பகுதிகளில் இது வளரும். 40 அடி உயரம் வளரும். இந்த மரங்கள் இலங்கை, இந்தியாவின் வடகிழக்குப் பிராந்தியங்களில் உள்ள புத்தர் கோயில்களில் போற்றி வளர்க்கப்படுகின்றன.

சிறு நாகப்பூ இலைத் துவையலை நெற்றியில் பற்றுப்போட்டால், மூச்சு முட்டும் ஜலதோஷம் காணாமல் போகும். இவ்வாறே, இந்த மரத்தின் வேர், பட்டைக் கஷாயம் வயிற்றில் உள்ள வாயுவைக் கண்டித்து வெளியேற்றும். மார்புச் சளியை நீக்கும்.

சிறு நாகப்பூக்களை (உலர்ந்தது) பொடிசெய்து கூடவே குழவி ஜீனியுடன் நெய் கலந்து க்ருதமாக வழங்கினால் சீதபேதி, ரத்தபேதி, கழிச்சல் கட்டுப்படும். நூறு தடவை நீரில் சுத்தி செய்யப்பட்ட பசுந்தயிரில் கடைந்த பழைய வெண்ணெயில் குழைத்து பாதத்தில் பிளந்த நிலையில் உள்ள பித்த வெடிப்புக்கும், ஆசன வாயில் ஏற்படும் ரத்த மூலத்துக்கும் மேற்பூச்சாக வழங்கலாம் என்று சக்கரதத்தா மருத்துவம் கூறுகிறது.

இதன் விதையில் 46 சதவீதம் எண்ணெய் உள்ளது. தொழில் உபயோகத்திற்குப் பயன்படும் பயோ டீசலுக்கும் பயன்படுத்தலாம். பெயிண்ட், சோப்புக்குப் பயன்படுத்தலாம். இதில் 1% மெசூயால் என்ற மருந்து உண்டு; மெசூயோன் என்ற மருந்தும் உண்டு. பாக்டீரியா எதிர்ப்பு வேப்ப எண்ணெய், வேப்பமுத்து போல் இதுவும் பயிர்களில் பூச்சி விரட்டியாகப் பயன்படுத்த ஏற்றது.

சிறு நாகப்பூவுக்கும் மர மதிப்புகள் உண்டு. இது கனமான மரம். இருப்புப் பாதையில் ஸ்லீப்பர் கட்டை, மரப்பாலம், கம்பம், உத்தரம், தூண் போன்ற வேலைக்கு ஏற்றது. எனினும் தச்சரின் உளிக்கும் இழைப்புக்கும் அவ்வளவாக ஒத்துழைக்காது.

பசுமை மரத்தை அறுப்பதும் கூட சற்று சிரமம். எனினும் மரத்தைப் பதனப்படுத்திவிட்டால் வளையாத கனத்த கதவு செய்யலாம். மரம் பிளவு ஏற்படாமலும், சுருங்காமலும் இருக்க நிழலில் போட்டு அதன்மீது மற்ற மரங்களை அடுக்கி, சில மாதங்கள் சென்ற பின் நிதானமாக ஈரம் உலர்ந்த பின்னால் வேலைக்குப் பயன்படுத்தலாம். அனல் மின்சாரத்துக்கு ஏற்றது. அதிக வெப்பத்துடன் நிதானமாக எரியும். குண்டாந்தடிக்கும் ஏற்றது.

சிறு நாகப்பூவிலிருந்து வாசனை எண்ணெய் எடுக்கலாம். அத்தர் எடுக்கலாம். வாசமுள்ள மலர் இது. பூவில்தான் அதிக மருத்துவ குணம் உள்ளது. வனத்திற்கு வாசமும் அழகும் தரும் இம்மரத்தை வீட்டில் வளர்த்து மலரின் அழகையும் வாசனையையும் நுகர்ந்து தினம் தினம் புத்துணர்வு பெறலாம்.

விதைக்குக் குற்றாலத்தில் முயற்சி செய்யலாம். வனவாழ் மக்களிடம் பெறலாம். அசாம், வங்காளம், டேராடூன், இலங்கை, கேரளம் ஆகிய இடங்களில் நிச்சயம் விதைகள் / கன்றுகள் கிட்டும். கோவை வன மரபியல் கோட்டத்தில் விதைகளை வரவழைத்துத் தரக் கோரலாம். தமிழ்நாட்டில் இம்மதிப்பு மிக்க மரம் பரவலாயில்லை.

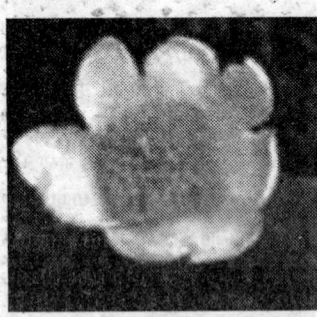

சிறுநாகப்பூ

சிறுநாகப்பூ இலைக்கொத்து

71. நாகலிங்கம்
புதிய புனிதச்செம்மலர்

தாவரஇயல் பெயர் : Couroupita guianensis
(Clausiaceae)
ஆங்கிலம் : Cannon wood, Iron wood

நாகலிங்க மரமும் அதன் மலர்களும் கண்ணுக்கு விருந்து என்பது காணும்போது தெரியும். மரத்தைப் பார்க்கும்போது பக்தியுடன் இணைந்த அழகுணர்வும் வெளிப்படும். நாகலிங்க மரத்தின் தெய்வீகப் பண்பு மிகவும் பிற்கால மரபு என்று தோன்றுகிறது. பல கோயில் நந்தவனங்களில் இது குடிகொண்டிருந்தாலும் தல மரமாக இல்லை. இந்தியாவின் எல்லாப் பகுதிகளிலும் இது உண்டு. இருப்பினும் இது கிழக்கு இமயமலைப் பகுதிகளில்தான் நிறையவே காணப்படும்.

படமெடுத்து ஆடும் நாகப்பாம்பு வடிவுள்ள செம்மலர்கள் இலையோடு வராமல் தண்டின் விழுதுகளிலிருந்து தொங்கும். பிள்ளையார்பட்டியில் ஓர் இளமரம் இவ்வாறு பூக்களைச் சொரிந்து அற்புதக் காட்சி தருகிறது. அநேகமாக 200 வயது நிரம்பிய முதிர்ந்த நாகலிங்க மரத்தை ஹௌராவில் உள்ள பெரிய தாவரவியல் தோட்டத்தில் பார்க்கலாம்.

காவிரி நதி பாயும் தஞ்சை மாவட்டத்தில் ஆற்றங்கரையில் காணப்பட்ட மரங்கள் சற்றுக் குறைந்துவிட்டாலும் இன்று சோழ மண்டல நகர்ப்பகுதிகளில் குடிபெயர்ந்துவிட்டது.

நாகலிங்க மரம் 50 அடி உயரம் வளர்ந்து 20 அடி அகன்ற தழையமைப்பைக் கொண்டிருக்கும். நடுமரத்திலிருந்து விழுதுகளாக பூக்கிளைகளில் சிமிழ் வடிவில் மொட்டுகள் காணப்படும். மொட்டு விரியும்போது மகரந்தத்தண்டு இணைந்த பகுதி படமெடுத்த நாகம் போன்றும் இதழ்கள், காம்பு எல்லாம் லிங்க பீடமாகக் காட்சி தருவதால் நாகலிங்கம் என்று அழைக்கப்படுகிறது. இந்தப் பூக்கள் உதிர்ந்து காயாகிப் பழமாகும்போது பீரங்கிக் குண்டுகள் போல் தோற்றம் தருவதால் இந்த மரத்தை Connon wood tree என்றும் Iron wood என்றும் அழைப்பார்கள்.

'நாகலிங்கம்' என்ற பெயரை வைத்து இதை இந்தியமரம் என்று கொள்ளமுடியாது. இதன் தாயகம் கயானா. ஐரோப்பியர்களால் இது அறிமுகமாகி சுமார் 300 ஆண்டுகள் இருக்கலாம். இதன் மருத்துவக்குணம் பற்றி எதுவுமே அறியப்படவில்லை. பாண்டிச்சேரியில் வாழ்ந்த அரவிந்த மகரிஷிக்கு இந்தப் பூ மீது கொள்ளைக் காதலாம். அவர் நிறையப் பயிரிட்டதாகவும் கேள்வி. அரவிந்தரைத் தொடர்ந்து இதற்குப் புதிய புனிதநிலை ஏற்பட்டது. இதைப் பலரும் விரும்பி வீட்டின் முகப்பிலும், கோவில்களிலும் கடந்த நூற்றாண்டுகளில் நடத் தொடங்கியதால் சில சிவன்கோவில்களில் நாகலிங்க மரங்கள் உள்ளன. இன்று நாகலிங்கம் நட்டு வளர்ந்ததும் புதிய பிள்ளையார் கோவில்களும் தோன்ற ஆரம்பித்துவிட்டன. காரணம் இந்த மலருக்கு ஒரு தெய்வீகத் தோற்றம் உள்ளது என்று சக்கரதத்தா கூறுகிறார்.

இவ்வளவு புனிதத் தோற்றமுள்ள நாகலிங்க மரத்தை நாம் தொலைத்துவிடாமல் ஒவ்வொருவர் தோட்டத்திலும் அழகுமரமாகவும் வளர்க்கலாம். பல இடங்களிலிருந்து நான் நாகலிங்க மரக் கன்றுகளை வாங்கி, காந்திகிராமத்தில் நட்டுள்ளேன். ஆத்தூர் அணைக்கட்டுக்கு அருகில் உள்ள பழனி மலைத் தொடர் பாதுகாப்புக் கழக மரப் பண்ணையிலும் புதுக்கோட்டை சேந்தன்குடியில் 'மரம்' என்று தன் பெயரை மாற்றி வைத்துள்ள தங்கசாமியின் கற்பகச் சோலைக் காட்டிலும், சங்கீத மங்கலம் கருணா நிதியிடமும் இது கிடைக்கும். இது வேகமாக வளர்ந்து நல்ல பயிர் நிறை (Bio-mass) தருவதில் வல்லது. ஆத்தூர் மரப்பண்ணை மேலாளர் ராமசாமியின் கருத்துப்படி, திண்டுக்கல் பகுதி மக்கள் இந்த மரக் கன்றுகளை வாங்கிக் கோயில்களில் நடுவதாக வேண்டிக்கொண்டு வாங்குவார்களாம். நினைத்த காரியம் நடக்குமாம். அப்படியாவது, ஒரு வனத்தை உருவாக்கலாமே.

அரிஸ்டாட்டில்

72. தோதகத்தி
மதிப்பில் தங்கம்

தாவரஇயல் பெயர்	:	Dalbergia latifolia (Papilionaceae)
சம்ஸ்கிருதம்	:	சத்சால்
ஹிந்தி	:	–
ஆங்கிலம்	:	Rose wood
தமிழ் வேறு பெயர்கள்	:	ஈட்டி

தோதகத்தி என்றும் ஈட்டி என்றும் அழைக்கப்படும் ரோஸ்வுட் மரங்களிலேயே அதிக விலைமதிப்புள்ளது. தோதகத்தி மரம் ஓங்கி உயர்ந்து நெட்டையாகச் செல்லும். இப்போது இரும்பு அலமாரிகள் அதிகம். ஆனால் ரோஸ்வுட் அலமாரிகள் அந்தக் காலத்தில் பிரபலம், இன்று அபூர்வமாகி விட்டது. ஏலத்தில் வரலாறு படைத்துள்ளது. கர்நாடக மாநிலத்தில் உள்ள நாகராஹோலே சரணாலயத்தில் 5.20 x 2.72 மீட்டர் அளவுள்ள முதல்தர மரம் ஹின்சூர் வனக்கிட்டங்கி ஏலத்தில் 6,71,484 ரூபாய்க்கு விலை போனது. 1984 வரை ஆண்டுதோறும் 30 கோடி மதிப்புள்ள தோதகத்திமரம் வனத்துறையால் ஏற்றுமதி செய்யப்பட்டுவந்தது. அதற்குப் பின் முதிர்ந்த

மரங்கள் இருந்தால்தானே! இப்போது ஏற்றுமதி இல்லை. மரமாக ஏற்றுமதி செய்யத் தடை செய்யப்பட்டிருந்தாலும் மரப்பொருளாக ஏற்றுமதி செய்யத் தடை இல்லை. ஜப்பான் நாட்டிலிருந்து மரத்தை சன்னமான தகடுகளாக அறுக்கும் நுண்ணிய இயந்திரங்கள் தருவிக்கப்பட்டு ஏற்றுமதியாகிறது. கேரள மாநிலத்திலும் கர்நாடக மாநிலத்திலும் இந்த அறுவை ஆலைகள் இருப்பினும் முதிர்ந்த மரங்கள் கிட்டவில்லை.

இம்மரத்தில் வைரம் ஏறியதும் அந்த வைரப்பகுதி கருமைச் சிவப்பாகி மரத்தை அறுத்து வேலை செய்யும்போது நறுமணம் கமழும். இம்மரத்தின் வைரப்பகுதி தேக்கு மரத்தைவிட அதிகக் கடினம் உள்ளதுடன் எடைதாங்கும் தன்மையும் கூடுதல். மிகவும் தொல்சிறப்புள்ள இம்மரத்தின் உத்திரம் ஹரப்பா நகர்ப்பண்பாட்டில் கண்டெடுக்கப்பட்டுள்ளது. ஆனைமலை டிரஸ்ட் வெலிங்டன் சீமாட்டிக்கு வெள்ளையர் ஆட்சியின்போது 4.8 மீட்டர் X 2.4 மீட்டர் நீள–அகலமுள்ள ரோஸ்வுட் பலகையில் வேலைப்பாடுடன் கடைசல் செய்த கால்களுடன் அழகிய உணவு மேஜையைப் பரிசு வழங்கியது. அந்த மேஜை லண்டன் அருங்காட்சியகத்தில் நமது பெருமையைப் பறைசாற்றிக் கொண்டுள்ளது. இவ்வளவு சிறப்பும் தங்கத்தைப் போல் மதிப்பும் உள்ள இம்மரத்தை 1963ஆம் ஆண்டு வனச்சட்ட விதிகளின்படி தோதகத்தி தேசிய மரமாக அறிவிக்கப்பட்டுள்ளது. இந்த மரம் இமாலயக் காடுகள், மத்திய இந்தியா, மேற்குத் தொடர்ச்சி மலைப் பகுதிகளில் பரவலாயிருப்பினும் நல்ல பருமனான மரங்கள் வீரப்பன் வலம் வந்த மைசூர் வனப்பகுதிகளில் – குறிப்பாக நாகராஹோலே, பந்திப்பூர், கேரளா வயநாடு, தமிழ் நாட்டின் முதுமலைக் காடுகளில் இருந்து வெட்டப்பட்டன. இம்மரத்திற்கு எதுவும் சிறப்பான மூலிகைப் பயன்கள் கண்டறியப்படவில்லை. பியானோ, கிளாரிநட், கிதார் போன்ற இசைக்கருவிகள் தோதகத்தியில் செய்யப்படுகின்றன. இம்மரத்தைச் சரியான முறையில் பராமரித்தால் 80 ஆண்டுகளில் 120 அடி உயரம், 18 அடி சுற்றளவும் கொண்டு ஓங்கி உயர்ந்து வளரும். தோதகத்தி மரக்கன்றுகள் திண்டுக்கல், ஆத்தூர், கன்னிவாடி நர்சரிகளில் ரூ. 5/–க்குக் கிடைக்கிறது.

அரிஸ்டாட்டில்

73. கருங்காலி
கறுப்பு வைரம்

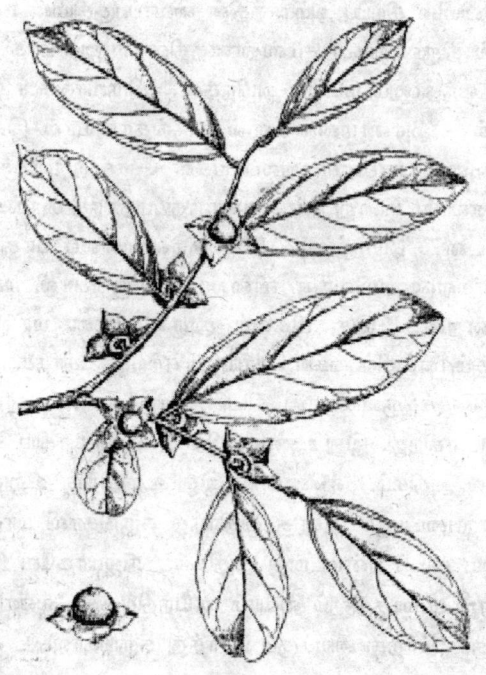

தாவரஇயல் பெயர்	:	Diospyros ebenum
ஆங்கிலம்	:	True Ebony
		(Ebenaceae)
ஹிந்தி	:	எபன்ஸ்

எபனி என்பது பொதுவாகப் பல மரங்களைக் குறிக்கும். டெண்டு என்று கூறப்படும் பீடி இலைமரம், ஆச்சா, தும்பி என்று பல உண்டு. உண்மையான எபனி மரம் கருங்காலி. புதுச்சேரிக்கு அருகில் உள்ள திரு அம்பர் மாகாளம் என்ற திருக்கோயிலின் தல மரமாகவும் உள்ளது. இது உண்மையில் ஆப்பிரிக்க மரமானாலும் இந்தியாவில் இடைக்காலத்தில் குடிகொண்டு தல மரமாகவும் சிறப்புப் பெற்றுள்ளது.

இம்மரம் தென்னிந்தியாவில் மட்டும் உண்டு. ஸ்ரீலங்காவில் இம்மரம் உயரமாகவும் கனமாகவும் வளர்வது போல் இங்கு வளர்வதில்லை. இதன் உயரம், சுமார் அதிகபட்சம் 50 அடி. தக்காணத்தில் குறிப்பாக கர்நூல், கடப்பா, கேரளம், கர்நாடகம், தமிழ்நாட்டில் உள்ள மேற்குத் தொடர்ச்சி மலைப்பகுதிகளிலும் கருங்காலி மரங்களைப் பார்க்கலாம்.

கருங்காலியின் சிறப்பு அம்மரத்தின் வைரப்பகுதியின் கருமை நிறமே. ஒரு காலத்தில் திருவாங்கூர் சமஸ்தானத்தின் 'ராஜமரமாக' ஏற்கப்பட்டுப் போற்றப்பட்டு வந்தாலும் இன்று அழிந்தன. திருவாங்கூர் மன்னர்களது கட்டடங்களில் – அரண்மனைகளில் கருங்காலியால் இழைக்கப்பட்ட அலங்கார வேலைப்பாடுள்ள அலமாரிகள் போன்ற மரச்சாமான்களை நிறையக் காணலாம். இன்று நன்கு வளர்ந்து முதிர்ந்த கருங்காலி மரங்கள் அரிதாகிவிட்டன. இழந்ததை மீட்க பழனிமலைப் பாதுகாப்புக்கழக மரப்பண்ணைகளில் மலிவான விலையில் கருங்காலி மரக்கன்றுகள் விற்கப்படுகின்றன. இது மிகவும் அருமையான மரம். கடைசல் வேலைகளுக்கும், மரச் சிற்பங்கள் செய்யவும் ஏற்றது. தோதகத்தியை விடவும் மேற்கத்திய இசைக்கருவிகளான கிடார், பியானோ, கிளாரினெட் செய்ய கருங்காலி பயனாகிறது. இது உண்மையில் ரோஸ்வுட்டாகிய தோதகத்தியை விடவும் விலை அதிகம். ஏனெனில் இது உறுதிக்கு உறுதி. கடைசல் வேலைக்கு ஏற்புடையது. நன்கு முதிர்ந்த கருங்காலி மரத்தின் விலை தோதகத்தியை விடப் பன்மடங்கு அதிகம். நிஜமாகவே இம்மரத்திற்கு வைரமதிப்பு ஏற்பட மரத்திலும் வைரம் பாய்ந்திருக்க வேண்டும். அடுத்த தலைமுறைக்குச் சேர்த்து வைக்கும் சொத்து கருங்காலி.

மலர் பசுமஞ்சளாகவும், சாம்பல் நிறத்தில் பட்டையும் கொண்ட இந்த இலை உதிர் மரம் அருமருந்தும்கூட. கருங்காலி மரப்பட்டையின் கஷாயம் கழிச்சலை நிறுத்தும். பலவீனம், சீதபேதி, பெரும்பாடு, நீர்ச்சுருக்கு தீரும். கருங்காலிப்பட்டையின் பற்பொடி பல்லுக்கு உறுதி. தாது விருத்திக்குக் கருங்காலிப் பிசின் (கோந்து). இதை வெந்நீரில் சிறிது கரையவிட்டுச் சற்று பனங்கற்கண்டு சேர்த்துப் பாலில் கலந்து பருகலாம். அடுத்த தலைமுறைக்குச் சொத்து சேர்க்க வங்கிக் கணக்கை விட, உங்கள் தோட்டத்தில் கருங்காலி பயிரிட்டால் வைர மதிப்பிற்கு நிதி குவியும்.

அரிஸ்டாட்டில்

74. தேத்தாங்கொட்டை
இளைப்பு நிவாரணி

தாவரஇயல் பெயர்	:	Strychnos potatorum (Loganiaceae)
சம்ஸ்கிருதம்	:	கடகம், ஜலதம்
ஹிந்தி	:	நெல்மல்
ஆங்கிலம்	:	Cleaning nut tree

"பெரிய ஏலக்காய், கோரைக்கிழங்கு, வெட்டிவேர், நன்னாரி, நுரைபீர்க்கை, நெல்லி ஆகியவற்றைத் தூளாக்கி அதைத் தேத்தாங்கொட்டையுடன் - அதே அளவு தேத்தாங்கொட்டைத் தூளுடன் - முறையாகக் கிணறில் கலந்தால், கலங்கினாலும் கசந்தாலும், சப்பென்றும், உப்பென்றும், ருசியற்றும் கவிச்சு நாற்றமும் உள்ள நீர் தெளிந்து சுத்தமாகும். ருசியும், மணமும் கொண்ட **நன்னீராகும்.** (சுரபாலர் விருட்சாயுர்வேதம் பாட்டு 299-300)

ஆகவேதான் இதன் பெயரே தேத்தாங்கொட்டை - அதாவது தெளிய வைப்பது - சுத்தமாக்குவது என்று பொருள்படுகிறது. தேத்தாங்கொட்டை வேறு; சேரான்கொட்டை வேறு. இரண்டுக்குமே வெவ்வேறு நோய் நிவாரணிகள். தேத்தாங்கொட்டை தெளியவைக்கும் மருந்து. சேரான்கொட்டை கலங்கவைக்கும் மருந்து இது Cleaning nut அது Marking nut. எனினும் தேத்தாங்கொட்டை போலவே தோன்றும். எட்டியும்

Strychonus ஜீன் என்றாலும் எட்டி நச்சு. இது டானிக். உடல் இளைப்புக்குத் தேத்தாங்கொட்டை லேகியம் சாப்பிடுவார்கள். தேறாத உடம்பைத் தேற்றும் சக்தி தேத்தாங்கொட்டைக்கு உண்டு. தேத்தாங்கொட்டை திருக்குவளை என்ற திருவாரூர் க்ஷேத்திரத்தின் தல மரம். இதன் பழம், விதை இரண்டுமே மருந்து. பழம் வாந்தியை உண்டாக்கும். இதன் பழச்சதையை உலர்த்திவைத்து 1/2 கிராம் உண்டால் போதும். சீதபேதியை நிறுத்தும். விதைகள் உடல் தேற்றிப் பசியைத் தூண்டும். சளியை நீக்கும். உடல் பலம் பெருகும். தேத்தாங்கொட்டை விதை பல விதங்களில் பயனாகிறது. மனித உடலைத் தேற்றுகிறது. கலங்கிய நீரைத் தெளிய வைக்கிறது. உண்பதற்கும் சிறிது கனி உண்டு. சுமாரான உயரம் அதிகம் போனால் 50 அடி வளரவாம். அடர்ந்த தழையமைப்பும் நிழலும் தந்து தூசியையும் வடிகட்டும்; சூழலுக்கும் உற்ற நண்பன். மத்திய இந்தியா – தக்காணப் பகுதிகளில் இம்மரம் நிறைய உண்டு. எனினும் நல்ல மருத்துவ குணமும் அன்றாட வாழ்க்கைக்கும் தேவையான இந்த மரம் அரிதாகிவருகிறது. இம்மர விதைகளைச் சேகரித்து நாற்றுப் போட்டுக் கன்றுகளை எழுப்பி வீடுதோறும் நடலாம். விவசாயத்திற்கும் பயனாகும். வரப்புகளில் காற்றுத் தடுப்பாகவும் நடலாம். குலைகளை நறுக்கி உரமாக்கிக்கொள்ளலாம். மண்புழுப் படுக்கைக்கு அருகில் நிழல் கட்ட இம்மரம் ஏற்றது. விதைகள் பெறக் கோவை வன மரபியல் தோட்டத்தையும் பழனிமலைப் பாதுகாப்புக் கழகத்தையும் நாடிப் பெறலாம்.

75. எட்டி

அளவுடன் மருந்து மீறினால் நஞ்சு

தாவரஇயல் பெயர்	:	Strychnos Nuxvomica (Logoniaceae)
ஆங்கிலம்	:	Poison nut tree
ஹிந்தி	:	ஜஹர், குசிலா
சம்ஸ்கிருதம்	:	விஷமுஷ்டி, குபில

எட்டிமரத்தின் பரவல் தென்னக மாநிலங்களிலும் ஒரிசாவிலும் ஸ்ரீலங்காவிலும் காணப்படுகிறது. தமிழில் இதை காஞ்சிரம் என்றும் கூறுவார்கள். காஞ்சிரம் பற்றிய குறிப்பு சங்க இலக்கியத்தில் உண்டு. பழம்

அழகாயிருந்தாலும் உண்ண முடியாது. நச்சுப் பொருள் உள்ளது. இதில் ஸ்ட்ரைக்கின் 1.5%, புரூசைன் 1.7% ஆகிய வேதியியல் கூறுகள் உண்டு. இவை தவிர ஓமிசைன், நோவாசைன், லோகானின் ஆகிய ரசாயனங்களும் உள்ளன. இவற்றில் ட்ரைக்கின், புரூசைன் ஆகியவற்றின் அந்நியத்தேவை கருதி எட்டிவிதை ஏற்றுமதிச் சரக்காகவும் உள்ளது. காஞ்சிரம் அழுகலகற்றி, அகட்டு வாயுவகற்றி, நீர்மலம் போக்கி, சிறுநீர் பெருக்கி என்று மருத்துவ நூல்கள் கூறுகின்றன. காஞ்சிரம் என்ற எட்டி விதையை முற்காலத்தில் எலியைக் கொல்லப் பயன்படுத்தினார்கள். பயிர்களை – தானியங்களைத் தின்ன வரும் பறவைகளைக் கொல்லவும் பயனாயிற்று. இன்று எட்டியை விட விஷமான விஷங்கள் உள்ளன. எட்டி விதையை அதிகம் உண்டால் நரம்பு மண்டலம் செயலிழந்து இதயத் துடிப்பை அதிகமாக்கி மரணத்தை ஏற்படுத்தும். இது தண்டுவடம், மூளையில் உள்ள முகுளத்தைச் செயலிழக்க வைக்கும். அதே சமயம் குறைந்த அளவில் பக்குவமான எட்டி அருமருந்தும் ஆகும். எட்டித்தூள் 3 நெல் எடை அளவுக்குமேல் உள்ளே போனால் நஞ்சு, 1 நெல் எடை 3 நெல் எடை வரை மருந்தாகப் பயன்படுத்தலாம். இதை மருந்தாகப் பயன்படுத்தும் முன்பு பாலில் வேகவைத்து சுத்தியாகிறது. அதன்பின் அளவோடு பயன்படுத்தினால் நரம்பு மண்டலக் கோளாறுகளுக்கும் மருந்து. சீதபேதி, வயிற்றோட்டம் நிற்கும். வயிற்றில் உள்ள கிருமி–புழுக்கொல்லி. நீரிழிவுக்கும் மருந்து. போதைக்கு அடிமையான நோயாளிகளுக்கும் மருந்து. நீரிழிவு நோயுள்ளவர்கள் நீண்ட காலம் அளவுடன் எட்டி வைத்தியம் செய்து குணம் பெறலாம். நரம்பு நோயுள்ளவர்களுக்கு சமிராஜக கேசரி மாத்திரை வழங்கப்படுகிறது. இதில் சுத்தியான எட்டி, அபினி, மிளகு சமஅளவு சேர்த்து இரண்டு நெல் எடையுள்ள மாத்திரை உருட்டி இருவேளை வெற்றிலைச் சாறில் கொடுக்கப்படும். சூலாஹரணயோகம் என்ற மாத்திரை வயிற்றுப்போக்கு நிற்க வழங்கப்படுகிறது. இதில் எட்டியுடன் கடுக்காய், திப்பிலி, சுக்கு, கந்தகம், இந்துப்பு சமஅளவு கலந்து 2 நெல் எடைக்கு உருட்டப்பட்டு வெந்நீரில் வழங்கப்படும். வெறிநாய் கடித்தால் அதற்குரிய வைத்தியம் அமில எதிர்ப்பு மருந்துடன் (Antacid or Carminatives) சுத்தி செய்த எட்டித்தூள் கலந்த கசப்பு மருந்து வெந்நீரில் வழங்கி நாய்கடித்த இடத்தில் கோழி எச்சம் கொண்டு பூசவேண்டும். வாந்தியோ பேதியோ வெளியேறி விஷத்தை இறக்குவதுண்டு.

எட்டி மரம் சுமார் அதாவது 50 அடிவரை தேத்தாங்கொட்டை போலவே தோற்றமும் தழையமைப்பும் இருக்கும். இம்மரத்தைத் தச்சு வேலைக்குப்

அரிஸ்டாட்டில்

பயன்படுத்தலாம். அறுத்து இழைப்பதும் பதப்படுத்துவதும் கஷ்டம் என்றாலும் இம்மரத்தைக் கரையான் அரிப்பதில்லை. எட்டியின் மருத்துவப் பயன் பற்றி நிறைய ஆராய்ச்சி செய்து புது மருந்து கண்டுபிடிக்கலாம். ஏற்றுமதித் தேவை என்றுமே நிலைப்பது இல்லை. எனினும் பத்தோடு பதினொன்று என்று பல மரங்களுடன் சேர்த்து இதன் பசுமைக்காகவும் நட்டு வளர்ப்பது நன்று. இயற்கை வழி விவசாயத்தில் பூச்சிவிரட்டியாக எட்டி விதையைப் பயன்படுத்தலாம்.

76. வாகை
வெற்றிக்குரிய மரம்

வாகை

தாவரஇயல் பெயர்	:	Albicia lebbeck (Mimosaceae)
சம்ஸ்கிருதம்	:	பிடஷிரிஷம்
ஹிந்தி	:	சிரிஸ்
ஆங்கிலம்	:	Kokko, Black siris

தமிழில் வாகை என்றால் வெற்றி என்று பொருள். புறநானூறில் கூறப்படும் எண்திணைகளில் வெற்றி சூடிய தமிழ் மன்னன் அணியும் மாலை வாகை. உண்மையில் இந்த வாகையும் புறநானூறு கூறும் வாகையும் ஒன்றுதான் என்று கூறமுடியுமா? எங்கிருந்து, எப்போது இங்கு அறிமுகமானது என்று அறியமுடியாவிட்டாலும் இம்மரம் பாகிஸ்தான் உட்பட பாரதநாடு முழுவதுமே பரவலாயுள்ள மரம். இலங்கையிலும் அதிகம். குறிப்பாக ராஜஸ்தானில் ஒட்டகத்திற்கு வாகைத் தழைகளே முக்கிய உணவு. அந்தமானில் வளரும் வாகை விலை மதிப்புள்ள மரம். ஐரோப்பிய நாடுகளுக்கும் அமெரிக்காவுக்கும் ஏற்றுமதியானது. இதன் இலத்தீன்

வழக்கில் உள்ள ஆல்பிசியா என்பது இத்தாலிய தாவர இயல் விஞ்ஞானி அல்பிஸ்ஸி என்பவரையும் – லெப்பக் என்பது எகிப்தில் உள்ள ஒரு இடம் – இங்கு வாகை மரங்கள் திட்டமிடப்பட்டு சாலை மரங்களாக அழகுடன் நடப்பட்டுள்ளனவாம். திருவாள் ஒளிப்புற்றூர் என்ற திருத்தலம் வைத்தீஸ்வரன் கோவில் அருகில் உள்ளது. அங்கு வாகைதான் தல மரம். அர்ச்சுனன் வாளை சிவபெருமான் புற்றில் ஒளித்துத் திருவிளையாடல் புரிந்த இடம். வாளுக்கும் வாகைக்கும் வெற்றிக்கும் உள்ள பொருத்தத்தை இந்த ஊரில் காணலாம்.

இந்த மரத்தின் முக்கியச் சிறப்பு மலைப்பகுதிகளைக் காட்டிலும் தரைப்பகுதி நிலங்களில் செழித்து வளரும். கடலோரப் பகுதிகளில் பருத்து வளர்கிறது. இம்மரம் முளைத்ததுமே வேகமாக வளர்ந்து 10 அடி உயரம் எழும்பிவிடுவதால் ஆடுமாடுகளிடம் கடிபடாமல் விதை மூலம் சுயமாகவே பரவிவிடுகிறது. வாகை நட்ட இடத்தில் வாகை வளர்ந்து வெட்டுப்பட்டாலும் வாகை மீண்டும் எழும்பும் இயல்புள்ளது. 60 அடி உயரமும் ஓங்கி உயர்ந்து அகண்ட தழையமைப்பும் வழங்குவதால் நிழல்கட்டும் இயல்புள்ளது. உயிர்வேலியாக வளர்ந்து மற்ற பயிர்களுக்கு உரம் தரும் வாகையை நட்ட விவ்சாயி வெற்றி பெறுவது நிச்சயம். வயலில் குலை மிதிக்கவும், எல்லாக் கால்நடைகளும் விரும்பி உண்ணும் ருசியான தழை வழங்கும் தீவனமாகவும், பதாகை விரிக்கும் இம்மரம் வேலைக்கும் உதவும். முதிர்ந்த வாகை மரத்தைக்கொண்டு தூண், உத்திரம் அமைக்கலாம். பதனப்படுத்திப் பயன்படுத்த வேண்டும்.

வாகைப்பூக்களை அரைத்துச் சுண்டைக்காய் அளவு வெந்நீரில் கலந்து கொடுத்தால் பாம்புக்கடி விஷம் முறியும். வாகை இலையைத் துவையலாக அரைத்துக் கண்ணில் கட்டினால் கண்நோய் தீரும். பூ, இலைத் துவையல் புண்ணாற்றி. வாகைப்பட்டையைத் தூள்செய்து சாப்பிட மூலம் குணமாகும். ரத்தம் சுத்தியாகிச் சொறி சிரங்கு வராது. வாகைப் பிசினுக்கும் அந்த குணம் உண்டு. தாது பெருக்கி உடல் பலமாகும். வாழ்விலும் வெற்றி பெறலாம். சுநாமி பாதித்த பகுதிகளில் வாகையை நட்டு உயிர்க்காக்கலாம். காற்றைத் தாங்கி வளரும். புயலையும் எதிர்கொள்ளும். வாகை நடுவீர். வெற்றி பெறுவீர்.

77. இயல்வாகை

தேக்கின் மாற்று

தாவரஇயல் பெயர்	:	Piltrophorum pterocarpum (Caesalpinioideae)
ஆங்கிலம்	:	Copper Pod
ஹிந்தி	:	ஹல்தி குல்மோர்

வாகை வேறு. இயல்வாகை வேறு. வாகை ஏறத்தாழ ஒரு இந்திய மரம். இயல்வாகையோ மத்திய அமெரிக்காவிலிருந்து அறிமுகமான இம்மரம், தச்சு வேலைக்கு ஒப்பற்றதாக விளங்குவதால் இதன் பரவல் துரிதமாக வருகிறது. மர அலமாரிகளில் நன்கு பாலிஷ் பிடிக்கும். ஓரளவு உறுதியும் உள்ளதால் இதையே கருங்காலி, ரோஸ்வுட், தேக்கு என்று சொல்லி ஏமாற்றவும் ஏற்றது. வாகையின் ஜீன் வேறு; இயல்வாகையின் ஜீன் வேறு. எனினும் தழையமைப்பை வைத்து வித்தியாசம் செய்வது கடினம் என்றுதான் இதை இயல்வாகை என்று அழைக்கின்றனர் போலும். இதுவும் வேகமாக வளர்ந்து அடர்ந்த தழைகளை வழங்கும். இதுவும் வாகை அளவு உயரமே வளர்கிறது. 50 அடி உயரம் போக வாய்ப்புள்ளது. இதன் பூக்களும் மஞ்சள் நிறமே. மரத்தடியில் மஞ்சள் மலர்கள் உதிர்ந்து கொட்டிக் கிடக்கும்.

முக்கியமாக இம்மரத்தின் பரவலுக்குப் பழனிமலைத் தொடர் பாதுகாப்புக்கழகம் உறுதுணை. குறிப்பாகத் திண்டுக்கல், தேனி, மதுரை மாவட்டங்களில் இயல்வாகை மரங்களை நிறையக் காணலாம்.

வனப்பகுதிகளில் தேக்கு மரத் திருட்டை ஒழிக்க இயல்வாகை அறிமுகமானதாகச் சொல்லப்படுகிறது. இது மலைப்பகுதிகளிலும் வளரும். தரைப்பகுதிகளிலும் வளர்கிறது. தவிரவும் இதன் மலர்களின் அடர்த்தி தேனீக்களுக்கு நல்விருந்து. இயல்வாகை மரங்களை வளர்த்துக் கூடவே தேன் பெட்டிகளையும் கட்டலாம். நிறையத் தேன் பெறலாம். சரியானபடி இதன் மருத்துவக் குணங்களைக் கண்டு பிடிக்கவில்லை. எனினும் இம்மரம் பூஞ்சாணக் கொல்லி. உளுக்காது. இலுப்பைக்குரிய சில குணங்கள் உண்டு. குறிப்பாக இயல்வாகை விதைகளைப் பூஞ்சாண விரட்டியாகப் பயன்படுத்தலாம். இதன் தழை, விதைகளை மூலிகைப் பூச்சி விரட்டிக்குப் பயன்படுத்தலாம். வாகை மரத்தைப் போலவே இம்மரத்தின் தழைகளும் நல்ல கால்நடைத் தீவனம். வாகையைப் போலவே இதையும் உயிர்வேலியாகப் பயன்படுத்தி விவசாயிகள் வளம் பெறுவதுடன் வருமானமும் பெறலாம். இயல்வாகை மரக்கன்றுகள் பழனிமலைப் பாதுகாப்புக்கழக மரப்பண்ணைகளில் குறிப்பாக திண்டுக்கல் ஆத்தூர், கன்னிவாடியில் கிட்டுகின்றன.

78. கோங்கு
மண்ணரிப்பின் மீட்பு

தாவரஇயல் பெயர்	:	Bombox malabarium (Syn) Ceiba
ஆங்கிலம்	:	Red Silk Cotton Tree
சம்ஸ்கிருதம்	:	ரத்த சிமல், மகா விருட்சம்

மருத்துவ குணம் கொண்ட அழகு மரம் இது. சில மரங்களுக்குப் பெயரும் அழகுதான். இறையனார் அகப்பொருள் உரையில் கூறப்பட்டுள்ள மரவரிசைகளைப் படிக்கும்போதே எதுகை, மோனை எல்லாமே நயம். 'சந்தனமும் சம்பகமும் தேமாவும் தீம்பலாவும் ஆசினியும் அசோகமும் கோங்கும் வேங்கையும் விரிந்து...' என்கிறார். சுந்தரர் பாடிய தேவாரத்தில் தளிர்தருகோங்கு. 'வேங்கை தடமாதவி சண்பகமும் நளிர்தரு நன்னிலத்துப் பெருங்கோயில் நயந்தவனே' என கோங்கு மரத்தின் சிறப்பு வெளிப்பட்டுள்ளது.

கோங்கு பிரும்மாண்டமான மரம். நல்ல சூழ்நிலையில் 130 அடி உயரம் வரை வளரும். அடி மரத்தின் சுற்றளவு 20 அடிவரை இருக்கும். மேற்குத் தொடர்ச்சி மலைக்காடுகளில் இருந்த இவை அழிந்துபோயின. மண்ணரிப்பு

அரிஸ்டாட்டில் 257

ஏற்பட்டதும் பாறைச்சரிவு ஏற்படுகிறது. இப்போது புதிதாக நடுகிறார்கள். மலைப்பிரதேசங்களிலும், ஆற்றுப்படுகைகளிலும் நன்றாக வளரும். மலைப்பகுதிகளில் பாறைச் சரிவைத் தடுக்க கோங்கு மரங்களை வளர்க்க வேண்டும். பழனி மலைத்தொடர் பகுதியில் பாறைச் சரிவை மீட்க நடப்பட்டுள்ள மரத்தைப் படத்தில் காண்க.

தமிழ்நாட்டில் நிறைய இருந்து அழிந்துவிட்டதாகக் கூறப்படும் இம்மரம், அற்புதமான மருத்துவ குணங்கள் கொண்டது. இதன் பூ, இலை, விதை, பட்டை, பிசின் எல்லாமே மருந்துகள். இந்த மரத்தின் பிசினை 'மோசரசம்' என்பார்கள். இது நுரையீரல் க்ஷயம், கழிச்சல், சீதபேதி, சிறுநீருடன் ரத்தம் போதல் ஆகியவற்றுக்கும் மருந்து. மோசரசம் என்ற பிசினுடன், கசகசா, பிராமி (பிரம்மதண்டம் இலை உலர்ந்தது) பூனைக்காலி (Mucuna Pruriens) விதைகள், தண்ணீர் விட்டான், கிழங்கு, சதாவரி கிழங்கு, ரூமி மஸ்தகி பிசின் (Pistacia lentiscus) ஆகியவை கலந்து இடித்த சூரணம் 15 நெல் எடை பாலில் கலந்து இரவில் பருக வேண்டும். இதே மோசரசத்தை வில்வப் பழம், மாங்கொட்டைப் பருப்பு அத்துடன் அபினியில் பிசைந்து வழங்கினால் ரத்தப்போக்கு, கழிச்சல் கட்டுப்படும். உலர்ந்த கோங்கு மரப்பூவுடன் சம அளவு கசகசா சேர்த்து அரைத்து, ஆட்டுப்பாலில் கலந்து 30 மில்லி என்ற அளவில் 3 வேளை வழங்க ரத்தப்பித்தம் தணியும்.

கோங்கு மரம், முள் இலவு என்றும் செவ்விலவு என்றும் அழைக்கப்படுகிறது. இலையுதிர் காலத்தில்தான் பூ மலரும். மார்ச்–ஏப்ரலில் பனி விலகியதும் பெரிய பெரிய சிவப்பு நிறப் பூக்கள் கிளை நுனிகளில் அரும்பும். இந்தப் பூக்கள் பலவகைப் பறவைகளைக் கவரும். உத்திரப்பிரதேசத்தில் இப்பூக்களைப் பொரியல் செய்து உண்பார்கள். இதயத்தை வலிமையாக்கும்.

தமிழ்நாட்டில் அபூர்வமாக பெரிய பெரிய வீடுகளில் இம்மரத்தைப் பார்க்கலாம். நாட்டு இலவைப் போலவே இதன் பஞ்சும் பயனாகும். மரம் பெரிது. ஆனால் வலு இல்லாத மரம். மரவேலைக்கு உகந்தது அல்ல. தீக்குச்சி மரமாகவும், காகிதத் தொழிற்சாலைக்கு உரிய மரமாகவும் பயனாகிறது. தழைகளைக் கால்நடைத் தீவனமாகவும், பூச்சி விரட்டியாகவும் பயன்படுத்தலாம்.

இந்த மரத்தின் விதை, கன்றுகள் தமிழ்நாட்டில் கிட்டும். கோவை வன மரபியல் தோட்டத்தை அணுகினாலும் கிட்டும். நல்ல நிழல் தரும் இம்மரம் தொழிற்சாலை வளாகங்களில் வளர்க்க ஏற்றது. சுற்றுச்சூழலைத்

தூய்மைப்படுத்தும். இதற்காகவாவது இம்மரம் நடப்பட வேண்டும். அழிந்து வரும் இம்மரத்தை வீடுதோறும், ஊர்தோறும் வளர்ப்பது நமது கடமை.

குறிப்பு: கோங்கு மரம் என்பது Hopeaparviflora என்றும் Ironwood of Malabar என்றும் கூறப்படுகிறது. கட்டுறுதியுள்ளது. எனினும், தல மரங்களை ஆராய்ந்து எழுதியுள்ள திரு. சு. திருஞானம், திருச்சி ஈ.வெ.ரா. கல்லூரியின் ஆசிரியர். நன்னிலம், திருமங்கலக்குடி, திருக்கோடி, திருக்கைகினம் ஆகிய கோயில்களில் Bombaxmalabaricum என்ற செவ்விலவு மரமே கோங்கு மரமாக வழிபாட்டுக்குரியதைப் படத்துடன் குறிப்பிட்டுள்ளார். அத்துடன் இந்த மரத்தைப் பற்றி வழங்கப்பட்டுள்ள மருத்துவக் குறிப்புகள் எல்லாம் முள்ளிலவு, செவ்விலவு என்று கோங்கு மரத்தின் மறுபெயர்கள் என்ற அடிப்படையில், Bombax Malabaricum மரத்திற்குரியதே.

இணைப்பு -1

மரங்களின் படங்கள் – சில பரிமாணங்கள்

ஆனைப்புளி

முதிர்ந்து படர்ந்த நிலை. மரங்களில் வயிறு பெருத்த மரம். அசுரத் தோற்றமுடையது. விட்டமே 30–40 அடி. இயற்கை வழங்கும் நீர்த்தொட்டி

வில்வம்

வயது முதிர்ந்த வில்வம் – சங்கீதமங்கலம் திருக்கோயிலில் உள்ளது. இது அபூர்வம் இல்லை. ஆனால் இதன் மருத்துவ குணம் அபூர்வமானது. இந்திய மரம் என்று பதிவாகிவிட்டது. நீரிழிவுக்கு அருமருந்து என நிரூபணம்.

திருப்புங்கூர்

புங்கு

காட்டாமணக்கைத் தவிர்த்துவிட்டு எங்கும் நிரம்பியுள்ள புங்கமரத்தை பயோடீலுக்குப் பயன்படுத்தலாம் என்பது சூழலியல் வல்லுநர் கருத்து. வங்கிப் பணத்தைச் சுருட்டவோ சுடவோ வழி பிறக்காதே என்று அரசியல்வாதிகளின் தயக்கமும் புரிகிறது. ஓசியில் ஏசி. (Air Condition) பெறலாமே!. தலமரம். ஏ.சி. என்ன? ஆசியும் உண்டு.

திருப்புள்ளிருக்கு
வேளூர் வேம்பு

இயற்கை விவசாயிகளுக்கு வேம்பு ஒரு வரப்பிரசாதம். வேப்பங்கொட்டை + வேப்பிலை + பசுமூத்திரம் கொண்ட பூச்சி விரட்டிக்கு ஈடு இணை ஏது?

இளம் நெற்பயிர் எழுந்திருக்க, நோயின்றி வளர வேப்பெண்ணெய் 1% ஸ்பிரே போதும். வேளூரின் தலமரம் வேம்பு.

பனை

பனைமர சாகுபடியைத் தரிசுநில மேம்பாட்டின் கீழ் ஊக்குவித்தல் அவசியம். நாம் முழுமையாகப் பயன்படுத்தினால் கிராமங்களில் வேளாண்மை சார்ந்த வேலை வாய்ப்புகள் உயரும். செருவா விடுதியில் ஒரு விவசாயி புஞ்சைக்காட்டின் உயிர்வேலியாகப் பல கி.மீ. நீளத்திற்குப் பனையை உயிர் வேலியாகப் பயன்படுத்தி யுள்ளதை கவுரவிக்கலாமே. பனை தமிழ்ச் சின்னம்.

வெள்வேல்

வறண்ட நிலத்திற்கு ஏற்ற மருத்துவமரம் வெள்வேல். வெள்ளாட்டின் விருப்ப உணவு. வேல மரத்தின் உச்சிப் பகுதிவரை கோவைக் கொடி படர்ந்துள்ள ஒரு காட்சி. அறுத்துப் போட்டால் தழைச்சத்து. உலர்த்திப் போட்டால் கரிமச்சத்து. ஆடு அப்படியே தின்று கழிக்கும் ஆட்டுப்புழுக்கை அருமையான இயற்கை உரம். தமிழ்நாட்டு ஆடுகளின் புழுக்கைகள் கேரள மண்ணை வளப்படுத்துகின்றனவாம்.

சோற்றுக் கற்றாழை

இது தாழை அல்ல.

சோற்றுக்கற்றாழை.

இதன் பயன் நன்கு உணரப்பட்டுள்ளது. இது வறட்சிப் பயிர். மலைப்பகுதியில் மண் அரிப்பு ஏற்படாமல் இதை நடலாம். தோணி மலைப்பகுதியில் எடுத்தபடம். இது ஒரு சஞ்சீவி மூலிகை. பூச்சி விரட்டிக்குப் பயனாகும், பயிருக்கும் டானிக்.

முருங்கை

வறட்சி நிலத்திற்கு ஏற்ற வணிகப் பயிர் முருங்கை. இலைகளைவிடக் காய்கள் அதிகம். தம்பட்டங்காய் என்று சொல்லப்படும் வாளவரங்காய் ஊடுபயிர் மட்டுமல்ல. முருங்கைக்கு உரப்பயிர் – வேர்களில், காற்றில் உள்ள நைட்ரஜனை – நைட்ரேட்டாக மாற்றித் தரும்.

சில்வர் ஒக் - என்ற மலைச்சவுக்கு

இந்த மரக்கன்று ஆத்தூர் – கன்னிவாடி (திண்டுக்கல் மாவட்டம்) – பழனி மலைப் பாதுகாப்புக்கழக நர்சரியில் கிட்டும். தோணிமலைப் பகுதி விவசாயிகள் மிளகுக்கொடிகளை ஏற்றிவிட மலைச்சவுக்கை விரும்புகிறார்கள்.

மாவிலங்கம்

இதன் இலைத் தோற்றம் நாகலிங்கம் போல் லிங்கத் தோற்றமுள்ள பூ உண்டு. வருணமரம் என்றும் கூறுவார்கள். வடமொழியில் அஸ்பாரிக்னம் என்று பெயர். அஸ்மாரி என்றால் கல். விக்னம் என்றால் அழித்தல். மூத்திரப்பை – சிறுநீரகத்தின் கல்லைக் கரைக்கும் சக்தி மரப்பட்டைக்கு உண்டு என்று சித்தர்களின் மருத்துவம் கூறுகிறது. திருச்சேரை என்ற உடையார் கோவிலின் தலமரம்.

வாழ்வு தரும் மரங்கள்

பலாஷ் (புரசு)

புனிதம் நிரம்பிய தெய்வீக மரத்தில் அரச மரத்தைவிட உயர்வானதாக வைதீக இலக்கியம் போற்றுகிறது. பித்ருக்களுக்கு செய்யவேண்டிய சடங்கில் இது கட்டாயம் வேண்டும். தமிழில் புரசை இலை. புரசைவாக்கத்தில் அம்மரங்கள் இருந்து அழிந்துவிட்டது. பலாசம், புரசம் இரண்டும் ஒன்றே. பொரசு என்றும் உச்சரிப்பார்கள்.

வாகை

வறட்சியில் வளரும். நீர்ப்பிடிப்புப் பகுதியில் அடர்ந்த தழை அமைப்பைக் கொண்டு வளரும். புறநானூறில் உள்ள எண்திணைகளில் வாகை ஒன்று. வெற்றிக்குரிய மரம். செழிப்பின் அடையாளம்

மாதுளம்

புராணகாலத்தில் – இந்தியா – மத்திய ஆசியா – எகிப்து நாடுகளில் இதுதான் அனார்கலி. சித்த – ஆயுர்வேத – யுனானி – மருத்துவத்தில் அனார்கலியின் பங்கு அதிகம். அனார்கலி என்ற மாதுளம் இலக்கியக் காவியம் இல்லை. மருத்துவக்காவியம். ஒரு கொத்தில் நான்கு பழம்.

தென்னை

அய்யம்பாளையம் தென்னை தனிச்சிறப் புள்ளது. சாதனை விவசாயி P.K.T.B. பாலமுருகன் மழைநீரைத் தேக்க 5 அடி வரப்பிட்டுள்ளார். வரப்புயர நீர் உயரும். நீர் உயர நெல் உயரும். நெல்லை உயரவிடாமல் குட்டையாக்கிவிட்டதால் தென்னை உயரும் என்பது பாலமுருகன் மொழி. அவ்வையாருக்கு குரு அல்லவா?

பலா

பலாவில் அப்படி என்ன சிறப்பு? ஆவணத்தான்கோட்டை, வடகாடு – செறுவாவிடுதியில் உள்ள பலா தேன் பலா. நார், சக்கை இல்லாதது. சுளையை நறுக்கென்று தேங்காய் கடிப்பதுபோல் கடிக்கலாம். தேன் வேண்டாம். அவ்வளவு இனிப்பு. செறுவையில் என் வீட்டு மரம்.

நாகலிங்கம்

அழகான தோற்றம்கொண்ட இம்மரத்தின் பூவுக்கு – இனி புதிய மரியாதை ஏற்படலாம். சிறுநாகப்பூ, மாவிலங்கம் போல் மருத்துவச் சிறப்பைப் பெறலாம். அடிமரத்தில் விழுதுகள் தொங்கி மலரும் காட்சி – அடி மரத்திலும் பூக்கள் பீரங்கிக் குண்டுகள்போல் காய்கள். பின்னர் இது விதையாகும். சேகரித்து மீண்டும் கன்றுகளை எழுப்பலாம்.

மூங்கில்

"மூங்கில் இலைமேலே தூங்கும் பனிநீரே". மூங்கிலைப் பயன்படுத்தாமல் தூங்கிவிட வேண்டாம். பனி நீர் தூங்கட்டும். மூங்கிலை வளர்த்தால் புதர் மண்டும். பாம்பு வரும் என்று அழிந்து வருகிறது. பொது இடங்களிலும் – வனம் என்று ஒதுக்கிவிட்ட பகுதியிலும் வளர்க்கலாம். காவிரியின் கிளை நதிகள் பாயும் இடங்களில் மூங்கில் வளர்க்கலாம். திருநாகேஸ்வரத்தைப்போல் பாம்பணி (பாமிணி) என்ற தலம் மன்னார்குடியில் உள்ளது. மூங்கில் புற்றிலிருந்து வந்த லிங்கத்தை வழிபட்ட ராகு காளசர்ப்ப தோஷத்திலிருந்து விமோசனம் பெற்றார். பாமிணி ஆற்றின் கரைகளில் மூங்கில் ஏராளம் இருந்தது. இப்போது குறைந்து வருகிறது.

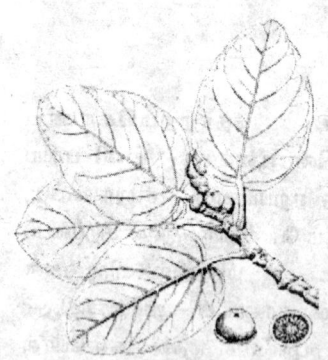

ஆல்

ஆலிலை உள்ளது. அமர்வதற்கு பாலகிருஷ்ணன் வரவில்லை. ஆலிலையில் கிருஷ்ணன் குழந்தை வடிவில் அமர்வதால் ஆலம் விதைகளை உண்டு அமரர்களாக வாழலாம். ஆயுள் விருத்தி பெற ஆங்காங்கே ஆலமரம் வேண்டும். ஆற்றங்கரைகள் உண்டு. ஆலமரங்கள் இல்லையே. அன்று ஆலமரம் இல்லாத ஆற்றங்கரைகள் இல்லை. ஆலமரம் நட்டால் மாதம் மும்மாரி மழை பெய்யும்.

இணைப்பு -2

வயிற்றோட்டமும் தடுப்பும்

இந்தியாவில் வயிற்றுப்போக்கு நோய் அதிகம். அமெரிக்காவிலும் ஜப்பானிலும் மலச்சிக்கல் நோய் அதிகம். நோய் தீர்க்கும் மூலிகைகளின் ஏற்றுமதியும் இறக்குமதியும்.

1. செஃபாலிஃ ஐபக்காகுவா (Cephaclis ipecacuanha)

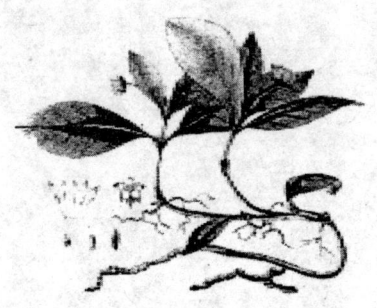

இந்த ஐபக்காகுவாணா கிழங்கு இந்தியாவில் இறக்குமதியாகிறது. பிரேசிலிலிருந்து பல நாடுகளுக்கு ஏற்றுமதியாகிறது. பிரேசில் கொடி வகைக்கிழங்கு இப்போது மேற்கு வங்கத்தில் பயிராகிறது. தமிழ்நாட்டிலும் வயிற்றுப்போக்கு நோய் அதிகம். குறிப்பாக அமீபா, சீதபேதி, இருமல், ஆஸ்துமா ஆகிய பலநோய் நிவாரணி. அலோபதி மருந்தில் உண்டு. தமிழ்நாட்டில் இதை பணப்பயிராக சாகுபடி செய்யலாம்.

2. கேசியா சென்னா (Cassia Senna)

2. திருநெல்வேலி சென்னா அல்லது நிலவாகை. தமிழ்நாட்டிலிருந்து நிறைய ஏற்றுமதியாகும் மூலிகை. வயிற்றோட்டத்தை ஏற்படுத்தும். மலச்சிக்கலுக்கு மருந்து. அமெரிக்கா, ஜப்பான் நாடுகளுக்கு இயற்கை விவசாயம் செய்யப்பட்ட சென்னா மட்டுமே ஏற்றுமதி வாய்ப்புப் பெறுகிறது. INDIGO என்ற நீலியும் நிலவாகை என்று அழைக்கப்படுவதால் எது அசலான சென்னா என்பதில் குழப்பம் உண்டு.

இணைப்பு - 3 நட்சத்திரம் / ராசிக்குரிய மரங்கள்

இராசி	நட்சத்திரம்	தாவரப் பெயர்	தாவரவியல் பெயர் - ஆங்கிலப் பெயர்
மேஷம்	அசுவினி பரணி	எட்டி நெல்லி	Strychnos Nuxvomica Emblica Officinalis
ரிஷபம்	கார்த்திகை ரோகிணி மிருகசீரிஷம்	அத்தி நாவல் கருங்காலி	Ficusroecemosa Syzygium jambolana Acacia catechu
மிதுனம்	திருவாதிரை புனர்பூசம்	திப்பிலி மூங்கில்	Piper longum Bambusa orundinacea
கடகம்	பூசம் ஆயில்யம்	அரசு புன்னை	Fiscus religiosa Calophyllum Inophyllum
சிம்மம்	மகம் பூரம்	ஆல் பலாசு	Fiscus religiosa Bute Monosperma
கன்னி	உத்திரம் அஸ்தம் சித்திரை	அல்லி காட்டு மா வில்வம்	Nerium oleander Pondi anmangifore Aegle Marmelos
துலாம்	சுவாதி விசாகம்	மருதம் விளா	Terminalia arjuna Limonia acidissima
விருச்சிகம்	அனுஷம் கேட்டை	மகிழம் பராய்	Mimusops elengi Strebulus asper
தனுசு	மூலம் பூராடம்	ஆச்சா வஞ்சி (சீந்தில்)	Hardwickia binaton Tinospora cordifolia
மகரம்	உத்திராடம் திருவோணம் அவிட்டம்	பலா வெள்ளெருக்கு வன்னி	Artocarpus interrifolia Calotropis procora Prosopis specigera
கும்பம்	சதயம் பூரட்டாதி	கடம்பு மாமரம்	Anthocephalus cadamba Mangifera Indica
மீனம்	உத்திரட்டாதி ரேவதி	வேம்பு இலுப்பை	Azadirachta Indica Madhuca Indica

இணைப்பு -4

கொய்னா – சில தகவல்கள்
ஆங்கிலம் Quinine
CINCHONA CORTEX

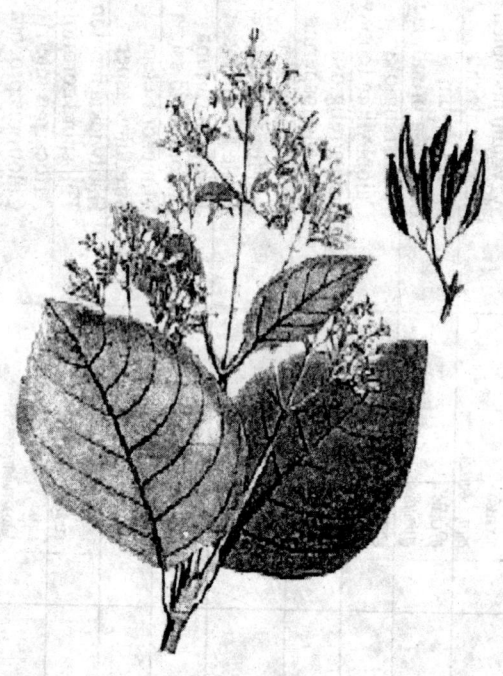

தென்னமெரிக்கா ஆண்டஸ் மலைப் பகுதி – இதன் தாயகம். இந்தியாவின் பல மலைப் பகுதிகளில் ஐரோப்பியர்களால் அறிமுகமான அற்புத மருத்துவ மரம். கொய்னா என்றால் மரப்பட்டை என்று பொருள். மலேரியா ஜுரத்திற்கு இன்றளவும் கொய்னா மாத்திரைதான் மருந்து. ஓங்கி வளரும் மரம். நடுவட்டம், நீலகிரி போன்ற மேற்குத் தொடர்ச்சி மலைக் காடுகளில் காணலாம். மரப்பட்டைகளை உரித்து உரித்து மரங்கள் மடிந்துவிட்டன. இன்று இது அரிதாகிவிட்டது.

இணைப்பு -5

சுரபாலரின்

விருட்ச ஆயுர்வேதம்

பொதுவாக இன்று வேளாண் விஞ்ஞானிகள் பாரம்பரிய வேளாண்மையைப் பற்றி அக்கறை எடுத்துக்கொள்வது இல்லை. நான் விவசாயிகள் மீது அதிகம் நம்பிக்கை வைக்கிறேன். அவர்களே தத்தம் வயல்களிலும் தோட்டங்களிலும் பரிசோதனை செய்யும் விஞ்ஞானிகள். அப்போதுதான் நடைமுறைக்கு ஏற்ற உழவியல் தொழில்நுட்பம் மேன்மையுறும். சுரபாலரின் விருட்ச ஆயுர்வேதத்தில் ஏராளமான பாரம்பரிய வேளாண் அறிவுகளின் குறிப்புகள் உண்டு. அதை அப்படியே - தேவையானால் சற்று மேம்படுத்தியும் பயன்படுத்தி விவாயிகள் வளம் பெறலாம்.

ஆங்கில மூலநூல்பெற:

தமிழாக்கம்	Y.L. Nene
ஆர். எஸ். நாராயணன்	(Nairman. Asian Agri History Foundation)
அம்பாத்துறை-624302	47, ICRISAT Colony-I
விலை ரூ. 60 மட்டும்	Brig. Sayeed Road,
(ஆசிரியரிடம் கிடைக்கும்)	Secundara bad - 500 009
	Price Rs.300

இணைப்பு - 6

மரக்கன்றுகளைப் பெறுவது எப்படி? – முகவரிகள்

பொதுவாக நாம் விரும்பும் மரக்கன்றுகளை நினைத்ததுபோல் பெறுவது அவ்வளவு சுலபம் இல்லை. இதில் எனக்கும் நிறைய அனுபவம் உண்டு. கோவையில் உள்ள வனத்துறையை அணுகினால் விதைகள் கிடைக்கும். வனத்துறையிடம் இரண்டு வித திட்டங்கள் உண்டு. முதலாவதாக வனத்துறையின் சுய உபயோகத்திற்கு அவர்கள் கன்றுகளை எழுப்பி, ஒப்பந்தக்காரர்கள், கொள்ளைக்காரர்கள் வெட்டிக் கடத்தியதால் இழந்த இடத்தில் நட்டு நிரப்புவதுண்டு. அதை விற்பனைக்கு வழங்கமாட்டார்கள். அடுத்ததாக இலவசமாக விவசாயிகளுக்கு வழங்கும் திட்டமும் உள்ளது. மலிவு விலைக்கு விற்பதும் உண்டு. இப்படிப்பட்ட திட்டம் ஒவ்வொரு மாவட்டத்திலும் உள்ள மாவட்ட வனவிரிவாக்க மையங்களில் கிட்டும். நாம் விரும்பும் மரங்கள் கிட்டுவது சிரமம். சில மாவட்ட வன விரிவாக்க மையங்களில் சில அபூர்வ மரங்கள் கிட்டும். தவிரவும் மைய அரசு வனத்துறை தீட்டும் திட்டங்களை ஒட்டியே சில கன்றுகளுக்கு அதிக முக்கியத்துவம் தரப்பட்டு அவை நிறையவும் கிட்டும். சைம ரூபாகிளாக்கா தாராளமாக வழங்கப்படுகிறது. திண்டுக்கல் வனத்துறை விரிவாக்க மையத்திலிருந்து எங்களுக்கு இலவச மரக்கன்றுகள் கிட்டியுள்ளன. எனினும் நாம் விரும்பும் கன்றுகளைப் பெற தனியார் நர்சரிகளைத்தான் அணுக வேண்டியுள்ளது. அந்த வகையில் நல்ல தரமான மற்றும் எல்லா வகையான மரக்கன்றுகளை வழங்குவதில் தமிழ்நாட்டில் உள்ள பழனி மலைத்தொடர் பாதுகாப்புக் கழக மரக்கன்றுப் பண்ணைகளே முன்னணியில் உள்ளன. விலையும் மலிவாகக் கிடைக்கும். தனிப்பட்ட முறையில் சங்கீத மங்கலம் கருணாநிதியுடன் அவரைச் சார்ந்து இயங்கும் ரம்யா நர்சரியையும் சொல்லலாம்.

முகவரிகள்:

பழனி மலைத்தொடர் பாதுகாப்புக் கழகம் (ப.ம.பா.க.)
மரப்பண்ணை, கன்னிவாடி
திண்டுக்கல் மாவட்டம் (ராமசாமி – போன்: 9865437876)

பழனி மலைத்தொடர் பாதுகாப்புக் கழகம் மரப்பண்ணை
ஆத்தூர் அணைக்கட்டு, திண்டுக்கல் மாவட்டம்.

பழனி மலைத்தொடர் பாதுகாப்புக் கழகம் மரப்பண்ணை
விருவீடு, நிலக்கோட்டை வழி, திண்டுக்கல் மாவட்டம்.

பழனி மலைத் தொடர் பாதுகாப்புக் கழகம் மரப்பண்ணை
குதிரையாறு அணைக்கட்டு, (வழி) பாப்பம்பட்டி
திண்டுக்கல் மாவட்டம்.

பழனி மலைத்தொடர் பாதுகாப்புக் கழகம் மரப்பண்ணை
(ஒடுக்கம்) நல்லாம்பட்டி, திண்டுக்கல் மாவட்டம்.

திரு. கருணாநிதி (ஓட்டுனர், தமிழ்நாடு போக்குவரத்துக் கழகம்)
சங்கீதமங்கலம் அஞ்சல், விழுப்புரம் மாவட்டம்
போன் 954145 – 232584, 232535

மணிகவுண்டர் (பனைமரக் கன்று)
குச்சிக்குளத்தூர், ஓங்கூர் P.O, திண்டிவனம் (வழி)
விழுப்புரம் மாவட்டம்

ரம்யா நர்சரி கார்டன் (திரு. M. ராமன்)
கிழக்கு பாண்டிரோடு, விழுப்புரம் – 605 602
போன்: 04146 – 240144

துணை வனத்துறைப் பாதுகாப்பு அலுவலர்
வன மரபியல் கோட்டம், வனக்கல்லூரி வளாகம்
பாரதியார் பார்க் ரோடு,
கோவை – 641 043

R.K. நர்சரிப் பண்ணை (திரு. ராம்குமார்)
பாலப்பட்டு, செந்தூர் P.O.
திண்டிவனம் – 604 302
போன் 9443203361 செல்: 954146 – 33617

திரு. மரம் தங்கசாமி, கற்பகச் சோலை, சேந்தன்குடி, நகரம் P.O.
புதுக்கோட்டை மாவட்டம். போன் 9443065446
G. ரங்கநாதன்
சென்னியப்ப நாயக்கர் பாளையம்
புதுக்கருவாச்சி P.O. விழுப்புரம் (வழி)
(பூவரசு மரக்கன்று)

❖❖❖